अभिप्राय

सुधा मूर्ती या जन्माने मध्यमवर्गीय असल्या तरी आज त्या ज्या जगात वावरतात ते एक कॉर्पोरेट जग आहे. या जगाचे सर्व नियम जगण्याचे संकेत वेगळे आहेत. बकुळा ही याच परंपरेतील एक चांगली कथा आहे.

दैनिक लौकिक ६.१२.२००९

'बकुळा' या त्यांच्या अनुवादित कादंबरीचं वाचन वाचकाला विचार करायला प्रवृत्त करतं. अतिशय सोपी, रसाळ, नेमक्या शब्दांची ओघवती शैली यामुळे 'बकुळा' एकदा वाचायला घेतल्यावर खाली ठेववत नाही. स्त्रीचे व्यक्ती स्वातंत्र्य, तिच्या इच्छा आकांक्षा या बद्दल एका स्त्रीचे मनोगत वाचून वाचक मनातून हेलावेल यात शंका नाही.

दैनिक देशदूत, १०.१.२०१०

'बकुळा' ही कादंबरी अतिशय वाचनीय झाली आहे. श्रीमती ही अतिशय बुद्धिमान आणि उच्च शिक्षित आहे तरी देखील ती आपल्या आई-आजीप्रमाणेच कुटुंबामध्ये दुय्यम भूमिका बजावताना दिसते.

दैनिक कृषिवल ३१.१.२०१०

'बकुळा' डॉ. सुधा मूर्ती यांची श्रीमती व श्रीकांत यांच्या उत्कट प्रेमाची कथा सांगणारी हृदयस्पर्शी कादंबरी!
सुधाताईंनी मानवी मनातील नाजूक भावभावनांना मूर्त रूप देत 'बकुळा' सादर केली आहे. लेखिकेची विद्वत्ता, अमोघ भाषाशैली व हृदयस्पर्शी गुंफण यांचा सुरेख संगम म्हणजे 'बकुळा'! स्वतंत्र अस्तित्वासाठी आसुसलेली श्रीमती रेखाटताना तिच्या भावनांचे सूक्ष्म कंगोरे सुधाताईंनी स्पष्ट केले आहेत. कादंबरी वाचताना आपण भान हरपून जातो नि कादंबरी वाचून पूर्ण झाल्यावरच थांबतो. वाचकांच्या हृदयाचा ठाव घेणारी ही कादंबरी सर्वांनी एकदा तरी वाचावीच!

सकाळ ४.४.२०१०

परस्परसामंजस्य, संवाद आणि एकमेकांचे स्वातंत्र्य मानण्याची–जपण्याची प्रगल्भ जाण नसेल, तर नात्यामध्ये दुरावा, तुटलेपणा, एकटेपणा येणं अटळ असतं, हे सुधा मुर्ती यांच्या 'बकुळा' या कादंबरीतून सूचित होतं. स्वत:चं 'स्वायत्त जग' शोधताना, उभं करताना व्यक्ती आत्मकेंद्रित, स्वार्थी होते, हे आजच्या जीवघेण्या स्पर्धेच्या यश आणि पैसा महत्त्वाच्या मानणाऱ्या जगातलं कटुसत्य 'बकुळा' मधून अधोरेखित होतं.

साप्ताहिक सकाळ, १.५.२०१०

आपल्या स्नेहीजनांना पुस्तके भेट द्या

श्रीमती आणि श्रीकांत यांच्या प्रेमाची साक्ष

बकुळ

मूळ लेखिका

सुधा मूर्ती

अनुवाद

लीना सोहोनी

मेहता पब्लिशिंग हाऊस

AND GENTLY FALLS THE BAKULA by SUDHA MURTY

© Sudha Murty

Translated into Marathi Language by Leena Sohoni

बकुळा / अनुवादित कादंबरी

अनुवाद : लीना सोहोनी – तेजोनिधी प्लॉट नं. ५, स्नेहनगर,
बिबवेवाडी कोंढवा रोड, बिबवेवाडी, पुणे – ४११०३७.
✆ ०२०-२४२७४६७०
Email : leena.n.sohoni@gmail.com

मराठी अनुवादाचे व प्रकाशनाचे हक्क मेहता पब्लिशिंग हाऊस, पुणे

प्रकाशक : सुनील अनिल मेहता, मेहता पब्लिशिंग हाऊस,
१९४१ सदाशिव पेठ, माडीवाले कॉलनी, पुणे – ४११०३०.

अक्षरजुळणी : इफेक्ट्स, २१/६ब, आयडिअल कॉलनी, कोथरूड,
पुणे – ४११०३८.

मुखपृष्ठ : चंद्रमोहन कुलकर्णी

प्रथमावृत्ती : ऑगस्ट, २००९ / मे, २०१० / सप्टेंबर, २०११ /
मार्च, २०१३ / डिसेंबर, २०१४ / पुनर्मुद्रण : एप्रिल, २०१७

P Book ISBN 9788184980523

E Book ISBN 9788184985887

E Books available on : play.google.com/store/books
m.dailyhunt.in/Ebooks/marathi
www.amazon.in

सौ. सुधा मूर्ती या कॉम्प्युटर विशेषज्ञ आहेत. त्यांनी हुबळीच्या के.बी.व्ही.बी. कॉलेजमधून बी.ई.ची पदवी संपादन केली. त्यानंतर बंगलोर येथील ''टाटा इन्स्टिट्यूट ऑफ सायन्सेस'' या ख्यातनाम संस्थेतून त्यांनी एम.टेक. ची पदवी प्राप्त केली. या सर्व परीक्षा त्या प्रथम श्रेणीत उत्तीर्ण झाल्या व त्यांना सुवर्णपदकासहित अनेक पुरस्कारही प्राप्त झाले. त्यांनी आजपर्यंत कन्नड आणि इंग्रजी भाषेत विपुल लेखन केले आहे.

देश-विदेशात ख्यातकीर्त बनलेल्या ''इन्फोसिस टेक्नॉलॉजीज'' या कंपनीच्या निर्मितीमधे त्यांचा अत्यंत महत्त्वाचा वाटा आहे. इन्फोसिस फाउंडेशनच्या त्या चेअरपर्सन असून त्या माध्यमातून त्यांनी सतत समाजाची निरलसपणे सेवा केलेली आहे. आपल्या या समाजसेवेच्या कार्यासाठी त्यांना जी निरंतर भ्रमंती करावी लागते, त्यातूनच त्यांचे जीवन अनुभवाने समृद्ध बनलेले आहे. अशा सर्व अनुभवांना त्यांनी विविध वाङ्मयप्रकारांच्या माध्यमातून शब्दबद्ध करून त्या अनुभवांना अजरामर केलेलं आहे.

महाश्वेता, अतिरिक्ता, अव्यक्ता, यशस्वी, डॉलर बहू अशा त्यांनी लिहिलेल्या अनेक कादंबऱ्या लोकप्रिय आहेत. त्यांच्या सर्वच साहित्याचा बऱ्याच भारतीय भाषांमधे अनुवाद झाला असून, त्या सर्व अनुवादांनाही त्यांच्या मूळ साहित्यकृतीएवढीच लोकप्रियता मिळालेली आहे.

अशाच कादंबऱ्यांच्या मालिकेतील आणखी एक कादंबरी म्हणजे **बकुळा...**

१

हुबळीच्या मॉडेल हायस्कूलमधे आजचा दिवस काही वेगळाच उजाडला होता. वातावरणात उत्साह भरून राहिला होता. हुबळी हे कर्नाटकातील भरभराटीला आलेलं शहर.

दहावीच्या विद्यार्थ्यांमधे तर विशेष उत्सुकता होती. निबंध स्पर्धेचा निकाल लागणार होता आज. वर्षभरातील सर्वांत मानाची ही स्पर्धा. पण त्याचं कारण बक्षिसाची भली मोठी रक्कम, हे नव्हतं. ही स्पर्धा ज्यांनी ठेवली होती, ते स्वत:च एक उत्कृष्ट लेखक आणि लघुनिबंधकार होते. आज या स्पर्धेतून निवडण्यात आलेला निबंध पुढे राज्यस्तरीय पातळीवरच्या स्पर्धेत पाठवण्यात येणार होता.

सगळ्या किशोरवयीन मुलांप्रमाणेच इथल्या मुलामुलींच्या मनामधेही आदर्शवाद, उत्साह, क्रांतीकारी भावना आणि त्याचबरोबर काही इतर संमिश्र भावनांचा कल्लोळ माजलेला होता.

सभागृह एका अनामिक उत्सुकतेने भारलेले होते. मुले मंत्रमुग्ध होऊन बसून होती. या अशाच स्पर्धांचे निकाल कधीकधी अनपेक्षित लागतात. ज्याला बक्षीस मिळेल असं आपल्याला वाटतं, तो बाजूलाच राहतो आणि कोणीतरी दुसराच ते पटकावून जातो. त्यामुळेच इथल्या वातावरणात एवढी उत्सुकता होती.

इतिहासाचे अध्यापक कुलकर्णी सर निकालाचा कागद हातात घेऊन समोर उभे राहिले. सभागृहात शांतता पसरली; टाचणी पडली तरी जाणवेल, इतकी. सरांनासुद्धा आता मजा वाटत होती. त्यांनी विजेत्याचे नाव घोषित करायला मुद्दामच पुष्कळ आढेवेढे घेतले.

ते म्हणाले, ''आपण आधी पहिल्या क्रमांकाचा निबंध तर ऐकू या! हा निबंध तुमच्या वयाच्या मानाने इतका हृदयस्पर्शी आणि परिपक्व वाटला आम्हाला...''

''सगळी माझीच लेकरे आहेत...
मी त्यांच्या पित्यासमान आहे.
आपल्या मुलाला सुखसमृद्धी लाभावी
अशी प्रत्येक पित्याची इच्छा असते.

त्या प्रमाणेच या अवघ्या मानवजातीला
चिरंतन आनंदाची प्राप्ती होवो
अशीच माझी पण इच्छा आहे.

मी ज्या ठिकाणी असेन, त्या ठिकाणी
माझ्या लोकांच्या हितासाठी
मी अविरत काम करत असतो.
धर्माचा मार्ग हा सर्व कर्तव्यांमधील
अत्यंत पवित्र मार्ग आहे.
ज्या व्यक्तीची सदसद्विवेकबुद्धी जागृत नसेल
ती व्यक्ती धर्माचे पालन करू शकत नाही
या जगतात धर्म वृद्धिंगत झाला पाहिजे...
त्याचा नाश होता कामा नये...''

हे शब्द देवनामप्रिय प्रियदर्शी अशोकाच्या शिलालेखातील आहेत. अशोक हा बिंबिसाराचा पुत्र आणि चंद्रगुप्त मौर्याचा नातू. सम्राट अशोक एक माणूस म्हणूनही अत्यंत महान होता. त्याच्या शिलालेखांकडे पाहून आपल्याला त्याचा स्वभाव आणि त्याचे धर्मविषयक विचार जाणून घेता येतात. त्याने आपल्या प्रजेला नेहमी आपल्या संततीसमान मानले, हा त्याचा एक विशेष गुण म्हणावा लागेल. जगाच्या इतिहासात सम्राट अशोकाने स्वत:ची एक खास जागा निर्माण केली आहे.''

हा निबंध जिच्या लेखणीतून उतरला होता तिने एक प्रदीर्घ श्वास घेतला. सरांच्या तोंडून आपण लिहिलेले शब्दच बाहेर पडत आहेत, ही गोष्ट तिच्या तात्काळ लक्षात आली होती. सर आपल्या अप्रतिम शैलीत तिचा निबंध सादर करत होते.

''जगाच्या इतिहासात फार महान लढवय्ये आणि सत्ताधीश होऊन गेले. त्यांनी कित्येक युद्धे जिंकली. अलेक्झांडरचंच उदाहरण घ्या. या जगात येशू ख्रिस्त आणि भगवान बुद्धांसारखे महान योगी पुरुष आणि संत होऊन गेले. त्यांनी करुणेचा महिमा सर्वदूर पसरवला. पण राजा आणि संत असा समन्वय केवळ सम्राट अशोकाच्याच ठायी बघायला मिळाला, दुसऱ्या कोणाच्याही नाही.

अशोकाने युद्धापासून फार मोठा धडा घेतला. महायुद्ध जिंकल्यानंतर तो अधिक सहनशील, अधिक करुणागार झाला. सहवेदनेने आणि दयाबुद्धीने त्याच्या अंत:करणाला

पाझर फुटला. त्याने आपले उर्वरित आयुष्य धर्मवृद्धीसाठी व्यतीत केले. आपल्या प्रजाजनांच्या हिताचे रक्षण करण्यात खर्च केले. कदाचित असंही असेल... केवळ कलिंगाच्या युद्धामुळे अशोकाचे हे हृदयपरिवर्तन होऊन तो अहिंसेच्या मार्गाला वळलाही नसेल. कदाचित मूळच्या कृपाळू, सहृदय आणि क्षमाशील अंत:करणाच्या या सम्राटाच्या मनोभूमिकेत इतका मोठा बदल होण्यामागे त्या युद्धाचे केवळ निमित्त घडले असेल!

आपल्या प्रजाजनांच्या कल्याणासाठी त्याने ज्या काही गोष्टी केल्या, त्या खरोखरच स्पृहणीय आहेत. म्हणूनच सम्राट अशोकाचे नाव केवळ देवांनाच प्रिय नाही, तर ते अवघ्या मानवजातीला प्रिय आहे. त्याचे नाव केवळ भारताच्याच नव्हे तर अवघ्या जगाच्या इतिहासात सुवर्णाक्षरांनी कोरले गेलेले आहे. या अशा सम्राटाला मी अभिवादन करते!''

सभागृहात आता हलक्या आवाजात कुजबूज सुरू झाली होती. हा इतका सुंदर, सखोल, आशयघन आणि भावोत्कट निबंध कुणी बरं लिहिला असेल? अनेक नजरा एका मुलीकडे वळल्या आणि तिच्यावरच खिळून राहिल्या. ती खाली मान घालून अबोलपणे बसून होती. तिच्या ओठांवर अस्फुट स्मित होतं. विजयोन्मादाचं हास्य नव्हतं ते. आपले शब्द सरांच्या तोंडून असे ऐकताना तिला मनातून काहीसं हसू येत होतं, तर थोडा संकोचही वाटत होता.

''अशोकाचे शिलालेख त्याच्या राजधानीत सर्वत्र विजयस्तंभांवर, शिलांवर आणि गुहांमधे कोरलेले सापडतात. असं म्हणतात, त्याचं राज्य दक्षिणेतील कर्नाटकापासून उत्तरेतील पाकिस्तान आणि अफगाणिस्तानाच्या सरहद्दीपर्यंत तर पश्चिमेच्या अरबी समुद्रापासून थेट पूर्वेकडील सध्याच्या ओरिसा राज्यापर्यंत (म्हणजेच तेव्हाच्या कलिंग देशापर्यंत) पसरलेले होते. त्याने आपले शिलालेख पाली, प्राकृत, ब्राह्मी आणि अरबी अशा विविध भाषेत कोरले होते. आपला संदेश जगाच्या कानाकोपऱ्यातील सामान्यातिसामान्यांपर्यंत जाऊन पोहोचावा, अशी त्याची इच्छा होती.

त्याचे काही शिलालेख मस्की, रायचूर जिल्ह्यातील गावी माता आणि चित्रदुर्ग जिल्ह्यातील सिदपुरा येथेही आढळतात. मस्की येथील शिलालेखावरून अशोकाविषयीची एक गोष्ट पहिल्यांदा प्रकाशात आली. ती म्हणजे सम्राट अशोक हा देवनामप्रिय आणि प्रियदर्शी या नामाभिधानांनीही प्रसिद्ध होता.

आज सम्राट अशोकाची राजधानी अस्तित्वात नाही. पण या संघर्षमय जगतात अशोकाने स्थापन केलेल्या पंचशील तत्त्वांचा खजिना मात्र उरला आहे.''

हा निबंध श्रीमती देशपांडेनेच लिहिलेला असणार, दुसऱ्या तिसऱ्या कुणाचा हा असणं शक्यच नाही... ही गोष्ट एव्हाना वर्गातील सर्वांच्याच लक्षात आली होती. ती होतीच तशी— उंच, सडपातळ, गुडघ्याएवढ्या लांब केसांची... वर्गातील सर्वांत बुद्धिमान मुलगी.

अखेर शिक्षकांनी मोठ्यांदा तिच्या नावाची घोषणा करताच सभागृहात टाळ्यांचा एकच कडकडाट झाला. शिक्षकांनी तिला पुढे बोलावून तिचा निबंध तिच्या हाती ठेवला. तिने संकोचून टाळ्यांच्या कडकडाटात त्याचा स्वीकार केला. एवढ्यात तास संपल्याची घंटा वाजली. मुले वर्गाबाहेर पडली. शेवटचाच तास होता. शाळा सुटली होती.

श्रीमती आपली वह्या-पुस्तके गोळा करून घरी निघत होती; इतक्यात तिच्या वर्गातील काही मुलांचं बोलणं तिच्या कानी पडलं. ती सगळी मुले जराशी नाराज होती. वर्गातला सर्वांत देखणा, उंचापुरा श्रीकांत देशपांडे– डोळ्यात ठाम निर्धार असलेला आणि श्रीमतीचा नेहमीचा प्रतिस्पर्धी... आज मात्र जिंकला नव्हता. खुद्द श्रीकांतपेक्षाही या गोष्टीमुळे त्याचे जिवलग मित्र मल्लेश आणि रवी पाटील जास्त नाराज झाले होते. आज मुलींनी मुलांना हरवलं होतं. ही शाळा मुलामुलींची होती. साहजिकच वर्गात मुलींच्या गटाची आणि मुलांच्या गटाची सतत चुरस असे.

"श्रीकांत, तू तिला जिंकायची संधी द्यायलाच नको होतीस," ते रागावून त्याला म्हणत होते. श्रीकांत त्यावर नुसताच हसला, "राहू दे रे रवी. इतिहासाचं काय एवढं घेऊन बसलास? केवळ चांगला निबंध लिहिला म्हणजे तुम्ही सर्वांत बुद्धिमान, असं सिद्ध होतं का? निबंधलेखन म्हणजे तरी काय... नुसती पानं भरवली की झालं. खरी हुशारी तर विज्ञानात मार्क्स मिळवण्यात आहे!"

पण मल्लेश मुळीच ऐकून घ्यायच्या मन:स्थितीत नव्हता. "श्रीकांत, फार जास्त तोंड चालवू नकोस हं. श्रीमती काही हुशारीत कमी नाही, हे आपल्याला सर्वांना माहीत आहे. तू मुकाट्यानं तुझी हार मान्य कर बघू. ती नुसती बुद्धिमानच नाही, तर मेहनतीसुद्धा आहे आणि माझी खात्री आहे, ती प्रत्येक विषयात तुझ्यापेक्षा जास्त मार्क्स मिळवू शकेल," तो जोरात म्हणाला.

"हे बघ मल्ल्या,"

श्रीकांत आपल्या मित्राची समजूत काढत म्हणाला, "तू तिला फार जास्त हुशार वगैरे समजू नकोस हं. ती चांगली आहे. पण फक्त भाषा, इतिहास असल्या आर्ट्सच्या विषयांत. खरं तर बायकांना इतिहास आवडतो, कारण इतिहास नुसता गावगप्पांनी भरलेला असतो. कुठल्यातरी राजाला तीन राण्या होत्या, आणि त्याच्या तिसऱ्या बायकोला सहा मुलगे होते... वगैरे वगैरे. या गोष्टी लक्षात ठेवायला काही तर्कशास्त्र किंवा कार्यकारणभाव लागत नाही. फक्त उत्तम स्मरणशक्ती असली की झालं."

"पण हे सगळं तुला कसं माहीत?" रवी थोडासा वैतागून म्हणाला.

"रवी, अरे ती आमच्या शेजारीच राहते. माझ्या खोलीतून मी बघतो ना, तिला अभ्यास करताना. ती रोज भल्या पहाटे उठून अभ्यासाला बसते. हे असलेच निबंध लिहीत असणार बहुधा. मी जर तिच्याएवढी तयारी केली असती, तर मी कदाचित तिच्यापेक्षाही चांगला निबंध लिहिला असता." आपल्या पराजयाबद्दल सबब पुढे करत श्रीकांत म्हणाला. पण त्याचे मित्र त्याचं काहीही ऐकून घेण्याच्या मन:स्थितीत नव्हते.

"श्रीकांत... या कथा काही तू आम्हाला सांगू नकोस," मल्लेश म्हणाला. "आणि काय रे? तू कशाला भल्या पहाटे उठलेला असतोस? तिला अभ्यास करताना बघण्यासाठी की काय? तू असशीलही तिच्याइतका मेहनती.. पण ती नक्कीच तुझ्यापेक्षा जास्त बुद्धिमान आहे." तो मुद्दामच श्रीकांतला चिडवत होता.

इतक्यात रवीने मधेच त्याला थांबवले. "मल्ल्या, अरे तुझं गेंड्याचं कातडं आहे. तुला हळव्या, नाजूक प्रेमभावना कशा कळणार? एखादा माणूस जेव्हा प्रेमात पडतो ना, तेव्हा तो हारही आनंदाने स्वीकारायला तयार होतो. तुझ्या एक गोष्ट लक्षात आलेली दिसत नाही. श्रीकांत नेहमी मुद्दामच पहिला नंबर तिला देतो. का... माहीत आहे? कारण ती त्याची अर्धांगिनी होणार आहे ना... 'बेटर हाफ'! तिचं नाव काय आहे, माहीत आहे ना? श्रीमती श्रीकांत देशपांडे!"

त्यावर सगळे जोराजोरात हसू लागले. श्रीमतीने मागे वळून अवघडून श्रीकांतकडे पाहिलं. त्यानेही संकोचून तिच्याकडे नजर टाकली. त्यांच्या मित्रांचे विनोद जरा जास्तच पुढारलेले होते. "हे बघ, रवी, मल्ल्या... उगीच काय वाट्टेल ते बरळू नका. हे असलं काहीही नाहीये!"

श्रीमतीच्या वडिलांचं नावही योगायोगाने श्रीकांतच होतं. त्यामुळे तिचं संपूर्ण नाव होतं — श्रीमती श्रीकांत देशपांडे... आणि याच गोष्टीची श्रीकांतच्या मित्रांना फार गंमत वाटायची. कारण त्या नावाचा अर्थ श्रीमती श्रीकांतची बायको, असा ते मुद्दाम लावायचे.

२

तुंगभद्रा नदीने कर्नाटक राज्याचे दोन भाग झालेले आहेत. तुंगभद्रेच्या दक्षिणेला पूर्वीचे म्हैसूर राज्य होते. यालाच आता दक्षिण कर्नाटक म्हणतात. नदीच्या उत्तरेला महाराष्ट्र राज्याच्या सरहद्दीपर्यंत पसरलेल्या प्रदेशाला उत्तर कर्नाटक म्हणतात.

या दोन्ही प्रदेशातील लोकांचे रीतीरिवाज, वेशभूषा, रूढी आणि परंपरा, खाण्यापिण्याच्या पद्धती आणि जीवनविषयक दृष्टिकोन या सर्वच बाबतीत भिन्नता आढळते. दोघांची भाषा जरी कन्नड असली तरीही बोलण्याचे हेल, उच्चार, शब्दांवरील आघात किंवा अनेकदा शब्दांमधेही फरक असतो.

उत्तर कर्नाटकातील लोक मनमोकळे व सरळ असतात आणि या गोष्टीचा त्यांना अभिमान असतो. त्यांच्यात बरेचदा कुलकर्णी, देशपांडे, देसाई, पाटील अशी मराठी आडनावे आढळतात, पण ते मराठी मात्र बोलत नाहीत. कित्येक कुटुंबातील लोकांनी कर्नाटक राज्याची सीमारेषा ओलांडून बाहेर कधी पाऊलही टाकलेलं नसतं. श्रीमती देशपांडेचे कुटुंबीयसुद्धा याला अपवाद नव्हते.

श्रीमती देशपांडे शाळेतून घरी जायला निघाली. तिच्यासोबत तिच्या दोन मैत्रिणीसुद्धा होत्या– वंदना पाटील आणि शारदा एमीकेरी. वंदना पाटीलचे वडील वकील होते, तर शारदाच्या वडिलांचं वाण्याचं दुकान होतं. आज श्रीमतीचा बोलण्याचा विशेष मूड नव्हता. ती मनानं खूप हळवी होती. वर्गातल्या मुलांच्या बोलण्यातील जे काही कानावर पडलं होतं, त्यामुळे तिला वाईट वाटलं होतं. श्रीकांत आणि ती पहिल्या इयत्तेपासून एकाच वर्गात होते. शिवाय ते पिढ्यान्पिढ्या एकमेकांचे शेजारी होते, पण दोन्ही कुटुंबांमध्ये पिढ्यान्पिढ्या चालत आलेले वैर मात्र अजूनही कायम होते. त्याचमुळे श्रीकांत आणि ती जणूकाही एकमेकांचे प्रतिस्पर्धी आहेत, अशाच दृष्टीने सगळे त्या दोघांकडे बघत. नेमकी हीच गोष्ट श्रीमतीला रुचत नसे.

तिला आपल्या मनातील या भावना कुणापाशीतरी बोलून दाखवण्याची तीव्र इच्छा झाली. पण तिला भावंडंच नव्हते; मग राहता राहिल्या फक्त मैत्रिणी. पण त्याही आज तिचं काही ऐकून घेण्याच्या मन:स्थितीत नव्हत्या. तिच्या विजयाचा तिच्यापेक्षाही त्यांना जास्त आनंद झाला होता.

''आज श्रीकांत हरला, तेव्हा ते बघायला छान मजा आली नाही?... आणि त्या मल्लेश शेट्टीचा चेहरा तर कसा पडला होता,'' वंदना खिदळत म्हणाली, ''आणि तो रवी पाटील, कसा चेहरा करून बसला होता... जणूकाही काहीच घडलं नसावं, असा! पण श्रीकांतचा पराभव झाल्याने सगळ्यांची चांगली जिरली!''

''तो मल्ल्या तर हवं ते बरळत असतो.... काय तोंडाला येईल ते बोलतो. सगळ्या मुलींची सारखी खिल्ली उडवत असतो आणि तो रवी स्वत:ला फार शहाणा समजतो. आपल्या वर्गातल्या मुलांना तर काही मॅनर्सच नाहीत. बरं झालं, आज सगळ्यांची खोड मोडली. त्यांच्याच श्रीकांतमुळे त्यांची जिरली. बरं झालं, छान झालं... श्रीमती!''

''श्रीमती, काय गं? खरंच का स्त्रीचा मेंदू पुरुषांच्या मेंदूपेक्षा वजनाला कमी

असतो? ती मुलंच म्हणत होती. खरं आहे का हे?'' शारदा हळूच म्हणाली.

''शारी...'' श्रीमती प्रेमाने म्हणाली, ''अगं, मग तू त्यांना म्हणायचं नाहीस का... बुद्धीचा आणि वजनाचा काही संबंध नसतो म्हणून!''

''खरंच की! तसंच म्हणायला हवं होतं. पण मी कुठे तुझ्या एवढी हुशार आहे? त्या 'ग्रेट श्रीकांत'विषयी ऐकून ऐकून नुसते कान किटले आहेत माझे. त्याची आई गंगाक्का आणि मामा शीनाप्पा यांना वाटतं, तो आकाशात चमकणारा सर्वांत तेजस्वी ताराच आहे. तो शीनाप्पा सारखा आमच्या दुकानात येतो आणि आपल्या भाच्याविषयी बोलत बसतो, थांबतच नाही. तुला ठाऊक आहे? मी ना, त्या भांढीवाडच्या हनुमानाला नवस बोलले आहे. जर तू वार्षिक परीक्षेत त्या श्रीकांतपेक्षा जास्त मार्क्स मिळवलेस ना, तर मी आख्ख्या शाळेला पेढे वाटणार आहे. त्या देशपांड्यांची घमेंड तरी बघा केवढी? स्वत:जवळ तर काही जमीनजुमला उरलेला नाही, तरी पूर्वी इतकेच घमेंडखोर आहेत...''

शारदाची बडबड थांबावी म्हणून वंदनाने तिला चांगला चिमटा काढला. या अशा तऱ्हेच्या बोलण्याने उगीच श्रीमतीसुद्धा दुखावली जायची! ती पण देशपांड्यांच्याच कुटुंबातली होती आणि जमीनजुमला तर त्यांच्यापाशीही नव्हता, पण शारदेला बोलण्याचा पोच नव्हता.

भांढीवाड हे हुबळीच्या जवळचं छोटंसं गाव. तिथला हनुमान नवसाला पावतो, अशी आख्ख्या पंचक्रोशीत ख्याती आहे. जो कोणी नवस बोलेल आणि शनिवारचा उपास करेल त्याची मनोकामना पूर्ण होते, असं भाविक मानतात. तसं घडलं की, देवापुढे गोडाचा नैवेद्य ठेवायचा असतो. सर्वांत लोकप्रिय नैवेद्य म्हणजे धारवाडी पेढे.

हुबळी शहर धारवाड जिल्ह्यातच आहे. धारवाडमधील शिक्षणाचा दर्जा फार उत्तम आहे. धारवाड हे तर कला आणि साहित्याचे माहेरघर मानले जाते. निसर्गाने धारवाडला उत्तम, सकस जमिनीचे वरदान दिले आहे. येथील माणसेसुद्धा शांतताप्रिय, सुशिक्षित आणि सुसंस्कृत आहेत. लोक गमतीने म्हणतात, ''धारवाडमधे जर हवेत दगड भिरकावला, तर लेखकाला तरी लागतो नाहीतर वादकाला तरी!''

धारवाड आणखी एका गोष्टीसाठीसुद्धा प्रसिद्ध आहे– तिथल्या स्वादिष्ट पेढ्यांसाठी. अस्सल धारवाडी पेढा गडद तपकिरी रंगाचा आणि खमंग असतो. उत्तर कर्नाटकातील लोक म्हणतात: 'तुम्ही जन्माला येऊन जर धारवाडी पेढ्याची चव घेतली नसेल, तर तुमचा जन्म व्यर्थ आहे हो!'

तर हे असे पेढे शारदा वाटणार होती, पण कधी? तर आपली मैत्रीण पहिली आली असती तर!

वंदनानेसुद्धा आपल्या मैत्रिणीच्या यशासाठी देवाची आराधना चालवली होती.

रेल्वे स्टेशनच्या शेजारी एक लहानसं देऊळ आहे. प्रत्येकाला नावाबरोबर जसं आडनाव असतं, तद्वतच हुबळीतील या देवळातल्या देवाचं नाव होतं रेल्वे ईश्वर.

''अगं श्रीमती, तू जर पहिली आलीस ना, तर मी रेल्वे ईश्वराची खास पूजा करणार आहे. तो फार पॉवरफुल आहे हं.''

श्रीमती आपल्या दोघी मैत्रिणींकडे पाहून हसली.

''शारी... वंदना... तुम्ही माझ्यासाठी देवाची प्रार्थना कशाला करता गं? आणि काय गं, मी काय केवळ श्रीकांतला हरवण्यासाठी पहिलं यायला हवं, असं आहे का? खरं सांगू... एखाद्याच्या बुद्धीचं मापन करण्यासाठी आपल्या परीक्षा मुळीच योग्य नाहीत. मी अभ्यास का करते, माहीत आहे? ज्ञान प्राप्त करण्यासाठी. मी तो निबंध कसा तयार केला, माहीत आहे? सम्राट अशोक, भगवान बुद्ध यांच्या जीवनावरची पुस्तके मी वाचून काढली. माझ्या दृष्टीने सम्राट अशोक हे फार महान व्यक्तिमत्त्व होते. त्या व्यक्तिमत्त्वाची पूजा करते मी. त्या श्रीकांतला कसं आणि कुठे हरवायचं याचं प्लॅनिंग करण्याऐवजी सम्राट अशोकाच्या जीवनावर अधिक माहिती मिळवणं केव्हाही पसंत करेन मी.''

तिचे शब्द ऐकून तिच्या दोघी मैत्रिणी अत्यंत नाराज झाल्या. त्यांच्या उत्साहावर विरजण पडल्यासारखं झालं.

आपल्या प्रार्थनेचं आणि नवसांचं या श्रीमतीला काहीच कसं कौतुक वाटत नाही?... असं त्यांच्या मनात आलं.

''शारी, जाऊ दे. या श्रीमतीसाठी आपण देवाची प्रार्थना मुळीच करायला नको. शेवटी ती श्रीकांतचीच बाजू घेणार. आपल्याला आपलं उगीच वाटत होतं, ती आपल्या बाजूची आहे म्हणून. मुलं काय चिडवतात, माहिती आहे ना? श्रीमती श्रीकांत देशपांडे! अखेर ती दोघं म्हणजे एकाच नाण्याच्या दोन बाजू. आणि आपण? आपण तर बाहेरचे! नुसते बघे!'' वंदना फुणफुणत म्हणाली.

यावर काहीतरी उत्तर द्यावं म्हणून श्रीमतीने तोंड उघडलं. पण मग तो विचार तिने बदलला. आता तर खुद्द तिच्या मैत्रिणीच तो चहाटळ विनोद करून तिला चिडवू लागल्या होत्या... श्रीमती श्रीकांत देशपांडे! ती काही न बोलता घरी निघाली.

३

श्रीमतीच्या मनात शारीचे मगाचेच शब्द पिंगा घालत होते. ''... त्या देशपांड्यांची घमेंड तर बघा केवढी... स्वतःजवळ तर काही जमीनजुमला उरलेला नाही, तरी

पूर्वीइतकेच घमेंडखोर आहेत...'' श्रीमती अगदी खरीखुरी इतिहासाची विद्यार्थिनी. त्यामुळे उत्तर कर्नाटकातील काही जमीनदार घराण्यांचा उदय आणि अस्त कसा झाला, याची माहिती तिला होतीच. त्याच माहितीची तिने मनात परत एकदा उजळणी केली. काही शतकांपूर्वी या काही घराण्यांनी महाराष्ट्रातील पेशव्यांना संकटकाळी मदत केल्यामुळे त्या उपकाराची परतफेड म्हणून पेशव्यांकडून त्यांना काही जमिनी वतन म्हणून मिळाल्या होत्या. या जमीनदारांना वेगवेगळे किताब मिळालेले होते. त्यांचीच पुढे कालांतराने आडनावे बनली, जसे देशपांडे, जहागीरदार, इनामदार इ. १९५० सालापर्यंत देशपांड्यांकडे प्रचंड जमीन होती. परंतु बहुतेक जमीनदारांनी स्वत: शेतात जाऊन जमीन कसण्याचे कष्ट कधी घेतले नाहीत. भूमीहीन कुळेच त्यांच्या जमिनी कसत असत. अशा कुळांच्या कित्येक पिढ्या या जमीनदारांच्या शेतात राबल्या आणि स्वत: भूमीहीनच राहिल्या.

काही काळानंतर जमीनदार आळशी, ऐदी बनले. त्यांच्यातील कित्येक व्यसनाधीन बनले. त्यांच्या घरातील स्त्रियांना कोणत्याही बाबतीत मान वर करून बोलण्याची, मतप्रदर्शन करण्याची मुभा नव्हती. त्या उच्चकुलीन, खानदानी स्त्रियांना खाली मानेनं सर्व दडपणूक सहन करून राहावं लागे... मग त्या स्त्रिया कोणत्याही वयाच्या असोत. त्या काळचा समाज संपूर्णपणे पुरुषप्रधान होता. पितृसत्ताक कुटुंबपद्धती प्रचलित होती. कुटुंबप्रमुखाचे निर्णय घरातील प्रत्येकावर बंधनकारक असत. घरातील इतर घटकांना मताधिकार नव्हता. विवाहविषयक निर्णय असो, नाहीतर आर्थिक बाबतीतील... केवळ कुटुंबप्रमुखाचा शब्द हाच अंतिम शब्द असे.

स्वातंत्र्योत्तर काळानंतर मात्र भूमिहीन शेतकऱ्यांचा प्रश्न सोडवण्याचं काम जसं सुरू झालं, तशा या घराण्यांना आपल्या जमिनी गमवाव्या लागल्या. त्यांच्यापैकी कोणाच्याच अंगात स्वत:ची जमीन स्वत: कसण्यासाठी लागणारी हिंमत नव्हती, ताकद नव्हती, कौशल्य नव्हते. परिणामी त्यांना गरिबीचे चटके सहन करावे लागले. ती कुटुंबे कनिष्ठ मध्यमवर्गीयांमध्ये मोडू लागली. परंतु शतकानुशतके त्यांच्या धमन्यांमधून सत्ता आणि श्रीमंतीची ऐट वाहत होती. त्यामुळेच त्यांची वृत्ती मात्र अजूनही आत्मकेंद्रित आणि अरेरावीची होती– आपलं ओसरलेलं वैभव अजूनही फाटक्या बनारसी शालूप्रमाणे वागवत ते जगत होते.

श्रीमती आणि श्रीकांत या दोघांचीही सांस्कृतिक पार्श्वभूमी ही अशी होती. एकेकाळी जी म्हणाल ती वस्तू, जी म्हणाल ती सुखे त्यांच्या दारात लोळण घेत होती. पण आज मात्र जुनीपुराणी पूर्वजांकडून मिळालेली वास्तू आणि तुटपुंजी जमीन याखेरीज काहीही त्यांच्याजवळ नव्हतं. या मोठमोठ्या वास्तूंचा पसारा सांभाळणं, त्या जतन करणं, खरं तर या कुटुंबांच्या आवाक्याबाहेरचं होऊन बसलं होतं– पण जुनी हवेली सोडून तरी कसं जाणार?– शेवटी कुटुंबाच्या इभ्रतीचा प्रश्न होता.

ही अशी समान सांस्कृतिक पार्श्वभूमी असूनसुद्धा इतकी वर्षे एकमेकांच्या शेजारी राहत असलेल्या या दोन घराण्यांचं एकमेकांशी मुळीच सख्य नव्हतं. त्यामागे नक्की कारण काय घडलं असावं, कोण जाणे. कदाचित अगदीच क्षुल्लकही असेल. पण दोन्ही घरच्या लोकांचे अहंमन्य स्वभाव आड येत होते व हे वैमनस्य वाढतच चाललं होतं.

याशिवाय आणखी एक गोष्ट होती. या दोन्ही घराण्यांचा धर्म एक असला तरी पंथ भिन्न होते. त्यातील एक कुटुंब शिवाची उपासना करणारे असून स्वत:ला स्मार्त म्हणवून घेत, तर दुसरे विष्णूची आराधना करणारे वैष्णव होते. दोन्ही घरचे स्त्री-पुरुष या भांडणाला रोज खतपाणी घालून ते तसेच चालू ठेवण्यातच धन्यता मानत असत. मग त्यामागे धार्मिक बाबतीतील किरकोळ मतभेद असतो, जमिनीवरून होणाऱ्या बारीकसारीक कुरबुरी असोत नाहीतर रूढी, परंपरांविषयीचे वादविवाद असोत, काहीही निमित्त पुरत असे त्यांना.

दोन्ही कुटुंबातील हे वैमनस्य तसंच पुढे चालू ठेवण्यात श्रीमतीची आजी रिंदाक्का हिचा मोठा वाटा होता. तिचा जन्म खरंतर एका लढवय्या कुटुंबातच व्हायचा... त्या ऐवजी केवळ योगायोगाने तिने गृहिणीचा जन्म घेतला होता. पण कधीही, कुठेही आणि कुणाशीही भांडण्यास ती नेहमी सज्जच असे. तिला भांडणासाठी काहीही कारण नसलं, तरी चालायचं. तिचं कुणाशीही, कुठल्याही बाबतीत पटायचं नाही.

तिच्याबद्दल बोलताना लोक विनोदाने म्हणत, ''तिच्या बिचाऱ्या पतीने– बिंदाप्पाने– तिच्या या स्वभावामुळे हाय खाऊन परलोकचा रस्ता धरला!''

खरं तर बिंदाप्पाच्या अंगात जे अनंत दुर्गुण होते, त्यांचा परिणाम म्हणूनच त्याचा मृत्यू ओढवला होता. बिंदाप्पा हा अत्यंत उर्मट स्वभावाचा, अशिक्षित आणि आढ्यतेखोर होता. घरात त्याचीच अरेरावी चालत असे, रिंदाक्का ही त्याची तिसरी पत्नी. ती जरी अशिक्षित असली, तरी अत्यंत बुद्धिमान होती. अगदी तरुणपणीच तिच्या कपाळी वैधव्य आलं... कदाचित त्यामुळेही असेल, ती स्वभावाने चिडखोर, रागीट बनली होती. तिला एकच मुलगा होता. तो मुलगा, म्हणजेच श्रीमतीचे वडील... श्रीकांत देशपांडे.

श्रीकांत हा जरी सुशिक्षित असला, तरी त्याचे बाकी गुण आपल्या वडिलांसारखेच होते. तरुणपणी तो अभ्यासात मुळीच हुशार नव्हता. वृत्तीनेही आळशी होता. पदवी संपादन करायलाच त्याला कितीतरी वर्षे लागली. त्यापुढे काही करियर वगैरे करण्याचा विचारही त्याच्या मनाला कधी शिवला नाही. रोज सकाळी दहा वाजून गेल्यावर आरामात उठायचं... मित्रांबरोबर पत्ते कुटायचे आणि जेवायला तेवढं घरी यायचं... जेवण झाल्यावर दुपारी निवांत ताणून द्यायची... असा त्याचा

सुखासीन दिनक्रम असे. त्याने आयुष्यभर कधी एका पैशाचीही कमाई केली नाही. याचं लग्न करून दिलं, म्हणजे तरी हा सुधारेल... अशी आशा रिंदाक्का मनाशी बाळगून होती.

उत्तर कर्नाटकातील प्रघातानुसार तुंगभद्रेच्या पलीकडल्या बाजूच्या कोणाशीही इकडच्या बाजूच्या व्यक्तीचा विवाह होत नाही. लग्नाच्या स्थळाचा विचार करायचा, तर तो फक्त धारवाड, कारवार, बेळगाव आणि विजापूर या चारच जिल्ह्यांमधल्या स्थळांचा. श्रीकांतसाठी जवळच्याच धारवाडमधल्या कुटुंबातील वधू निवडण्यात आली, तिचं नाव कमला.

एव्हाना कूळकायद्यात देशपांडे कुटुंबीयांच्या हातची सगळीच्या सगळी जमीन गेली होती. कुटुंबाची आर्थिक परिस्थिती अत्यंत हलाखीची होती, पण सुंभ जळला तरी पीळ कायम होता. तो उद्धटपणा, तो दुराभिमान तसाच होता. कमला मूळची संवेदनशील वृत्तीची होती. तिने घरची परिस्थिती लक्षात येताच तात्काळ एका जवळच्या शाळेत शिक्षिकेची नोकरी पत्करली. आता घरात कमवणारी फक्त तीच होती. पण त्या गोष्टीचं श्रेय मात्र तिला चुकूनही कधी मिळत नसे. उलट सासू– रिंदाक्काकडून टोमणेच खाणं नशिबी होतं तिच्या. कौतुकाचा एक शब्द तिच्या कधी वाट्याला येत नसे; पण अबोल कमला तेही मुकाट्याने सोसत, चकार शब्द तोंडातून न काढता गप्प बसे. एवढंच काय, पण आपल्या नाकर्त्या पतीचा तिनं कधीही उपमर्द केला नाही, की खाष्ट सासूला विरोध केला नाही.

श्रीकांत आणि कमलेच्या विवाहाला बरीच वर्षे झाल्यावर त्यांच्या पोटी श्रीमतीचा जन्म झाला. तिने त्यांच्या जीवनात फार मोठा बदल घडवून आणला. एवढे दिवस कोणाचीही पर्वा न करणारे श्रीकांतराव देशपांडे आता कन्येच्या जन्मानंतर मात्र प्रेमळ, काळजीवाहू पिता बनले.

श्रीमती लहानाची मोठी होत होती. बेरोजगार वडील, हुकुमशाही करणारी आजी आणि सर्वांना घाबरून असणारी गरीब गाईसारखी पण प्रेमळ आई.... यांच्या छत्राखाली ती वाढत होती. पण श्रीमतीच्या आईनं तिला उत्तम शालेय शिक्षणाबरोबरच, उत्कृष्ट मूल्यशिक्षणाची आणि सुसंस्कारांची शिदोरी दिली होती.

श्रीमती लहान असल्यापासूनच आपल्या आजीशी वादविवाद करायची आणि वडिलांनासुद्धा प्रश्न विचारायची. तिची भाषा उत्तम होती, शब्दोच्चार सुस्पष्ट होते. तिला कन्नड साहित्याची आवड होती. ती अत्यंत बुद्धिमान होती, पण स्वभावाने मात्र मितभाषी, काहीशी संकोची होती.

श्रीमतीच्या वर्गात शिकत असलेल्या श्रीकांतचे कुटुंबीय स्मार्तपंथीय होते. त्याचे वडील रागण्णा देशपांडे हे श्रीमतीच्या वडिलांपेक्षा सुतभर बरे होते, इतकंच. त्यांनी बरीच वर्षे पोस्ट ऑफिसमध्ये कारकुनाची नोकरी केली, पण श्रीकांत

माध्यमिक शाळेत असतानाच त्यांचा मृत्यू झाला. त्यांची पत्नी गंगाक्का ही अत्यंत धूर्त, लबाड, रागीट आणि व्यवहारी स्त्री होती. तिची मोठी मुलगी रमा रंगरूपाने बेताचीच, शिक्षणातही तिला फारशी गती नव्हती. तिचा धाकटा मुलगा श्रीकांत मात्र याच्या बरोबर विरुद्ध. आपल्या या बुद्धिमान मुलाविषयी गंगाक्काला प्रचंड गर्व होता. आपली सगळी स्वप्नं, आपल्या आशाआकांक्षा तिने त्याच्यावरच केंद्रित केल्या होत्या.

दोन्ही देशपांडे घराण्यांमधील युद्ध या दोन स्त्रियांनी– रिंदाक्का आणि गंगाक्का या दोघींनी सतत तेल घालून पेटतं ठेवलेलं होतं. खरं तर दोघींच्या वयात चांगलं एका पिढीचं अंतर होतं, पण गंगाक्का ही या गोष्टीला भीक घालणारी नव्हती. रिंदाक्काच्या वयाचा मान राखण्याची पर्वा तिने कधीच केली नाही. रिंदाक्काही भांडण्याची वेळ आली की, अगदी पोरकटपणे वागे. या दोघींच्या भांडणापासून कमला मात्र अलिप्त राहत असे.

या दोघींच्या भांडणाचा आनंद घेणारी आणखी एक व्यक्ती होती– ती म्हणजे गंगाक्काचा मोठा भाऊ शीनाप्पा. त्याचं बोलणं अत्यंत गोड असून तो चांगलाच धूर्त आणि कावेबाज होता. आपल्या बहिणीच्या यजमानांचं निधन झाल्यावर तो तिच्यामागे पहाडासारखा भक्कम उभा राहिला होता, त्यामागेही खास कारण होतं. त्याला चार मुली होत्या. चौघीही रंगरूपाने बेतासबातच होत्या. त्यांना चांगली स्थळे मिळण्याची सुतराम शक्यता नव्हती. त्यामुळे त्याचा डोळा श्रीकांतवर होता.

आपल्या चार मुलींपैकी एखादीचं लग्न त्याच्याशी करून देता आलं तर बरं, असं त्याच्या डोक्यात होतं. त्याची स्वतःची आर्थिक परिस्थिती चांगली होती. परंतु एखाद्या नडलेल्याला आपण होऊन मदत करणं त्याच्या रक्तातच नव्हतं, कोणत्याही गोष्टीतून आपला स्वतःचा फायदा कसा करून घेता येईल. हे बघण्याची त्याची वृत्ती होती.

श्रीकांत मात्र आपल्या आईसारखा किंवा मामासारखा मुळीच नव्हता. त्याने आपलं सर्व लक्ष अभ्यासावर केंद्रित केलेलं होतं. त्याच्या बहिणीने, रमेने मात्र आपल्या आईचे मोजून सगळेच्या सगळे दुर्गुण उचलले होते. गावगप्पा करणे, दुसऱ्याच्या पाठीमागे बोलणे, लोकांचा गैरफायदा घेणे... पण श्रीकांतला यांपैकी कुठल्याच गोष्टीत रस नव्हता.

रमा कशीबशी पदवीपरीक्षा उत्तीर्ण झाली, पण ती रंगरूपाने अगदी बेतासबात असल्याने तिचे लग्न जमणे कठीण जात होते. शीनाप्पाने खूप लटपटी करून अखेर रमेसाठी चांगला मुलगा शोधून आणला. तिचे लग्न झाले आणि यथावकाश तिला मुलगाही झाला.

पुरुषप्रधान समाजाच्या दृष्टीने हीपण एक अभिमानाचीच गोष्ट घडली होती.

गंगाक्काने सुटकेचा नि:श्वास सोडला. निदान भाग्य आपल्या मुलीच्या बाजूचे आहे, असा त्याचा अर्थ होता.

४

दोघा देशपांडे कुटुंबीयांच्या घरांच्या मधोमध एक बकुळीचं झाड होतं. बकुळीचं झाड हे आकाराने साधारणपणे कडुनिंबाच्या झाडाएवढं असतं. त्याची पानं हिरवी गर्द असतात. बकुळीचं फूल एवढंसं असतं, अगदी लहानसं... फारसं नजरेत न भरणारं, गव्हाळ रंगाचं असतं. त्याच्या गोलाकार पाकळ्यांवर जरा गडद तपकिरी छटा असते. ते वाळलं की गडद तपकिरी होऊन त्याचा चुरा पडतो. जितका पाऊस जास्त होईल, तितका बकुळीच्या झाडाला जास्त बहर येतो, अगदी वर्षभर. बकुळेचं झाड शंभर वर्षांहून अधिक काळ जगू शकतं. बकुळीचं फूल देवाचं सर्वांत लाडकं फूल असतं, असं म्हणतात.

आताही अंगणातलं बकुळीचं झाड पूर्ण बहराला आलं होतं. जमिनीवर फुलांचा इतका दाट सडा पडला होता की, जणूकाही फुलांचा गालिचा अंथरलेला असावा. श्रीकांत आणि श्रीमती या दोघांची दहावीची बोर्डाची परीक्षा पार पडली होती. आज त्यांच्या निकालाचा दिवस होता. श्रीमतीने आपल्या नेहमीच्या स्वभावाप्रमाणे आपल्याला परीक्षा बरी गेली असल्याचं आपल्या आईला सांगितलं होतं. तिचा तो स्वभावच होता. कधीही कोणत्याही गोष्टीचा बडेजाव करायचा नाही. सुखाचाही नाही... आणि दु:खाचाही नाही. श्रीकांतचं याच्या बरोबर उलट होतं. आपल्याला सगळे पेपर्स अतिशय उत्तम गेलेले असून आपली गुणवत्ता यादीत येण्याची महत्त्वाकांक्षा आहे, असं त्याने सगळीकडे जाहीर करून टाकलं होतं.

श्रीकांत आणि श्रीमती एकमेकांशी फारसं कधी बोलत नसत. पण दोघांच्याही मनात एकमेकांविषयीची एक अनामिक ओढ जागृत झाली होती. कदाचित हा त्यांच्या वयाचा परिणाम असेल, किंवा त्यांच्या नावांमुळे मित्र मैत्रिणींकडून होणाऱ्या सततच्या चेष्टामस्करीचा परिणाम असेल. परंतु तरीसुद्धा श्रीकांतला श्रीमतीविषयी फारच जास्त आकर्षण वाटू लागलं होतं. पण तिच्या मनात नक्की काय चाललंय, याचा थांगपत्ताही त्याला लागत नव्हता. तो स्वत: दिसायला चांगला देखणा होता. त्याच्या ठायी आत्मविश्वासही जबरदस्त होता. तो पुष्कळ बोलका होता, पण श्रीमतीपाशी जाऊन आपलं मन मोकळं करण्याचं धाडस मात्र त्याच्याजवळ नव्हतं.

रिझल्टची घटिका जवळ येत चालली होती. श्रीमतीपेक्षा तिच्या मैत्रिणींनाच

तिच्या मार्कांची उत्सुकता जास्त होती. श्रीकांत आणि श्रीमतीचा रिझल्ट काय लागतो, याकडे सगळ्या शिक्षकांचीही नजर लागलेली होती. दोघेही शाळेतले सर्वांत हुशार विद्यार्थी होते. खरं तर श्रीमती श्रीकांतपेक्षा अधिक बुद्धिमान होती. अर्थात निकाल काय लागेल, हे काही कधी त्यावर अवलंबून नसतं. इतर अनेक गोष्टींचाही परिणाम त्यावर होत असतो.

घरी गंगाक्का आणि रिंदाक्का या दोघीही निकालाची आतुरतेनं वाट पाहत होत्या. दोघींच्याही मनात धाकधूक होती. प्रत्येकीची नजर दुसरीला निरखून बघत होती.

श्रीमती मात्र क्षणभरही विचलित झाली नव्हती. आपण कसंही करून श्रीकांतला हरवायचंच– अशी जिद्द तिला मनातून मुळीच वाटत नसे. शिवाय तिच्या दृष्टीने हा घराण्याच्या प्रतिष्ठेचाही मुद्दा नव्हता. अवघं पंधरा वर्षांचं वय होतं तिचं– पण तिचा जीवनाकडे बघण्याचा दृष्टिकोन मात्र एखाद्या संन्यासिनीला शोभेल असा होता. फळांची आशा करत बसण्याचा तिचा स्वभावच नव्हता. गेल्या इतक्या वर्षांच्या कालावधीत कधी तिला जास्त मार्क्स मिळाले होते, तर कधी श्रीकांतला, म्हणजेच आजचा हा दहावीचा रिझल्ट हा काही तिच्या दृष्टीनं जन्ममरणाचा प्रश्न निश्चितच नव्हता.

५

मे महिना सरत आला होता. हुबळीचा कडक उन्हाळा संपत आला होता. त्याचबरोबर आंब्याच्या हंगामाचेही आता थोडेच दिवस राहिले होते. शेतकरी श्रावणाच्या आगमनाकडे आतुरतेने डोळे लावून बसले होते. धारवाडमधे या श्रावणाविषयीची कितीतरी गाणी आहेत. श्रावण येतो तोच मुळी सर्वांच्या मनात संमिश्र भावनांचा कल्लोळ घेऊन. शेतकऱ्यांसाठी, सुकलेल्या धरणी मातेसाठी श्रावण हे एक वरदान असते, तर वयस्कर लोकांना नकोसा वाटणारा हा ऋतू असतो. पण हाच ऋतू लहान मुलांच्या, तरुण तरुणींच्या मनात आनंदाचा शिडकावा करून जातो. आख्खा निसर्ग पावसाळ्याच्या प्रतीक्षेत असतो.

बकुळेचं झाड आजही सुगंधाची मुक्त उधळण करत मोठ्या दिमाखानं उभं होतं. देशपांडे कुटुंबीयांमधील वैमनस्याचं साक्षीदार हे झाडसुद्धा होतं. नुसतं साक्षीदारच नव्हे, तर एक महत्त्वपूर्ण भूमिका बजावत होतं. दोन्ही घरांच्या मधोमध उभं असलेलं हे झाड तसं पाहिलं तर कुणाच्याच मालकीचं नव्हतं. गंगाक्काला त्या झाडाचा भारी

राग येई. तिला वाटे– त्याच्या सावलीमुळे आपल्या बागेतील रोपट्यांना पुरेसं अन्न मिळत नाही, त्यामुळे त्यांची वाढ खुंटत चालली आहे. ती मेहनती होती. मोठ्या कष्टानं तिने आपली बाग फुलवली होती. रोज सकाळी लवकर उठायचं आणि रेल्वे ईश्वरासाठी आपल्या बागेतील फुलांचा हार बनवायचा, असा तिचा नित्यक्रम होता. माणूस असो नाहीतर झाडं– गंगाक्काच्या दृष्टीने ते उपयोगी आहे की निरुपयोगी, यावरच त्याचं सगळं महत्त्व अवलंबून असे. त्यामुळेच तिच्या दृष्टीने ते बकुळीचं झाड अगदी निरुपयोगी होतं. ते झाड कापून टाकण्याविषयी तिचा आपल्या शेजाऱ्यांशी अनेकदा वादविवाद होत असे. ते झाड हटलं की, आपली रोपं सूर्यप्रकाशात जोमाने वाढतील, अशी तिची धारणा होती.

श्रीकांतची खोली बकुळीच्या झाडासमोरच होती. वर्षभर खिडकीतून वाऱ्याच्या मंद झुळकीबरोबर बकुळीचा सुगंध खोलीत शिरायचा. बकुळीच्या झाडाभोवती जुन्या काळात कितीतरी प्रेमकहाण्या गुंफल्या जात. श्रीकांतलाही याची कल्पना होती. पूर्वीच्या काळी पुरुष जेव्हा घरदार सोडून साहसी सफरींसाठी देशोदेशी जात, तेव्हा ते बरोबर आपल्या प्रेयसीची किंवा सहधर्मचारिणीची आठवण म्हणून बकुळीची फुले घेऊन जात. ही बकुळीची फुले खरं तर गुलाबासारखी सुंदरही नसत किंवा चंपा-चमेलीसारखा मादक गंधही नसे त्यांना. पण तरीही हे योद्धे, हे व्यापारी, हे प्रवासी तीच फुले नेत. श्रीकांतच्या मनातही या बकुळीला एक विशेष स्थान होते. त्यामुळेच ते झाड तोडून टाकण्याच्या आपल्या आईच्या कल्पनेशी तो मुळीच सहमत नव्हता.

पण इकडे रिंदाक्काने मात्र बकुळीचे झाड तोडून टाकण्याच्या कल्पनेला प्राणपणाने विरोध केला असता. त्यामागचं खरं कारण, तिला स्वतःला त्या बकुळीच्या झाडाचं फार प्रेम आहे असं नसून गंगाक्काची तशी इच्छा असल्यामुळे त्या गोष्टीला आपण विरोध केलाच पाहिजे, हे होतं! त्यांच्या घरच्या फक्त श्रीमतीलाच बागेत आणि त्या झाडात रस होता. बाकी कुणालाही त्याच्याशी काहीच देणं घेणं नव्हतं.

त्या बिचाऱ्या बकुळीच्या झाडाला दोन कुटुंबांमधील या संघर्षाची काहीच कल्पना नव्हती. ते आपलं नेहमीसारखं फुलांनी डवरलेलं होतं... सुगंधाची मुक्त उधळण करत होतं...

गंगाक्काला आता मात्र निकालाची उत्सुकता अनावर झाली होती. देवाला प्रसन्न करण्यासाठी तिने साजूक तुपातले दिवे लावून ठेवले. तिच्या घरी तुपाची रेलचेल असायची. श्रीकांत साजूक तुपाला स्पर्शही करत नसे, त्यामुळे गंगाक्का ते दिव्याला घालायची. एवढ्यात दारावर थाप पडली. तार आली होती. गंगाक्काच्या काळजात धडधड झाली. तिला आपल्या पतीच्या मृत्यूचा दिवस आठवला. तिच्या मनात तार आणि वाईट बातमी या दोन्हीचा काहीतरी परस्परसंबंध होता. धडधडत्या

हृदयाने, थरथरत्या हातांनी तिने ती तार हातात घेतली. तार वाचण्यापूर्वी तिने मनोमन देवाची माफी मागितली. आजही तिने देवापुढच्या दिव्यात वास येणारे, खराब झालेले तूप घातले होते. ही तार जर आनंदाची बातमी देणारी निघाली, तर यापुढे असा प्रमाद आपल्या हातून कधीही घडणार नाही, असे तिने मनोमन देवाला वचन दिले.

थरथरत्या आवाजात तिने श्रीकांतला तारेविषयी सांगितले. "श्रीकांत, अरे इकडे ये! तार आली आहे बघ, अरे ब्याडगीकडून आली आहे का, बघ!" ब्याडगी हे गाव जवळच होतं. तिथे तिची मुलगी रमा ही आपला पती कृष्णा याच्याबरोबर राहत होती. गंगाक्काचं विश्व अगदी मर्यादित होतं. आपली मुलगी रमा सोडून दुसरा कोणताही विचार तिच्या मनाला शिवणं शक्य नव्हतं.

श्रीकांतने घाईने तार उघडून वाचली आणि तो आनंदाने आपल्या आईला मोठ्यांदा हाका मारू लागला.

"अव्वा, ही तार बंगलोरच्या एस.एस.एल.सी. बोर्डाकडून आली आहे. मी संपूर्ण बोर्डात दुसरा आलो आहे!"

गंगाक्काला हे सगळं काही समजत नव्हतं. आपला मुलगा शाळेत पहिला आला आहे की नाही, ही गोष्ट तिच्या दृष्टीने सर्वांत महत्त्वाची होती.

"श्रीकांत, अरे तू शाळेत पहिला आला आहेस की नाही? तुला श्रीमतीपेक्षा जास्त मार्क्स मिळाले आहेत की नाही? पहिला नंबर कुणाचा आला?"

आपल्या आईच्या अज्ञानाची श्रीकांतला कीव करावीशी वाटली. तो हसू लागला.

"अव्वा, अगं मी आख्ख्या राज्यात दुसरा आलोय, तेव्हा आपल्या हुबळी सेंटरमधे आणि आमच्या शाळेत मी पहिला असणारच ना! श्रीमतीला माझ्याहून जास्त मार्क्स मिळणं शक्यच नाही. हे बघ, आता मला शिष्यवृत्ती मिळेल. आता माझ्या पुढच्या शिक्षणाची काहीही चिंता करण्याचं तुला कारण नाही, समजलं?"

श्रीकांतचा आनंद गगनात मावत नव्हता.

गंगाक्काला आपल्या दिवंगत पतीची आत्ता फार तीव्रतेने आठवण झाली आणि तिचे डोळे पाणावले.

"श्रीकांत ईश्वराची फार मोठी कृपा आहे आपल्यावर. तुझ्यावर तर नेहमीच कृपादृष्टी असते त्याची..."

पण तिच्या बोलण्याकडे श्रीकांतचं लक्ष नव्हतं. आपला बोर्डात दुसरा नंबर येईल, असं त्याला कदापि वाटलं नव्हतं. फारतर आपण पहिल्या विसात येऊ, एवढीच अपेक्षा ठेवली होती त्याने. पहिलं कोण आलं असेल बरं?... नक्कीच कुणीतरी बंगलोर नाहीतर म्हैसूरचा असणार!.... आणि श्रीमतीचं काय झालं आहे, कुणास ठाऊक!

एवढ्यात कोणीतरी मागून त्याच्या खांद्यावर थाप मारली आणि त्याची तंद्री भंग पावली. ते त्यांचे शिक्षक होते... कुलकर्णी सर. आज त्यांच्या तोंडात नेहमीसारखा पानाचा तोबरा नव्हता आणि तोंडाच्या कडेने रसही ओघळत नव्हता. अत्यानंदाच्या भरात आज चक्क पान खायला विसरले होते सर.

"श्रीकांत, तुम्ही दोघांनी तर आज इतिहासच घडवलाय. आज सकाळीच शाळेत तार आली बोर्डाची... श्रीमती बोर्डात पहिली आणि तू दुसरा आला आहेस. आम्ही सर्व शिक्षकांनी तुम्हा दोघांवर जी काही मेहनत घेतली, त्याचं चीज केलंत तुम्ही. खरं तर पहिला आणि दुसरा नंबर एकाच शाळेचा, असं कधीच घडत नाही. पण यावर्षी ते घडलंय. इतिहासात पहिल्यांदाच आपल्या शाळेनं हा विक्रम केलाय."

सरांच्या बोलण्याकडे श्रीकांतचं लक्ष नव्हतं. जणूकाही अंगावर वीज कोसळावी, तशी त्याची अवस्था झाली होती... की जिवंत तारेला हात लावला आपण? एका क्षणात त्याचा आनंदाचा बुडबुडा फुटला होता. अपमानाने आणि निराशेने त्याच्या डोळ्यात अश्रू आले, पण पुरुषांनी चारचौघांच्यात असं रडायचं नसतं. या जाणिवेने त्याने ते अश्रू रोखून धरले.

महाभारतातील धनुर्धारी अर्जुनाचा तीर निशाण सोडून भलतीकडे लागावा, तशी त्याची अवस्था झाली होती. त्याच्या मनानेच त्याची संभावना केली : "श्रीकांत देशपांडे, तुमचा नेम या खेपेस चुकला बरं. श्रीमती एक मुलगी आहे, असं म्हणून तू तिच्याकडे दुर्लक्ष केलंस. पण तोंडानं जरासुद्धा आवाज न करता त्या हसऱ्या मुलीनं चांगलाच तडाखा हाणला रे तुला!"

आपल्याला आत्ता इतकं दुःख का होतंय, इतकी निराशा का वाटते आहे, याचं विश्लेषण करण्याचा त्याने मनातल्या मनात प्रयत्न केला. नक्की कुठे बरं चुकलं आपलं? दैवदुर्विलास असा होता की, त्याच्या दुःखाचं मूळ कारण होतं श्रीमतीचं यश. खरं तर त्याला स्वतःला अपेक्षेपेक्षा कितीतरी जास्त मार्क्स मिळाले होते. पण तरीही श्रीमतीला आपल्यापेक्षा जास्त मार्क्स मिळावेत ही गोष्ट त्याला सहन होत नव्हती. या श्रीमतीपासून आपल्याला आयुष्यात कधी सुटका मिळणार आहे की नाही? का तिचं आव्हान जन्मभर आपल्यासमोर असंच उभं ठाकणार? आपल्याकडे पाहून स्मितहास्य करत, आपला पराभव करत?... आपणच रवी आणि मल्लेशसमोर किती बढाया मारल्या होत्या? आपण त्या श्रीमतीपेक्षा कितीतरी हुशार आणि स्मार्ट असल्याच्या वल्गनासुद्धा केल्या होत्या आणि आता? आता काय बोलणार आपण?

श्रीकांतची नजर अनाहूतपणे श्रीमतीच्या घराकडे वळली. श्रीमती नेहमीसारखी साधीच सुती साडी नेसून उभी होती. आपल्या काळ्याशार लांबलचक वेणीत तिने बकुळीचा गजरा माळला होता. तेवढा एकमेव दागिना होता तिच्या अंगावर. ती

आपल्या मैत्रिणी वंदना आणि शारदा यांच्याशी संभाषण करण्यात गर्क होती.

त्यामुळे तर श्रीकांत मनातून अधिकच वैतागला. त्या दोघी त्याच्या पराभवाला हसत होत्या की श्रीमतीच्या विजयाचा आनंद साजरा करत इतक्या दिलखुलासपणे हास्यविनोद करत होत्या? या विचारांनी तो मनातून फारच क्षुब्ध झाला.

इतक्यात समोरून त्याच्या मित्रांचं टोळकं येत असलेलं त्याच्या नजरेस पडलं. त्या टोळक्याचे दोन म्होरकेही सोबत होतेच– मल्लेश आणि रवी. मल्लेशच्या हातात फुलांचा हार होता. त्याने तो श्रीकांतच्या गळ्यात घातला आणि म्हणाला, ''अभिनंदन! ती पहिली असली तरी मुलांमधे तूच पहिला आहेस!''

श्रीकांतचे हात हातात घेऊन रवी म्हणाला, ''जाऊ दे रे मल्ल्या! श्रीकांत दुसरा येईल, असं आपल्याला वाटलं तरी होतं का? हे तर अपेक्षेपेक्षा जास्तच मिळालं आहे आणि श्रीकांतचा यावेळी पहिला नंबर आला नाही म्हणून काय झालं? पुढच्या वेळी नक्कीच पहिला येईल तो. म्हणतात ना, 'पहिल्या खेपेस यश नाही मिळालं, तरी प्रयत्न सोडू नका, म्हणून!''

रवी म्हणाला, ''अरे, आपणसुद्धा ही मत्सरी वृत्ती सोडून दिली पाहिजे. तीसुद्धा आपल्या वर्गातलीच मुलगी आहे ना? तिने आपल्या शाळेची मान केवढी उंच केली आहे? मला आठवतंय, त्याप्रमाणे आजपर्यंत इतके वेळा आपण तिची चेष्टामस्करी केली असेल, पण ती मात्र आपल्याशी एकदाही वाईट वागलेली नाही. आपण सगळे जाऊन तिचं अभिनंदन करूया. श्रीकांत, तू पण चल. मला नाही वाटत, काही प्रॉब्लेम होईल असं!''

श्रीमतीच्या हातात प्रथम क्रमांकाबद्दलची तार पडली, तेव्हा तिचा तर स्वतःच्या डोळ्यांवर विश्वासच बसेना. तिनं इतकी अपेक्षाच केली नव्हती. परीक्षा कशी झाली, असं आईने विचारताच तिनं 'ठीक गेली' एवढंच उत्तर दिलं होतं. आत्तासुद्धा पहिला नंबर आल्यावर तिला आनंद झाला खरा... पण आनंदानं वेड वगैरे लागलं नव्हतं.

श्रीमतीपेक्षा तिच्या मैत्रिणींनाच कितीतरी पटीनं अधिक आनंद झाला होता. अखेर श्रीमतीचं यश म्हणजे मुलींच्या गोटाचं यश आणि मुलांच्या गोटाचा पराभव होता.

रिंदाक्का या वयातही दिसायला देखणी होती. स्वाभाविकच गहूवर्णी श्रीमतीला ती नेहमी कमी लेखत असे, पण आज मात्र ती फार खुश होती. बोर्डात किंवा मेरिट लिस्टमधे नंबर येण्यापाठीमागचं महत्त्व नक्की काय, हे तिला जरी माहीत नसलं तरी आपल्या नातीच्या यशामुळे ती आनंदून गेली होती. अभिमानाने तिची मान ताठ झाली होती. अखेर तिच्या नातीनं शेजाऱ्यांच्या मुलाचा पराभव करून त्या लोकांची खोड चांगली जिरवली होती. ती तर म्हणत होती, ''अखेर श्रीमती ही माझीच तर नात आहे. बुद्धीचा वारसा माझ्याकडूनच आला आहे तिला!''

श्रीमतीचे वडीलही अत्यंत हर्षभरित झाले होते. अभिमानाने त्यांची छाती फुलून आली होती. त्यांची इकडेतिकडे नुसती लगबग चालू होती. जणूकाही श्रीमतीच्या यशात आपला स्वत:चा सिंहाचा वाटा असल्यासारखं त्यांचं वागणं होतं. कमलेच्या चेहऱ्यावर एकप्रकारची शांती आणि समाधान दिसत होतं. फरक पडला नव्हता तो फक्त श्रीमतीच्या वागण्या-बोलण्यात. आपलं यश तिनं मोठ्या सहजतेनं स्वीकारलं होतं.

श्रीकांतला किती मार्क्स पडले असावेत, याची तिला जरासुद्धा उत्सुकता नव्हती. त्याचा पहिला नंबर आलेला नाही, हे तर उघडच होतं. पण त्याला नक्कीच चांगले गुण मिळाले असतील, याची तिला खात्रीच होती. 'श्रीकांतविषयी काही बोलू नका, चर्चा करू नका,' असं तिनं आपल्या मैत्रिणींना आणि कुटुंबीयांना बजावलं, "अखेर परीक्षेचं यश हे काही आयुष्याच्या यशाचं मोजमाप होऊ शकत नाही. त्या विशिष्ट क्षणी नशिबानं आपली साथ दिली की नाही, त्याचा फक्त प्रश्न असतो. आपल्या घरी त्यांच्यापैकी कुणी जर आलंच, तर त्यांचा अपमान होता कामा नये," असंही तिनं सर्वांना सांगून ठेवलं. हे तिचे शब्द ऐकून शारदा अत्यंत निराश झाली. श्रीकांतचे मित्र भेटले की, त्यांचा कसा पाणउतारा करायचा, कोणत्या शब्दात त्यांना सुनावायचं, हे तिनं मनाशी ठरवून ठेवलं होतं.

६

पावसाने चांगलाच जोर धरला होता. पाऊस अगदी सतत कोसळत नसला तरी त्याची रिपरिप चालूच होती. त्यामुळे लोकांचं जिणं असह्य झालं होतं. धरणीमाता मात्र उन्हाळ्याच्या तापानं शुष्क होऊन गेली होती. ती पावसाची आस धरून बसली होती. पिवळट पडलेल्या गवताच्या रंगच्छटा बदलून पोपटी रंग कुठे कुठे दिसू लागला होता. पावसाचे थेंब अंगावर पडताच लाजाळूचं झाड शहारून आपली पानं मिटून घेत होतं. फुलं सुस्नात होऊन ताजी, टवटवीत झाली होती. थंड वाऱ्याच्या झुळकीसरशी चाफ्याची फुलं कोमेजून चालली होती. बकुळेचं झाड मात्र फुलांनी डवरलं होतं. गंगाक्काची मनसोक्त फुलं वेचून झाल्यावरसुद्धा राहिलेल्या फुलांचा गालिचा जमिनीवर शोभून दिसत होता.

शाळेत मुलामुलींच्या उत्साहाला नुसतं उधाण आलं होतं. शाळेनं या वर्षी पहिला व दुसरा असे दोन्ही क्रमांक पटकावले होते. त्यानंतरचा आठवडा हे यश साजरं करण्यातच गेला. श्रीकांत व श्रीमती या दोघांवर बक्षिसांची नुसती उधळण

चालली होती. एक आदर्श विद्यार्थी आणि विद्यार्थिनी म्हणून त्यांचं नाव अभिमानानं उच्चारलं जात होतं. त्यांच्या या यशामुळे शाळेच्याही नावाचा चांगलाच बोलबाला झाला होता. आपल्या पाल्याला याच शाळेत प्रवेश मिळावा, म्हणून दूरवरून पालकांच्या उड्या पडत होत्या.

या सर्व सत्कार समारंभाच्या वेळी श्रीकांत आणि श्रीमती यांच्यात एका शब्दाचीही देवाणघेवाण झाली नव्हती. एकमेकांचं अभिनंदन करणं तर दूरच. एक दोन वेळा श्रीमतीने आपण होऊन श्रीकांतशी बोलण्याचा प्रयत्न केला, पण श्रीकांत चांगलाच दुखावला गेला होता. त्यानं तिला काहीही प्रतिसाद दिला नाही. अखेर श्रीमती एक मुलगी होती. एका मुलीनं याहून अधिक धिटाई दाखवून मुलाशी बोलण्याचा प्रयत्न तरी कसा करायचा? ते फारच धाडसाचं दिसलं असतं.

निकाल लागून काही दिवस लोटले. एक दिवस श्रीमती धारवाडला मामाकडे राहत असलेल्या आपल्या आजीला– आईच्या आईला– भेटायला लोकलने निघाली. आजीचं वय झालं होतं. तिला प्रवास करून श्रीमतीकडे येणं तर काही शक्य नव्हतं. एका रिकाम्या कंपार्टमेंटमधे शिरून श्रीमती खिडकीपाशी बसली. प्रवास तसा कंटाळवाणाच होता. श्रीमतीनं प्रवासात वाचायला एक पुस्तक आणलं होतं. ते उघडून ती वाचनात गर्क झाली. गाडी सुटत असताना श्रीमतीचं समोर लक्ष गेलं. त्याच डब्यात श्रीकांतही चढला होता व नेमका तिच्या समोरच्याच सीटवर येऊन तो बसला. श्रीमती आश्चर्यचकित झाली, पण ती गप्प राहिली.

श्रीमतीला पाहून श्रीकांतलाही आश्चर्य वाटलं. तोही धारवाडलाच निघाला होता, आपल्या बहिणीच्या सासरी. आज पहिल्यांदाच त्या दोघांची अशी एकांतात गाठ पडण्याची वेळ आली होती. नाहीतर नेहमी दोघेही आपापल्या मित्रमैत्रिणींच्या घोळक्यातच असत. दोघांनाही खूप अवघडल्यासारखं झालं. संकोचामुळे काय करावं, काय बोलावं ते कळेना. संपूर्ण डब्यात ते फक्त दोघंच होते. श्रीमतीकडे टक लावून न बघता डोळ्यांच्या कोपऱ्यातून श्रीकांतने तिचं निरीक्षण केलं. तिच्या हातात काचेच्या साध्या बांगड्या होत्या आणि तिने डोक्यात नेहमीप्रमाणे बकुळीचा गजरा माळला होता.

बकुळीच्या गजऱ्याचा मंद सुवास पसरला होता. श्रीकांतनं चोरून तिच्या चेहऱ्याकडे पाहिलं. तिच्या चेहऱ्यावर नेहमीचं अस्फुट, मंद स्मित होतं. ते पाहून श्रीकांत धीर गोळा करून म्हणाला, "धारवाडला चालली आहेस का?"

काय पण प्रश्न? ट्रेन धारवाडलाच तर जाणारी होती. मग आणखी कुठे जाणार?

"होय. माझी आजी असते तिकडे, मालमड्डीला. आणि तू?"

"मी पण धारवाडलाच चाललोय. सप्तपूरला आमचे नातेवाईक असतात, त्यांना भेटायला."

आणि ते संभाषण तिथेच थांबलं. खरं तर श्रीकांत मूळचा चांगलाच धीट आणि बडबड्या होता. पण आज मात्र सुरुवात कशी करावी, तेच कळत नव्हतं त्याला. पण का कोण जाणे, हिच्याशी आत्ता आपण काहीतरी बोलावं... असं मात्र वाटतं होतं. एक अनामिक ओढ वाटत होती, एक प्रकारचं सुप्त आकर्षण वाटत होतं. कदाचित ती सगळ्यांपेक्षा इतकी वेगळी होती म्हणून असेल... किंवा ती त्याची प्रतिस्पर्धी होती म्हणून असेल... आपल्याला एखादी गोष्ट मिळणार नाही हे समजलं की, त्याच गोष्टीच्या प्राप्तीची माणसाच्या मनात अभिलाषा निर्माण होते. तसंच काहीसं झालं होतं.

अचानक त्याने हात पुढे केला आणि म्हणाला, "अभिनंदन!"

श्रीमतीला मोठाच धक्का बसला. त्या काळात, त्या तेव्हाच्या समाजात... ही गोष्ट अगदीच अनपेक्षित होती.

तिने लाजरेपणाने हात पुढे केला आणि म्हणाली, "थँक्स आणि तुझंसुद्धा अभिनंदन."

"तू कशाला माझं अभिनंदन करते आहेस? आणि तेही इतक्या उशिरा? दुसऱ्या नंबराबद्दल वाटतं?"

"तसं नाही श्रीकांत. मला तर खरं म्हणजे त्याच दिवशी तुझं अभिनंदन करायचं होतं. पण आजूबाजूला आपले सगळे मित्रमैत्रिणी होते. आणि सगळे कसे बोलतात, तुला माहीतच आहे. उगाच कोणीतरी वाटेल ते बोलू नये असंच मला वाटतं. खरं सांगू श्रीकांत? तुझ्या अंगचे अनेक गुण मला किती आवडतात, हे सगळं तुला सांगायची माझी इच्छा होती, खूप दिवसांपासून. तू इतका एकलक्षी आहेस, मेहनती आहेस. याच तुझ्या गुणांमुळे अगदी थोड्याच दिवसात काय पाहिजे ते तू प्राप्त करू शकशील. पण मी तुझ्यासारखी नाही. मी अगदी थोडक्या गोष्टीत खुश होऊन जाते. म्हणूनच तुझं यश हे मला माझ्या यशापेक्षा मोठं वाटतं. पहिल्या आणि दुसऱ्या क्रमांकात फार काही फरक असतो, असं मला मुळीच वाटत नाही. परीक्षकाचा पेपर तपासतानाचा मूड आणि काही थोड्या प्रश्नांची अचूक उत्तरे देणे... अशा गोष्टींमुळे नंबर पुढे मागे होऊ शकतात."

तिच्या तोंडचे ते शब्द ऐकून श्रीकांतला खूप आश्चर्य वाटलं आणि खूप आनंदही झाला. ही शांत, अबोल मुलगी... आपल्यापेक्षा कितीतरी हुशार असलेली... आणि तिला आपल्या अंगच्या गुणांची कदर वाटते? अचानक त्याच्या मनात आलं... हिचे हात किती मऊ आहेत! एका मुलीचे हात इतके मऊ असतात, याची त्याला कल्पनाच नव्हती. आता हिच्याशी संभाषण कसं चालू ठेवायचं, याच्या नवीन नवीन कल्पना त्याला सुचू लागल्या.

"श्रीमती, तू कुठल्या कॉलेजात जाणार?"

"मी आर्ट्सला जायचं ठरवलंय."

याचा अर्थ इथून पुढे श्रीमती आपल्या वर्गात नसणार... पण त्याहून महत्त्वाचं म्हणजे इथून पुढे कधीच ती आपली प्रतिस्पर्धीसुद्धा नसणार... या विचाराने मात्र त्याला मनातून जरा हायसं वाटलं.

"अगं पण तू सायन्समधे इतकी हुशार आहेस, मग तू आर्ट्सला का जायचं ठरवलंयस?"

"खरं तर माझा ओढा साहित्याकडे आणि इतिहासाकडे जास्त आहे. शिवाय माझं स्वत:चं एक तत्त्व आहे– आपल्याला जी गोष्ट मनापासून आवडते ना, तीच आपण केली पाहिजे. आयुष्यात दोन गोष्टींच्या बाबतीत स्वत:चा निर्णय स्वत: घेणं फार आवश्यक असतं. आपल्याला जो विषय मनापासून आवडतो, तो आपण घ्यावा."

"आणि दुसरी गोष्ट कोणती?"

"दुसरी गोष्ट म्हणजे लग्न. कारण आपण जो जोडीदार निवडतो, त्याच्याबरोबर आपल्याला जन्म काढायचा असतो. इतर किरकोळ गोष्टी— जसं साडी पसंत करणं... घर विकत घेणं... या गोष्टींच्या बाबतीतली आपली आवड निवड बदलली तरी चालते. पण या दोन गोष्टींच्या बाबतीत मात्र ते चालत नाही."

श्रीकांतने तात्काळ तिच्या म्हणण्याला दुजोरा दिला. एका गोष्टीच्या बाबतीत त्याला फार आनंद झाला होता. इथून पुढे निदान शैक्षणिक बाबतीत तिचे व त्याचे मार्ग भिन्न असणार होते.

श्रीमती खरं तर मूळची अत्यंत संकोची स्वभावाची, मितभाषी. तिनं एवढ्या धिटाईने आपलं मन मोकळं करावं, हे एक आश्चर्यच होतं. अचानक ती भानावर आली. तिचा हात अजूनही श्रीकांतच्या हातातच होता. सगळा धीर गोळा करून ती म्हणाली, "तेवढा माझा हात सोडणार का?"

श्रीकांतनं अपराधीपणे हसत तिचा हात सोडला. आपण तिचा हात इतका वेळ आपल्या हातात धरून बसलो आहोत, हे मुळी त्याच्या लक्षातच आलं नव्हतं.

एव्हाना ट्रेन अमरगोल स्टेशनात पोहोचली होती. गाडीला रेड सिग्नल मिळाला होता, त्यामुळे अजून बराचवेळ गाडीला तिथंच उभं राहावं लागणार होतं. धारवाडला पोहोचायला पुष्कळ वेळ होता. मुळात श्रीकांत बडबड्या स्वभावाचा. त्याच्या दृष्टीनं श्रीमतीला समजून घेण्याची आयतीच संधी चालून आली होती. खरं तर दोघे इतक्या वर्षांपासून एकमेकांचे शेजारी होते, एकाच वर्गात शिकत होते. पण तरीही दोघांची एकमेकांशी पुरेशी ओळखसुद्धा नव्हती.

त्याने पण श्रीमतीविषयी मनात काही ग्रह बनवून ठेवले होते. पण त्याने मनात रंगवलेल्या चित्रापेक्षा प्रत्यक्षातील श्रीमती कितीतरी वेगळी होती. किती साधे, सरळ विचार होते तिचे आणि थेट हृदयापासून बोलणं. तिच्या वागण्यात कोणताही कृत्रिमपणा

नव्हता. समोरच्या व्यक्तीवर छाप पाडण्याची जरासुद्धा धडपड नव्हती. ही आपल्यापेक्षा खरोखरच खूप हुशार आहे, असं त्याला मनापासून वाटलं आणि त्याला थोडीशी लाज वाटली. तिची अधिक ओळख करून घेण्याची त्याला मनापासून ओढ वाटली.

मनाशी एक दृढ निर्धार करून तो म्हणाला, ''श्रीमती, आता आपले मार्ग इथून पुढे वेगळे होणार. आपले मित्रमैत्रिणीही वेगवेगळे आहेत. शाळेत आपल्या दोघांच्या नावांवरून सगळे आपल्याला चिडवायचे, त्यामुळे आपण कधीही एकमेकांशी मोकळेपणे बोलू शकलो नाही. पण आता... इथून पुढे आपली मैत्री असायला, आपण मोकळेपणे एकमेकांशी गप्पा मारायला काय हरकत आहे?''

श्रीकांतचे हे शब्द ऐकताच श्रीमतीच्या चेहऱ्यावर मळभ दाटून आलं. श्रीकांतशी मैत्री करण्यात ज्या काही असंख्य व्यावहारिक अडचणी होत्या, त्या तिच्या डोळ्यापुढे उभ्या राहिल्या.

''आपण कुठे भेटणार? कधी बोलणार? आपल्या कुटुंबांचे परस्परांशी संबंध कसे आहेत, ते तुला माहीत आहेच, शिवाय माझी आजी आणि तुझी आई सतत अवतीभवती असतातच. मी तुला बाहेर कुठेच भेटू शकणार नाही.''

''काळजी करू नकोस, श्रीमती. प्रत्येक प्रश्नाचं उत्तर हे असतंच आणि ही समस्या तुला वाटते तेवढी भीषण निश्चितच नाही. तुला एक गोष्ट माहीत असेलच– रोज सकाळी माझी आई रेल्वे ईश्वराच्या देवळात जाते. नेमकी तुझी आजी पण तेव्हाच रायरा मठात जाते. आपल्याला भेटायला ती वेळ छान आहे.''

श्रीकांतने इतक्या बारकाईने सगळं निरीक्षण केलं होतं, याचं श्रीमतीला आश्चर्य वाटलं. तिच्या लक्षात काही या गोष्टी आल्या नव्हत्या.

''पण आपण कुठे भेटायचं?'' तिनं लाजून विचारलं.

''देवाची त्याबाबतीत आपल्यावर कृपा आहे. आपल्या दोन्ही घरांच्या मधोमध बकुळीचं झाड आहे. पहाटे उठून तिथे फुलं वेचायला येत जा, मीही येईन. कशी परफेक्ट जागा आहे की नाही आपल्याला भेटायला?'' त्याने हसत विचारलं.

श्रीकांतचा तो व्यवहारी विचार श्रीमतीला पसंत पडला. तिनेही हसून मान डोलावली.

७

श्रीमती, वंदना आणि शारदा आर्ट्स कॉलेजला गेल्या तर श्रीकांत, रवी आणि मल्लेश सायन्सला गेले. आता श्रीकांत आणि श्रीमतीला एकमेकांवरून चिडवणं त्यांच्या मित्रमैत्रिणींनी बंद केलं होतं. अचानक सगळे मोठे झाले होते.

श्रीमती कॉलेजच्या प्रेमातच पडली. कॉलेजच्या ग्रंथालयातून कितीतरी उत्तमोत्तम पुस्तकं वाचायला घरी नेता यायची. तिचे वर्ग सकाळी असायचे. सगळी दुपार मोकळीच असायची. त्यामुळे तिला घरकामात आईला मदतही करता यायची आणि अभ्यासालाही भरपूर वेळ मिळायचा. आपल्या मुलीनं मेडिकलला जावं, अशी खरं तर कमलेची इच्छा होती. पण आपल्या मुलीला कोणत्या विषयांमधे रुची आहे याची तिला पूर्ण कल्पना असल्यामुळे ती काही बोलली नाही. श्रीमतीच्या वडिलांची तर आपल्या मुलीनं वकील व्हावं अशी इच्छा होती, पण ते तिच्यासमोर काही बोलू धजले नाहीत. आपल्या मुलीच्या आपल्याविषयी काय भावना आहेत, हे चांगलं जाणून होते ते.

ठरल्याप्रमाणे श्रीकांत आणि श्रीमतीच्या रोज पहाटे बकुळीच्या झाडापाशी भेटीगाठी सुरू झाल्या. श्रीमतीचं एकीकडे बकुळीची फुलं वेचणं सुरू असायचं, त्याच वेळी श्रीकांतच्या गप्पाही सुरू असत. आपलं कॉलेज... आपली महत्त्वाकांक्षा... आपली स्वप्नं... यांविषयी भरभरून बोलायचा तो.

दोन्ही तरुण मनं लवकरच मैत्रीच्या धाग्यानं बांधली गेली. एक दिवस श्रीकांत तिला म्हणाला, "श्रीमती, तू मला सगळ्यांसारखं श्रीकांत म्हणत जाऊ नको.. तू मला नुसतं 'श्री' म्हणत जा."

त्यामागची खास बात आधी काही श्रीमतीच्या लक्षात आली नाही... पण जेव्हा आली, तेव्हा ती लाजून गोरीमोरी झाली, पण तिने होकारार्थी मान हलवली.

प्री-युनिव्हर्सिटीची दोन वर्षं बघताबघता गेली. आयुष्य सुरळीत चाललं होतं. बकुळीच्या छायेत त्यांची मैत्री फुलत होती. फुलं वेचतानाच्या त्यांच्या या भेटीगाठींविषयी दोन्ही घरांमधल्या कुणालाही पत्ता लागला नव्हता.

श्रीकांतनं परीक्षेत उत्तम यश संपादन केलं होतं. गुणवत्ता यादीतही त्याचं नाव झळकलं होतं. या दोन वर्षांत त्याचा आत्मविश्वास बराच वाढला होता. विचारांमध्येही परिपक्वता आली होती.

तक्या चांगल्या मार्कांना कर्नाटकातील कोणत्याही इंजिनिअरिंग कॉलेजात त्याला सहज प्रवेश मिळू शकला असता. पण आय.आय.टी.च्या प्रवेश परीक्षेला बसण्याची त्याची इच्छा होती. श्रीकांत आणि त्याचा मित्र रवी पाटील या दोघांनीही ती परीक्षा दिली. परीक्षा तर चांगली झाली होती. आता निकालाचीच प्रतीक्षा होती. मल्लेश कॉमर्स कॉलेजात होता. त्याचंही ठीक चाललं होतं.

त्यांच्यापेक्षा तीन वर्षे पुढे असलेला वासुदेव शेणॉय आय.आय.टी.त शिकत होता. त्याला भेटून श्रीकांतने आवश्यक ती सगळी माहिती गोळा केली होती. काहीही झालं तरी आय.आय.टी.लाच जायचं, असा त्याचा ठाम निर्धार होता.

खरं तर श्रीकांत आणि रवी या दोघांनाही घरी आर्थिक अडचणी होत्या. पण

कसंतरी करून फीचा बंदोबस्त करायचाच, असं श्रीकांतनं ठरवलं होतं. गरज पडली तर जमिनीचा एखादा तुकडा विकण्यासाठी आपल्या आईचं मन वळवायचं, असं त्याने ठरवलं होतं.

श्रीमतीने मात्र असे कोणतेही मोठे बेत आखले नव्हते. तिचे आवडते विषय होते इतिहास, संस्कृत आणि इंग्रजी. शारदेनं कोणत्यातरी विषयात बी.ए. करून टाकावं, असं तिच्या घरच्यांचं म्हणणं होतं, कारण त्यांच्या दृष्टीने पदवी संपादन करणंच खूप होतं. वंदनानं मात्र आपल्या पावलावर पाऊल टाकून एम.ए. व्हावं, असं तिच्या वडिलांना वाटत होतं.

श्रीमती बुद्धिमान आहे ही गोष्ट कॉलेजात लगेच सर्वतोमुखी झाली. कधीकधी इतर विद्यार्थी विद्यार्थिनी तिच्याकडे बोट दाखवून म्हणत, "ती पहा, श्रीमती देशपांडे. ती बोर्डात पहिली आली असूनसुद्धा ती आर्ट्सला आली आहे." ते ऐकून श्रीमतीला गंमत वाटे.

श्रीमतीच्या दैनंदिन जीवनात कोणताही मोठा बदल झाला नव्हता. शाळेत असताना जशा ती, वंदना आणि शारदा बरोबर शाळेला जात, तशाच आता त्या कॉलेजात बरोबर जात.

श्रीमती मोकळेपणाने आपल्या दोघी मैत्रिणींना आपल्या मनातलं सर्व काही सांगे. परंतु आपण श्रीकांतला रोज भेटत असल्याची गोष्ट मात्र तिने त्यांच्यापासून लपवून ठेवली होती. आपल्या आयुष्यातील हे एक गुपित कोणालाही सांगू नये, असंच तिला वाटे. आपल्याला असं का वाटतं... हे तिचं तिलाही उमजत नव्हतं.

आय.आय.टी.च्या प्रवेश परीक्षेचा निकाल जाहीर झाला. श्रीकांत आणि रवी या दोघांनाही मुंबईच्या आय.आय.टी.त प्रवेश मिळाला. श्रीकांतची जशी इच्छा होती तसंच झालं. त्याला कॉम्प्युटर सायन्समधेच प्रवेश मिळाला. रवीची मेकॅनिकलला जाण्याची इच्छा होती, पण त्याला मात्र मेटलॅर्जी विषय घ्यावा लागला.

आयुष्यात प्रथमच हुबळी सोडून जाण्याची श्रीकांतवर वेळ आली होती. पुढची पाच वर्षे आता मुंबईत कायमची होती. आयुष्यातील या नवीन आव्हानाला सामोरं जाण्याची त्याची जबरदस्त इच्छा तर होती... पण त्याचबरोबर मनातून एक प्रकारची हुरहूरसुद्धा वाटत होती. गेल्या दोन वर्षांत श्रीमतीविषयी खूप ओढ निर्माण झालेली होती. आपल्याला श्रीमतीचा विरह सहन करावा लागणार, ही कल्पनाच नकोशी वाटत होती त्याला. खरं तर त्याला उशिरापर्यंत झोपण्याची खूप आवड. पण श्रीमतीला भेटता यावं, म्हणून गेली दोन वर्षं तो रोज भल्या पहाटे उठत होता. एखाद्या लोखंडाच्या तुकड्याने लोह चुंबकाकडे आकर्षित व्हावं, तसा तो तिच्याकडे ओढला गेला होता; आणि ही गोष्ट अलीकडेच त्याच्या लक्षात आली होती.

तो आत्ता केवळ एकोणीस वर्षांचा होता. दुसऱ्या व्यक्तीविषयी अनामिक ओढ

आणि आकर्षण वाटण्याचंच ते वय होतं. पण हे मात्र काहीतरी वेगळंच वाटत होतं.

श्रीमतीच्या मनातही काहूर माजलं होतं. तिला पण रोज भल्या पहाटे श्रीकांतला भेटण्याची इतकी सवय होऊन गेली होती. पण आता मात्र येती पाच वर्षं ते काही जमणार नव्हतं. अर्थात वर्षातून दोन वेळा सुट्टीला तो घरी येणारच होता. पण त्याला आता आपली पूर्वीइतकीच ओढ वाटेल का? कदाचित त्याला मुंबईत एखादी खूप स्मार्ट आणि गोड मुलगी भेटेलही... नानाविध रंगीबेरंगी ग्लॅडिओली आणि रातराणीच्या घोळक्यात आपल्या या साध्यासुध्या बकुळेचा त्याला विसर तर पडणार नाही ना?

उद्या श्रीकांतचा इथला शेवटचा दिवस होता. त्या दोघांच्या पहाटेच्या साखरभेटीचा शेवटचा दिवस. लवकरच होणाऱ्या ताटातुटीच्या, वियोगाच्या जाणीवेनं श्रीमतीचा चेहरा विवर्ण झाला होता. तिची आत्ता काय अवस्था झाली आहे, याची श्रीकांतला पुरेपूर कल्पना होती. तिला धीर देण्याचा प्रयत्न करत तो म्हणाला, "मी किती महत्त्वाकांक्षी आहे, हे तुला माहीत आहे, श्रीमती. हे बघ, मी तिथे अभ्यासासाठी म्हणजे फक्त अभ्यासासाठी चाललो आहे, मी इकडेतिकडे कुठेही बघणारसुद्धा नाही. मला दुसऱ्या कशाचंही काहीही कौतुक नाही. मी केवळ तुझा श्रीच राहीन."

"श्री, तू मला पत्र लिहिशील ना?"

"अर्थातच. दर महिन्याच्या दुसऱ्या आणि चौथ्या आठवड्यात मी तुला पत्र लिहीन आणि पहिल्या व तिसऱ्या आठवड्यात तू मला लिहायचं."

त्याने सगळ्या गोष्टींचा इतका बारकाईने आधीच विचार केलेला पाहून श्रीमतीला हसू फुटलं.

श्रीमतीने आपल्या ओंजळीत जमा केलेल्या बकुळीच्या फुलांकडे एकवार डोळे भरून पाहत श्रीकांत म्हणाला, "श्रीमती तुझा रोजचा सहवास आणि आपलं दोघांचं हे फूल... या दोन्हीची कमतरता खूप खूप जाणवेल मला."

"श्री, मी माझ्या प्रत्येक पत्राबरोबर एक फूल तुला पाठवत जाईन," श्रीमती म्हणाली.

आज त्या दोघांना काळावेळाचं काही भानचं उरलं नव्हतं. अचानक रिंदाक्का परत आली.

स्वयंपाकघरात श्रीमती नसल्याचं पाहताच ती मोठ्यांदा ओरडून म्हणाली, "श्रीमती? कुठे आहेस तू? दूध उकळतंय ना!"

श्रीमती दचकली. ती घाबऱ्याघाबऱ्या म्हणाली, "श्री, आता मला गेलं पाहिजे. आता परत कधी भेटायचं?"

"डिसेंबरमधे."

श्रीकांत तिच्याकडे अनिमिष नेत्रांनी एकटक बघत म्हणाला.

"पण श्रीमती, मी तुला पत्र कोणत्या पत्त्यावर पाठवू?" श्रीकांत तिला हाका मारत म्हणाला. ती एव्हाना घरापाशी पोहोचली होती.

"प्रत्येक समस्येवर तोडगा हा असतोच, असं तूच म्हणतोस ना?" असं म्हणून ती हसली. "तू माझ्या नावे याच पत्त्यावर पत्र लिही. फक्त पाकिटावर तुझा स्वत:चा नाव, पत्ता घालू नको म्हणजे झालं. कोणालाही कळणार नाही."

कोणत्याही प्रकारच्या खोटेपणाची, ढोंगीपणाची श्रीमतीला खरं तर चीड होती. पण आत्ता या परिस्थितीत दुसरा काही मार्गच नव्हता.

८

आय.आय.टी.त प्रवेश घेतल्यावर श्रीकांतचा संबंध खऱ्या अर्थाने बाहेरच्या जगाशी येऊ लागला. आजपर्यंत त्याने कधी फारसा लांबचा प्रवास केलेला नव्हता. बाहेरच्या जगाशी विशेष संपर्क येण्याची वेळच आली नव्हती. धारवाडची वेस ओलांडून कधी बाहेर पडलेलाच नव्हता तो. सगळे नातलग जवळपासच राहत होते, त्यामुळे प्रवास करण्याचा प्रसंगच आला नव्हता.

आय.आय.टी. पवईचा पसारा फार मोठा होता. कॅंपस विस्तीर्ण पसरलेला होता. पवई हे खरंतर मुंबईचंच एक उपनगर आहे. इन्स्टिट्यूटच्या मेन गेटच्या बाहेर पडलं की मुंबईची ती गर्दी, ती धावपळ, ती रहदारी. पण इन्स्टिट्यूटच्या आत मात्र हिरवीगार झाडी आहे. होस्टेलच्या इमारती आहेत, भव्य ग्रंथालय आहे, सुंदरसं तळं आहे. करमणुकीची साधनेसुद्धा भरपूर आहेत. अभ्यासासाठी पोषक असं वातावरण आहे. भारताच्या विविध प्रांतातील विद्यार्थी इथे शिक्षण घेण्यासाठी येत असत. प्रवेश पूर्ण मेरिटवर अवलंबून होता. आधीच्या कॉलेजात तुमचा गुणवत्ताक्रमांक काय होता, त्याच्याशी या प्रवेशाचा काहीच संबंध नसे. कारण इथे प्रवेश घेतलेला प्रत्येक विद्यार्थी बुद्धिमानच असे.

इंजिनिअरिंगला फारच कमी मुली होत्या. श्रीकांतला कॅंपसवर एखादी मुलगी दिसली की, त्याला श्रीमतीची तीव्रतेने आठवण यायची. ती इतकी बुद्धिमान होती, मेहनती होती, कष्टाळू होती की, तिला इकडे प्रवेश नक्की मिळू शकला असता. पण तिची आवडनिवड वेगळीच होती. मानसिक कल वेगळाच होता. श्रीमती जर आपल्या बरोबर आय.आय.टी.त शिकायला आली असती तर... असं स्वप्नरंजन करायला श्रीकांतला फार आवडायचं.

सुरुवातीचे काही दिवस श्रीकांतला घरची खूप आठवण यायची. जीव व्याकूळ

व्हायचा, खूप एकटं वाटायचं. आपण इकडं कुठे येऊन पडलो आहोत, असं वाटायचं. हे जगच निराळं होतं, कॉस्मोपॉलिटन. विविध प्रांतातून आलेल्या विविध भाषा बोलणाऱ्या मुलामुलींची सरमिसळ इथे होती.

सगळे त्याच्याच वयाचे होते आणि सगळेच खूप महत्त्वाकांक्षी पण होते. अगदी त्याच्यासारखेच! लवकरच त्याला इथल्या अभ्यासात गोडी वाटू लागली. नव्या वातावरणात मन रमू लागलं आणि थोड्या दिवसात तो व्यवस्थित रुळला. रवी अजूनही त्याचा जिवलग मित्र होताच. पण आणखीही पुष्कळ नवे मित्र त्याला आता मिळाले होते.

त्याने श्रीमतीला नियमित पत्र लिहिण्याचं वचन दिलं होतं, त्याप्रमाणे दर महिन्याच्या दुसऱ्या आणि चौथ्या आठवड्यात तो तिला पत्रं लिहायचा. मोठी मोठी पत्रं, त्यांतून आपल्या भावना तो व्यक्त करायचा. होस्टेलचं जेवण, नवीन जगात पाहायला मिळालेल्या नव्या नव्या गोष्टी, इथलं शिक्षण, नवे मित्र आणि मुंबईचं आकर्षण... या सगळ्याच्या सविस्तर वर्णनाने त्याची पत्रं भरलेली असायची. श्रीमतीकडे मात्र लिहिण्यासारखं फार काही नसायचं. तिच्या आयुष्यात फारसा मोठा बदल झालेलाच नव्हता. पण तरीही त्याच्या पत्रावर तिचं नियमितपणे उत्तर मात्र यायचं– दर महिन्याच्या पहिल्या आणि तिसऱ्या आठवड्यात. ती आपल्या प्रत्येक पत्राच्या घडीत एक नाजूकसं बकुळीचं फूल त्याला आठवणीने पाठवायची. तिचं पत्र आलं की, श्रीकांतच्या हृदयात एक अनामिक हुरहूर दाटून यायची. हातात ते बकुळीचं फूल घेऊन तो गोड आठवणींमधे रमून जायचा. जणूकाही आत्ता श्रीमतीच आपल्या अगदी निकट येऊन उभी राहिली आहे, असा त्याला भास व्हायचा. तिचं सौम्य वागणं, तिच्या आसपास दरवळणारा मंद सुगंध, तिच्या स्वभावातला तो साधेपणा आणि तिच्या डोळ्यांतून ओसंडून वाहणारे निर्मळ प्रेम. तिच्या व्यक्तिमत्त्वाला कुठेही अहंकाराचा स्पर्शसुद्धा नव्हता. तिच्या प्रत्येक पत्रातून येणारं एकेक फूल त्याने जमा केलं होतं. एका छोट्याशा पिशवीत अशी कितीतरी फुलं जमा झाली होती. ती पिशवी रोज त्याच्या उशीखाली दडलेली असायची. प्रत्येक पत्र त्याच्याकरता एक नवी उमेद घेऊन यायचं. या बकुळीच्या फुलाची साथसंगत आपल्याला जन्मभर असणार आहे, ही उमेद!

दिवस भराभर चालले होते. श्रीमती बी.ए.ची परीक्षा पहिल्या क्रमांकाने उत्तीर्ण झाली आणि तिने दोन सुवर्णपदकेसुद्धा पटकावली. शारदा आणि वंदनासुद्धा बी.ए. उत्तीर्ण झाल्या. वंदना आणि श्रीमती या दोघींनी धारवाडच्या कर्नाटक युनिव्हर्सिटीतून एम.ए. करायचा निर्णय घेतला. हुबळीपासून पंचवीस किलोमीटर अंतरावर ही युनिव्हर्सिटी होती. वंदनाने पोलिटिकल सायन्स हा विषय निवडला, तर श्रीमतीने आपला आवडता हिस्ट्री हा विषय घेतला.

डिसेंबर महिन्यात श्रीकांत हुबळीला येई, पण उन्हाळ्याच्या सुट्टीचे तीन महिने मात्र तो हुबळीत घालवू शकत नसे. त्याऐवजी वेगवेगळ्या कंपन्यांमधे तो ट्रेनिंग मिळवण्याची धडपड करून अभ्यासाबरोबरच विविध कौशल्ये आत्मसात करून घेत होता. उन्हाळ्याच्या सुट्टीचे शेवटचे दहा दिवस मात्र तो हुबळीला घालवायचा. ती श्रावण महिन्याची सुरुवात असायची.

तो घरी आला की, गंगाक्काच्या प्रेमाला भरतं यायचं. आपल्या मुलाला कुठे ठेवू आणि कुठे नको, असं होऊन जायचं तिला. होस्टेलवर राहून त्याला त्याचे आवडते पदार्थ खायला मिळायचे नाहीत, म्हणून ती रोज त्याच्या आवडीचा स्वयंपाक करे. आपल्या मुलाला जास्तीतजास्त वेळ आपल्याच सहवासात काढण्याची इच्छा असणार, असा तिचा समज होता. पण त्याला मात्र मनातून श्रीमतीची ओढ वाटते आहे, दिवसातला जास्तीत जास्त वेळ तिच्याबरोबर घालवण्याची तीव्र इच्छा त्याच्या मनात आहे, या गोष्टीची तिला सुतराम कल्पना नव्हती.

एक मात्र झालं होतं. श्रीमती आणि श्रीकांतला परस्परांना भेटण्यासाठी बकुळीच्या झाडाची गरज भासत नव्हती. ते युनिव्हर्सिटी कँपसमधे भेटू शकत होते.

त्या दोघांमधील खास नात्याविषयी वंदनाला कल्पना होती. पण ती श्रीमतीची अगदी विश्वासातली मैत्रीण होती. त्यामुळे ती या विषयाचा उच्चार इतर कुणापाशी करणं शक्यच नव्हतं. चुकून जरी ही गोष्ट गंगाक्काच्या कानावर गेली, तरी त्याचे काय परिणाम होतील, याची तिला पूर्णपणे कल्पना होती.

श्रीमती आणि वंदना रोज सकाळी हुबळीहून धारवाडला एकत्र जात आणि संध्याकाळी परतसुद्धा एकत्रच येत. पण जेव्हा श्रीकांत श्रीमतीला भेटायला युनिव्हर्सिटीत यायचा, तेव्हा मात्र वंदना एकटीच परत यायची.

रिंदाक्काने श्रीमतीची चौकशी केलीच, तर वंदना तिला सांगायची, "ती आज लायब्ररीत अभ्यास करत बसलीय!"

युनिव्हर्सिटीच्या पदवीदान समारंभाच्या वेळी श्रीमतीची ओळख युनिव्हर्सिटीचे व्हाइस चॅन्सेलर प्रोफेसर डॉ. राव यांच्याशी झाली. श्रीमतीचं नाव गुणवत्ता यादीत असल्याने ही गोष्ट स्वाभाविकच होती. प्रोफेसर राव हे मूळचे हिस्ट्री विषयाचे विभागप्रमुख होते; परंतु आता त्यावर्षी डेप्युटेशनवर व्हाइस चॅन्सेलर म्हणून आले होते. श्रीमती एका बाबतीत स्वत:ला अत्यंत नशिबवान समजत होती. तिला उत्तमोत्तम प्रोफेसर्स शिकवायला होते. तिच्या हुशारीची, गुणवत्तेची त्यांना कदर होती. अलीकडे आर्ट्सला येणाऱ्या बुद्धिमान विद्यार्थ्यांची संख्या रोडावत चालली होती. त्यातले हिस्ट्री विषय घेणारे तर फारच थोडे. त्यामुळे श्रीमतीसारख्या बुद्धिमान विद्यार्थिनीचं कौतुक सर्वांनाच होतं.

श्रीमतीच्या अंगच्या गुणांचा युनिव्हर्सिटीच्या पोषक वातावरणात चांगला विकास

होत होता. हिस्ट्री हा विषय केवळ माणसांपुरता, देशांपुरता मर्यादित नव्हता, ही गोष्ट तिला कळून चुकली होती. संगीत, कला, नृत्य, अगदी इतिहास या विषयालासुद्धा स्वत:चा इतिहास असतो. त्यामुळे प्रत्येक गोष्टीकडे जास्त व्यापक दृष्टीने, समीक्षकाच्या चष्म्यातून बघणं तिला शक्य होऊ लागलं होतं. हिस्ट्री या विषयाबद्दल तर्कसुसंगत विश्लेषणात्मक विचार करण्याची सवय तिने जाणीवपूर्वक आपल्या मनाला लावून घेतली होती. याबरोबरच तिच्या भावनिक आदर्शवादाची जोडही त्याला मिळाली होती, त्यामुळे हिस्ट्री विषयातील एक बुद्धिमान विद्यार्थिनी म्हणून सर्वजण तिला ओळखू लागले होते.

एव्हाना तिला आणखी एक गोष्ट कळून चुकली होती. हा विषय समजून घेण्यासाठी नुसती पाठ्यपुस्तकाची पारायणं करणं पुरेसं नव्हतं. ऐतिहासिक स्थळांना प्रत्यक्ष भेटी देणंसुद्धा तितकंच महत्त्वाचं होतं. कोणत्याही देशाची वर्तमानकाळातली संस्कृतीही त्याच्या गतेतिहासावर आधारलेली असते आणि हीच गोष्ट समजून घेऊन त्याची प्रत्यक्ष अनुभूती घेण्यासाठी ती आपल्या वर्गातील मित्रमैत्रिणींबरोबर नेहमीच ऐतिहासिक स्थळांना भेटी देण्यासाठी जात असे.

वंदना अभ्यासात फारशी हुशार नव्हती. आपल्या विषयात करियर करण्याचंही तिचं ध्येय नव्हतं. त्यामुळेच तिच्या आईवडिलांनी तिच्यासाठी स्थळं बघायला सुरुवात केली होती. थोड्याच दिवसात त्यांना तिच्यासाठी सुयोग्य वरही सापडला.

प्रमोद इंजिनिअर झाला होता आणि मुंबईच्या एल. अँड टी. कंपनीत चांगल्या हुद्द्यावर नोकरी करत होता. तो मूळचा बेळगावचा. आपल्या आईवडिलांचा तो एकुलता एक मुलगा होता. त्यांचं मुंबईत एक छोटंसं घर होतं. त्याच्यावर घरची कोणतीही जबाबदारी नव्हती आणि तो सर्व अर्थांनी वंदनाला अगदी अनुरूप होता. मग दोघांच्या पत्रिका ताडून पाहण्यात आल्या आणि त्या जुळल्यावर प्रमोद व त्याचे आई-वडील वंदनाला पाहण्यासाठी आले. ती त्याला पसंत पडली आणि त्यांचं लग्न ठरलं.

वंदनाची एम.ए. पार्ट टू ची परीक्षा पार पडली की, मगच लग्न करायचं, असं ठरवण्यात आलं. मधूनच कधीतरी प्रमोद तिला भेटायला हुबळीला यायचा.

आपल्याकडे ॲरेंज्ड मॅरेज ही गोष्ट तशी काही जगावेगळी नाही. पण तरीसुद्धा वंदना आणि प्रमोद यांचं एकमेकांशी कसं काय जुळतं, याची श्रीमतीला खूप उत्सुकता होती.

"वंदना, तू प्रमोदशी मनातलं बोलत का नाहीस? तू त्याला धड ओळखतसुद्धा नाहीस!" श्रीमती म्हणाली.

"तू आणि श्रीकांत तासन्‌तास एकमेकांशी एवढं काय गं बोलत असता?" वंदना तिला म्हणाली.

"अगं तो पूर्वी आपल्या वर्गात होता ना, शिवाय आमची मैत्री गेल्या कित्येक दिवसांपासूनची आहे."

"ओ, कम ऑन श्रीमती. 'गुड फ्रेंड्स?' तुम्ही आता काही फक्त फ्रेंड्स राहिलेला नाहीत एकमेकांचे. त्याहूनसुद्धा बरंच काही आहात. घरीदारी कुणाला कळू न देता, तासन्‌तास कुणी आपल्या 'फ्रेंड'शी गप्पा मारत नाही."

त्यावर श्रीमती एकदम गप्प झाली. वंदनाचं म्हणणं खरंच होतं. श्रीमतीला आजकाल खूप एकटं वाटायचं. अजूनपर्यंत तिने स्वत:च्या लग्नाचा गंभीरपणे विचार नव्हता केला. पण तरीही श्रीकांत सोडून आणखी कोणत्याही पुरुषाबरोबर संसार करण्याचा विचारही तिला नकोसा वाटायचा.

तिच्या आईवडिलांचा असमाधानी संसार तिने जवळून पाहिला होता. त्यांचं एकमेकांशी मुळीच पटत नसे. आपण मात्र लग्न करताना असाच जोडीदार निवडावा, जो आपल्या आशा, महत्त्वाकांक्षा समजून घेऊ शकेल, आणि आपल्या वडिलांप्रमाणे केवळ स्वत:चा विचार करणारा नसेल.

वंदनाने जो विचार मोठ्यांदा बोलून दाखवला होता तो विचार श्रीमतीच्या मनात होताच. श्रीकांतमध्ये आणि आपल्यात नुसती मैत्री नसून त्या पलीकडचं काहीतरी आहे, असं तिलाही वाटायचं. पण श्रीकांत तिचा इतका जवळचा मित्र असूनसुद्धा त्या दोघांमध्ये अजून कधी लग्नाचा विषय निघालाच नव्हता. श्रीमती आता विवाहयोग्य वयाची झाली होती, पण श्रीकांत मात्र लग्नाच्या मानाने अजून लहानच होता. अजून त्याचं बी.टेक. पूर्ण व्हायचं होतं. त्यानंतर त्याला नोकरी मिळवायची होती. लग्नाचा विचार तो इतक्यात करणं कसं शक्य होतं?

श्रीमतीने आजवर आपल्या भावना चेहऱ्यावर कधीच दिसू दिल्या नव्हत्या, पण तिला श्रीकांतविषयी मनातून प्रचंड ओढ वाटायची. 'त्याच्या मनात आपल्याबद्दल नक्की काय असेल बरं?' अशी उत्सुकता तिला नेहमीच वाटायची. एकदा पत्रातून तिने मुद्दामच श्रीकांतला वंदनाच्या एंगेजमेंटविषयी कळवलंसुद्धा होतं.

डिसेंबरच्या सुट्टीनंतर अचानक, काही न कळवता श्रीकांत हुबळीला आला, त्याला पाहून श्रीमतीला आश्चर्याचा धक्का बसला. ती हरखून गेली. खरंतर दोघांचीही फायनल परीक्षा आलेली होती. श्रीमतीला सेमिनार्सचं खूप काम होतं.

युनिव्हर्सिटीच्या क्लॉक टॉवरपाशी श्रीकांत तिचीच वाट बघत उभा होता. श्रीमती सेमिनार संपवून वर्गाबाहेर आली. ती म्हणाली, "श्री, आता माझे आजचे क्लास संपले. आपण अत्तिकोल्लाला जायचं का? तिथे काही इतका उकाडा पण नाहीये."

अत्तिकोल्ला हा धारवाडमधला एक पिकनिक स्पॉट आहे. तिथे आमराई आहे. आंब्याची झाडं कोवळ्या पोपटी, लालसर पालवीने भरून गेली होती. श्रावण

केव्हाच सरला होता. फेब्रुवारी महिना चालू होता. हिवाळा संपून उन्हाळ्याची चाहूल लागू लागली होती.

खरं तर या असल्या बाबतीत श्रीकांत श्रीमतीचं म्हणणं कधीच डावलत नसे. पण आज मात्र तो म्हणाला, "नको. त्यापेक्षा आपण थॅकरे पार्कमध्ये जाऊ."

"म्हणजे चेन्नम्मा उद्यानात?" श्रीमती म्हणाली.

ती हिस्ट्रीची विद्यार्थिनी होती ना.

ब्रिटिशांच्या काळात धारवाडचा ब्रिटिश कलेक्टर थॅकरे याची कित्तूरच्या राणीशी चकमक झाली, त्यात तो मृत्यूमुखी पडला. ब्रिटिशांनी त्याचं स्मारक उभारलं आणि त्याभोवती हे उद्यान निर्माण केलं. भारताला स्वातंत्र्य मिळाल्यानंतर मात्र धारवाडच्या रहिवाशांनी त्या उद्यानाचं 'राणी चेन्नम्मा उद्यान' असं नामकरण केलं.

"तेच ते गं. नाव कोणतं का असेना. ठिकाण थोडंच बदलतंय? चल जाऊ या." श्रीकांतला असल्या ऐतिहासिक गोष्टींमध्ये मुळीच रस नव्हता.

बागेत फारच कमी गर्दी होती. जे कुणी आले होते, ते डोक्याखाली हाताची उशी करून सावलीत निवांत झोपले होते.

श्रीकांत आणि श्रीमती एका मोठ्या वडाच्या झाडाखाली बसले. श्रीमती विलक्षण उत्साहात होती. एकतर सेमिनार फारच चांगला झाला होता, शिवाय श्रीकांतची अशी अचानक भेट घडली होती.

श्रीमतीची तोंडाने सतत बडबड चालू होती. नेहमीचा बोलघेवडा श्रीकांत आज मात्र गप्प गप्प होता. कुठल्यातरी विचारात गढून गेला होता. पण श्रीमतीच्या मात्र ही गोष्ट लक्षात आली नाही.

"श्री, आज माझा सेमिनार खूप मस्त झाला. सगळ्यांना खूप आवडला. माझ्या मेहनतीचं चीज झालं. आज मी 'अशोक' या विषयावर बोलले. तुला आठवतं– दहावीत असताना एकदा मी याच विषयावर निबंध लिहिला होता. पण आज मला त्याहून कितीतरी चांगलं लिहिता येईल. त्याकाळी फारशी पुस्तकंही उपलब्ध नव्हती आणि सम्राट अशोकाच्या बाबतीत मी जरा जास्तच हळवी होते. आजसुद्धा अशोकाविषयी कुठे काही वाचलं की, माझ्या मनातला त्याच्याविषयीचा आदरभाव वाढतच जातो. मला सम्राट अशोकाविषयी विलक्षण आकर्षण वाटतं. श्री, अशोक हे नावसुद्धा किती सुंदर आहे ना? इतिहासकार त्यांचा उल्लेख धर्माशोक असा करतात– म्हणजे सद्गुणी."

श्रीकांत तिला मधेच थांबवत खट्याळपणे म्हणाला, "श्रीमती, तुला हे नाव इतकं आवडतं. मग तुला जर मुलगा झाला, तर तू त्याचं नाव अशोक ठेवशील वाटतं?"

श्रीमतीने मान वर करून आश्चर्याने त्याच्याकडे पाहिलं. आपल्याला भविष्यात होणाऱ्या मुलाचा विषय आत्ता कुठून निघाला, हे तिला कळेना.

ती हसून म्हणाली, "हो, अर्थातच आणि आता नावांचा विषय निघालाच आहे, तर श्री मला आदित्यविक्रम हे नावही खूप आवडतं. जुन्याकाळी विक्रमादित्य ही एक उपाधी होती. एखाद्या राजाने जर अतुलनीय पराक्रम गाजवला, तर त्याला 'विक्रमादित्य' हा किताब बहाल करण्यात येई. गुप्त साम्राज्याचा काळ हा भारताचा सुवर्णकाळ समजण्यात येत होता. तेव्हा दुसऱ्या चंद्रगुप्ताचा उल्लेख विक्रमादित्य असा करण्यात येई. मला आणखी एखादा मुलगा झाला, तर मी त्याचं नाव आदित्यविक्रम हेच ठेवीन."

एखाद्या उत्साही, तळमळीच्या हिस्ट्रीच्या प्राध्यापकांनी आपल्या विद्यार्थ्याला आवडीने शिकवावं, तसंच काहीसं श्रीमतीचं चाललं होतं.

"सिद्धार्थ गौतम हीसुद्धी इतिहासातील एक अत्यंत महत्त्वपूर्ण व्यक्ती आहे. इतरांची दुःखं समजून घेणं आणि जीवनमूल्यांचा खराखुरा अर्थ समजून घेण्याची क्षमता असणं या दोन महत्त्वाच्या गोष्टी त्याच्यापाशी होत्या. मानवजातीच्या सेवेसाठी त्याने सर्वसंगपरित्याग केला. आपलं राज्य, आपली सहधर्मचारिणी या सर्वांना सोडून दिलं. त्याने जगताला प्रेमाचा आणि करुणेचा संदेश दिला. त्याने कधीच कुठल्या युद्धात पराक्रम गाजवला नाही, कुठल्या साम्राज्याची स्थापना केली नाही. परंतु त्यानं अखिल मानवजातीच्या हृदयावर राज्य केलं. श्री, जर मला आणखी एक मुलगा झालाच ना, तर त्याचं नाव मी सिद्धार्थ गौतम ठेवीन."

आता श्रीकांत श्रीमतीच्या अगदी निकट येऊन बसला.

त्याने तिचे दोन्ही हात हातात घेतले आणि तिच्या कानात अगदी हळुवारपणे कुजबुजला, "श्रीमती, मी आता लवकरच इंजिनिअर होईन. पण मला इतका तुटपुंजा पगार मिळत असताना सिद्धार्थ गौतमाचं भागेल ना?"

"काय?" श्रीमती मोठ्यांदा म्हणाली.

तिच्या चेहऱ्यावर आनंद, लज्जा आणि आश्चर्य अशा संमिश्र भावनांचा कल्लोळ माजला होता.

९

ती मार्च महिन्याची सुरुवात होती. या काळात सहसा कोणीच युनिव्हर्सिटी कँपसमध्ये राहत नाही. मुलं घरीच परीक्षेची तयारी करत असतात. प्राध्यापक प्रश्नपत्रिका तयार करण्यात व्यस्त असतात. अतिकुशाग्र बुद्धीचे काही विद्यार्थी मात्र या काळात संशोधनात्मक काम भरपूर करतात. श्रीमतीच्या दृष्टीने परीक्षा

हा डाव्या हातचा मळ होता. त्यामुळेच मार्च महिन्यात घरी अभ्यास करण्याऐवजी ती युनिव्हर्सिटीत यायची. तिचे प्रोफेसर जपानमध्ये एका सेमिनारला जाणार होते. 'बुद्धिझम इन इंडिया' या विषयावर तो सेमिनार होता. त्यांच्या व्याख्यानासाठी लागणाऱ्या नोट्स तयार करण्याचं काम श्रीमतीने आपणहून अंगावर घेतलं होतं.

बौद्धधर्माचा प्रसार कसा झाला, याविषयी श्रीमतीने प्रचंड वाचन केलं होतं; परंतु इंडोनेशिया देशातील बोरोबुदूरसारख्या ऐतिहासिकदृष्ट्या महत्त्वपूर्ण स्थळांना भेट देण्याचं तिचं स्वप्न मात्र प्रत्यक्षात येण्याची काहीही शक्यता नव्हती. तिचे प्रोफेसर या सर्व स्थळांच्या भेटीसाठी जाणार होते. ते तिथे जाऊन सर्व काही प्रत्यक्ष पाहून येतील आणि आल्यावर आपल्या सर्व विद्यार्थ्यांना आँखो देखा हाल ऐकवतील, या कल्पनेनेच तिला खूप आनंद झाला होता!

"मॅडम, प्रोफेसरांनी तुम्हाला ताबडतोब बोलावलंय,"

डिपार्टमेंटचा प्यून सिद्दप्पा तिला बोलवायला आला. ती वाचनात पुरती गुंगून गेली होती.

"पण, सिद्दप्पा का बरं? मी इथे अत्यंत महत्त्वाचं काम करते आहे, हे सरांना माहीत आहे."

"अहो मॅडम, तिथे एक गोरा माणूस आलाय. तो आणि आपले सर तुमच्याविषयी काहीतरी बोलत होते मगाशी. तो माणूस बहुतेक सरांचा मित्र आहे. कदाचित त्यामुळेच त्यांनी तुम्हाला बोलावून घेतलं असेल."

श्रीमती प्रोफेसरांच्या केबिनमध्ये गेली. तिथे एक पांढऱ्या केसांचे वयस्कर गृहस्थ बसले होते. ते चांगले सहा फूट उंच आणि मजबूत शरीरयष्टीचे होते. ते श्रीमतीकडे बघून हसले.

श्रीमतीचे सर म्हणाले, "हे माझे मित्र प्रोफेसर माइक कॉलिन्स."

श्रीमतीला ते ऐकून आदरमिश्रित आश्चर्याचा धक्का बसला. खुद्द प्रोफेसर माइक कॉलिन्स? त्याचं नाव ऐकलेलं नाही, असा आख्ख्या हिस्ट्री डिपार्टमेंटमध्ये एकही विद्यार्थी नसेल.

प्रोफेसर कॉलिन्स हे अमेरिकेतील एका सधन खानदानी घराण्यातील होते. त्यांचे वडील फार मोठे उद्योगपती होते. परंतु मुलाने मात्र इतिहास विषयात करियर केलं. ऑक्सफर्ड विद्यापीठातून पीएच.डी.ची डिग्री संपादन केली. त्यांनी आपल्या क्षेत्रात इतकं नाव मिळवलं होतं की, आंतरराष्ट्रीय स्तरावर आज या विषयातील एक तज्ज्ञ व्यक्ती म्हणून त्यांना जग ओळखत होतं.

गेल्या काही दिवसांपूर्वीच त्यांच्या इतिहासकार पत्नीचं कॅन्सरने निधन झालं होतं, तिचं नाव जेन. त्या दोघांचा परिचय कॉलेजात असताना झाला.

दोघांनी मिळून एकत्र संशोधनाचं काम हाती घेतलं. त्यांना लोक 'मेड फॉर इच अदर कपल' असं म्हणत.

त्यांच्या एकुलत्या एका मुलीने, डोरोथीनेसुद्धा हिस्ट्री हाच विषय घेतला होता आणि ती सध्या डॉक्टरेट करत होती.

आपल्या पत्नीच्या निधनानंतर पहिल्यांदाच ते बाहेर पडले होते आणि श्रीलंकेच्या दौऱ्यावर गेले होते. परत अमेरिकेला जात असताना ते आपले जुने मित्र प्रोफेसर राव यांना भेटायला थांबले होते. प्रोफेसर राव हे त्यांचे अमेरिकेतील येल या विद्यापीठातील विद्यार्थी होते.

त्या दोघांना एकमेकांना भेटून किती आनंद झाला होता, ते श्रीमतीला जाणवत होतं.

'माइक, ही श्रीमती फार बुद्धिमान विद्यार्थी आहे, बरं का आणि माझी एकदम आवडती आहे. डोरोथीला हिस्ट्री या विषयाची जेवढी आवड आहे, तेवढीच हिला पण आहे. आज तिने 'बुद्धिझम'वर नोट्स तयार केलेल्या आहेत. ती कसं लिहिते, याची तुला त्या नोट्स वाचून कल्पना येईलच.'

प्रोफेसरांच्या तोंडचे शब्द ऐकून श्रीमतीला संकोचल्यासारखं झालं. या इतक्या मोठ्या, आंतरराष्ट्रीय कीर्तीच्या व्यक्तीपुढे आपण किती नगण्य आहोत, असं तिला मनातून वाटत राहिलं.

"हाय, श्रीमती. नाइस टू मीट यू. मी बघू का तुझ्या नोट्स? अर्थात मी काही तुझ्या प्रोफेसरांसारखा बुद्धिझम विषयातला एक्सपर्ट नाही हं."

ते हसून म्हणाले. त्याचं ते अमेरिकन इंग्रजी श्रीमतीला कळायला थोडं अवघड गेलं.

"श्रीमती, माइक कलकत्त्याच्या म्युझियमला भेट द्यायला आला होता. त्यावर त्याने केलेलं काम अप्रतिम आहे. या इतक्या छोट्या गावात खास मला भेटायला आलाय तो. खरंच कौतुक आहे हं त्याचं. अगं पण, त्याच्यापाशी वेळ इतका कमी आहे. आजूबाजूची सगळीच्या सगळी ऐतिहासिक स्थळं बघायला जमणार नाही त्याला. पण तरीसुद्धा इथली काही ठिकाणं तर त्याला दाखवलीच पाहिजेत बघ. मला वाटतं त्याला एका दिवसात बदामी, ऐहोळे आणि पट्टदकल दाखवून आणणं सहज शक्य होईल."

बदामी, ऐहोळे आणि पट्टदकल या तिन्ही ठिकाणांना उत्तर कर्नाटकातील सुवर्ण त्रिकोण म्हणतात. जागतिकदृष्ट्या महत्त्वपूर्ण मानण्यात आलेली ऐतिहासिक स्थळे याच प्रदेशात आहेत. या प्रदेशाला देवालयांचा पाळणा असेही म्हणतात, कारण वास्तुकलेचे विविध अप्रतिम नमुने या मंदिरांच्या रूपाने बघायला मिळतात.

"हो सर, ही ठिकाणं फारच सुंदर आहेत. कोणत्याही इतिहासकाराला बघायला आवडतील अशीच आहेत ती."

"मी तुला इथे बोलावून घेण्याचं कारण तेच तर आहे. उद्या तू त्यांना या एक दिवसाच्या सहलीला घेऊन जा."

श्रीमती आश्चर्यचकित होऊन म्हणाली, "मी? पण का सर? त्यांना तर तुमच्याबरोबर वेळ घालवणं, नक्की आवडेल."

"मला यायला नक्कीच आवडलं असतं गं. पण नेमके उद्या आमच्या घरी माझ्या मुलीला बघायला येणार आहेत आणि त्यावेळी मुलीचे वडीलच हजर नसले, तर कसं दिसेल ते? म्हणून तूच त्यांना घेऊन जा. सगळं दाखव. तू एक उत्कृष्ट गाइड म्हणून नक्की काम करशील."

"मग आणखी कोण कोण आमच्याबरोबर येणार आहे, सर?"

"माझा मुलगा शशी येईल, शिवाय आमचा ड्रायव्हरही येईल ना."

हे असं दोघांचं बोलणं चालू असताना एकीकडे प्रोफेसर कॉलिन्स श्रीमतीच्या नोट्स चाळत होते.

विहार आणि चैत्य या दोहोंमधला फरक तिने अगदी बारीकसारीक तपशीलासह वर्णन करून सांगितला होता. जातककथांचे उगमस्थान कोणते आणि बुद्धिझमचा अस्त याविषयीही तिने नोट्स काढल्या होत्या.

श्रीमती तिथून निघून गेल्यानंतर प्रोफेसर कॉलिन्स आपल्या मित्राकडे वळून म्हणाले, "तिच्या आयडियाज अत्यंत स्वच्छ आणि तर्कसुसंगत आहेत. माझ्या डोरोथीपेक्षाही जरा जास्त क्लिअर आयडियाज आहेत तिच्या. ही तुमची सर्वांत उत्तम विद्यार्थिनी असणार, यात शंकाच नाही."

प्रोफेसर राव यांच्या चेहऱ्यावरून आनंद आणि अभिमान ओसंडून वाहत होता.

दुसऱ्या दिवशी भल्या पहाटे प्रोफेसर कॉलिन्स, शशी आणि श्रीमती निघाले. त्यांनी जेवणाचे डबेसुद्धा बरोबर घेतले होते. मार्च महिन्याची ती सुरुवात होती. अजून सूर्याच्या उन्हाचा ताप इतका असह्य होत नव्हता. रस्त्यावर विशेष रहदारीसुद्धा नव्हती.

श्रीमती गप्प गप्प होती. ते लक्षात येताच प्रोफेसर कॉलिन्स म्हणाले, "श्रीमती, या प्रदेशाची थोडी ऐतिहासिक पार्श्वभूमी सांग ना मला. तू छानपैकी गाइडचं काम करशील असं माझ्या मित्राने मला सांगितलं आहे, पण तू तर काहीच बोलत नाहीस."

"सर, तुमच्यासारख्यासमोर मी काय बोलणार?"

"पुरे, पुरे. अगं, मला सर वगैरे म्हणू नको. मला माइक म्हटलंस तरी चालेल. अमेरिकेत आम्ही एकमेकांना नावानेच बोलावतो."

"सर, आमच्या संस्कृतीमध्ये आपल्यापेक्षा वडीलधाऱ्या माणसाला अरे-तुरे करणं, त्याच्या नावाने बोलावणं हा उर्मटपणा समजला जातो. तुम्ही माझ्याहून

वयाने आणि ज्ञानाने कितीतरी मोठे आहात. मी तुम्हाला तुमचं नाव घेऊन कधीच हाक मारू शकणार नाही.''

''ठीक आहे, श्रीमती. तू तुला काय पाहिजे ते म्हण. शेवटी नावात काय आहे? पण या ठिकाणाची ऐतिहासिक पार्श्वभूमी तेवढी समजावून सांग म्हणजे झालं.''

''सर, प्रत्येक माणूस ज्या ठिकाणी जन्म घेतो, त्या ठिकाणाचा इतिहास ऐकतच लहानाचा मोठा होतो. मी लहान असताना कधीही माझ्या आईबरोबर इकडे आले की, आई मला या ठिकाणाचं महत्त्व समजावून सांगायची. या प्रदेशात कितीतरी लढाया झाल्या, कितीतरी राजांनी इथे राज्य केलं. अनेक घटनांचा मूक साक्षीदार आहे हे ठिकाण. माझे पूर्वज ऐतिहासिक लढाईचा एक हिस्सा आहेत ही कल्पनाच त्या वयात खूप अद्‌भुतरम्य, रोमांचकारी वाटायची. मीसुद्धा याच प्रदेशाचा एक हिस्सा आहे, असं मला मनातून कुठेतरी जाणवतं. येथे ज्या घटना घडल्या त्या बारा शतकांपूर्वी घडल्या. पण अजूनसुद्धा मी डोळे मिटले की, खूप भावनाविवश होऊन जाते. कितीतरी इतिहासकालीन दृश्यं मी माझ्या मिटल्या डोळ्यांसमोर रंगवते. अर्थात वाढत्या वयाबरोबर जशी माझ्या विचारांमध्ये परिपक्वता आली तशी माझी हिस्ट्री विषयाबद्दलची ओढ वाढत गेली. त्यामुळेच असा भावनाप्रधान दृष्टिकोन बाळगणं मी बंद केलं आणि वास्तवाशी माझं व्यवस्थित नातं जुळलं.''

''खरं आहे तुझं, श्रीमती. एका इतिहासाच्या अभ्यासकाचा दृष्टिकोन तसाच असायला हवा. एका समीक्षकाचा दृष्टिकोन कितीही कंटाळवाणा, नकोसा वाटला तरी तो आपण सोडता कामा नये. जेव्हा मेंदूपेक्षा हृदय वरचढ होऊन बसतं, तेव्हा माणसाचं मन व्यवस्थित काम करत नाही.''

''सर, सॉरी. तुमच्या मूळ प्रश्नाचं उत्तर तर मी दिलंच नाही. या मुलुखावर चालुक्यांच्या घराण्याची सत्ता होती. पूर्वी या बदामीला वातापी असं म्हणत. आठव्या शतकात चालुक्यांनी येथे राज्य केलं. त्या काळी हा प्रदेश अत्यंत समृद्ध होता. त्या राजघराण्याच्या मूळ स्थानाविषयी अनेक दंतकथा प्रचलित आहेत. त्या घराण्याचा मूळ पुरुष म्हणजे पुलकेशी. असं म्हणतात की, एका टेकडीच्या माथ्यावर तो वाघिणीचं दूध पिऊन लहानाचा मोठा झाला. पण मला वाटतं या कथेतून जर काही समजून घ्यायचं झालं तर ते एवढंच की, तो एक अतुलनीय पराक्रमी पुरुष होता. चालुक्यांमधील सर्वांत महान राजा म्हणजे दुसरा पुलकेशी. त्याने नर्मदेच्या तीरी उत्तरेकडील पराक्रमी राजा हर्षवर्धनाचा पराभव केला...''

शशी हा विज्ञान शाखेचा विद्यार्थी होता. तो खरं तर आधी या छोट्या एक दिवसाच्या सहलीला यायला तयारच नव्हता. त्याऐवजी धारवाडला जाऊन एखादा नवा सिनेमा बघावा, असं त्याच्या मनात होतं. तो बराच कंटाळलेला दिसत होता. बिचारा वारंवार घड्याळाकडे बघत होता.

बघताबघता ते बदामीला येऊन पोहोचले. बदामी हे एक सध्याचं लहानसं, पेंगुळलेलं खेडेगाव, ह्याचंच नाव एकेकाळी वातापी होतं. एका वैभवशाली साम्राज्याची राजधानी होती ती. गावाच्या मध्यभागीच तीन ग्रॅनाइट दगडाच्या टेकड्या आहेत. त्यात हिंदू आणि जैन मंदिरे आहेत. या टेकड्यांमध्ये कोरीवकाम करून पायऱ्या बनवलेल्या आहेत व त्या थेट मंदिरांपर्यंत जातात.

वरून पाहिलं की, ते बदामी गाव जणू झोपी गेलेलं गाव वाटतं... कधीच झोपेतून उठणार नाही असं. दु:ख दारिद्र्याने वेढलेलं, त्याचं वैभव भूतकाळात विलीन होऊन गेलेलं.

श्रीमतीने एका गोष्टीकडे सर्वांचं लक्ष वेधलं, ''सर, आपल्याला वरकरणी असं वाटतं की, हे सगळे स्तंभ मंदिराचा भार पेलत उभे आहेत. पण तसं नाहीये. हे सगळे तकलादू, दाखवायचे स्तंभ आहेत. बऱ्याच गुहेतील कोरीव लेण्यांमधे व मंदिरांमधे पुढे हीच संकल्पना वापरण्यात आलेली दिसते. इथे तुम्हाला भगवान श्री गणेश बघायला मिळेल. त्याचा देह मानवाचा, तर मस्तक गजराजाचे असते. त्याला वातापी गणपती म्हणतात.''

प्रोफेसर कॉलिन्स सर्वकाही अत्यंत कुतुहलाने, रस घेऊन बघत होते. बारकाईने निरीक्षण करत होते.

''सर, पूर्वीच्या काळी या सर्व गुहांच्या छतावर अत्यंत सुंदर चित्रं कोरलेली होती. परंतु निष्काळजीपणामुळे, त्या चित्रांची कोणीही देखभाल न केल्यामुळे ती आता दिसेनाशी झाली आहेत.''

''श्रीमती, त्या चित्रांबद्दल मला आणखी माहिती सांग ना.''

हे संभाषण जर असंच चालू राहिलं तर आपण मध्यरात्र झाली तरी धारवाडला परत जाणार नाही, हे आता शशीला कळून चुकलं. त्या दिसतही नसलेल्या पेंटिंग्जबद्दल हे दोघं इतके तळमळीने का बोलत आहेत, हे त्याला कळेना. आपण त्यापेक्षा एखाद्या खाण्याच्या स्टॉलपाशी जाऊन मासिक वाचत बसावं, असं त्याने ठरवलं. तो तिथून गेला, पण एक विद्वान इतिहासकार आणि एक उत्साही विद्यार्थिनी या दोघांच्याही ते लक्षातही आलं नाही.

''सर, या पेंटिंग्जचं जे टेक्निक आहे, ते अगदी अनन्यसाधारण म्हणण्यासारखं आहे. या गुहांमधे व्यवस्थित वायुविजनाची व्यवस्थासुद्धा नाही. शिवाय त्याकाळी कोणतीही अत्याधुनिक तंत्र वा मशिनरी त्यांच्यापाशी नसताना त्यांनी गुहेच्या छतावर चित्रं कशी काय रंगवली असतील? त्यांनी भाज्यांचे रंग, रंगीत दगडांची भुकटी, उसाची मळी, चुनकळी आणि इतर नैसर्गिक रंगांचा वापर केला होता. ते पहिल्या प्रथम माती, दगडाची भुकटी, धान्याची फोलकटे, उसाची मळी आणि शेण यांचे मिश्रण करून त्याने गुहेच्या भिंती सारवून घेत असत. नंतर त्यावर ते चुनकळीचा

थर चढवत. ती भिंत पूर्णपणे सुकली की, ते रंग वापरून आणि घासून ती गुळगुळीत करत. अजंठ्याच्या लेण्यांमधेही हेच तंत्र वापरण्यात आले आहे. परमेश्वर पुलकेशीचा दरबार, कृष्णसुंदरी आणि इतर काही पेंटिंग्ज आज इतकी वर्षे झाली, तरीही अजून त्यांचं सौंदर्य टिकवून आहेत.''

निर्वाणाच्या दिवशी अठरा हातांचा शिव भगवान नृत्य करत आहे, हे दृश्य, तसेच मंगलेश, असंख्य यक्ष-यक्षिणी आणि निद्रिस्त विष्णू अशा इतर अनेक दृश्यांकडे श्रीमतीने त्यांचं लक्ष वेधलं.

एव्हाना दुपारच्या जेवणाची वेळ उलटून गेली होती. सूर्य माथ्यावर आला होता. पण कुणालाच त्याची पर्वा नव्हती. एवढं मोठं वय, विमान प्रवासाचा शीण असं असूनही प्रोफेसर कॉलिन्स यांचा उत्साह एखाद्या नवयुवकालाही लाजवणारा होता.

अखेर त्यांनी दुपारचं जेवण घेतलं आणि ऐहोळे व पट्टदकलकडे प्रयाण केलं. वाटेत त्यांनी जागोजागी उतरून अनेक स्थळांना भेटी दिल्या. हळूहळू अंधार झाला.

अखेर ते सगळे ही सहल आटोपून जेव्हा परतले, तेव्हा श्रीमतीचा लाजाळूपणा कुठेच्या कुठे पळाला होता. ती आता कोणत्याही प्रकारचा संकोच मनात न बाळगता अगदी मोकळेपणे प्रोफेसर कॉलिन्सशी गप्पा-गोष्टी करत होती.

"सर, खरं तर तुम्ही वेरुळला असलेलं कैलास लेणं बघायलाच हवं. ते ताजमहालइतकंच अप्रतिम सुंदर आहे. इतिहासकारांचं तर असं मत आहे की, इतकं सुंदर मंदिर उभारण्यासाठी राष्ट्रकूटांनी जितका पाण्यासारखा पैसा खर्च केला, तेवढा पैसा तर त्यांना लढाया लढण्यासाठीसुद्धा खर्च करावा लागला नसेल. शिवाय श्रवणबेळगोळ येथे जो बाहुबलीचा गूढ मंद स्मितहास्य करणारा पुतळा आहे, तो तर तुम्ही बघितलाच पाहिजे सर. तो एका अखंड खडकात कोरण्यात आलेला आहे. शिवाय बेल्लूर आणि हळेबीड येथील देवालये... त्यांच्या कळसावर जे अप्रतिम शिल्पकलेचं दर्शन घडतं ना...''

प्रोफेसर कॉलिन्स श्रीमतीची ही न संपणारी बडबड ऐकून गालातल्या गालात नुसते हसत होते. अखेर ती म्हणाली, "आमचा देश जर व्यवस्थित पाहायचा असेल, तर तुम्हाला कमीत कमी सहा महिने तरी इथे घालवावे लागतील. तुम्ही इथे परत या. सौंदर्य आणि कलेच्या बाबतीत आमचा देश किती समृद्ध आहे ते पहा.''

ते सगळे थकून भागून हुबळीला जेव्हा परत पोहोचले, तेव्हा रात्रीचे दहा वाजले होते. पण ते अत्यंत खुश होते. नाराज होता तो फक्त शशी. तो मात्र वाटभर वाईट चेहरा करून बसून होता.

दुसऱ्या दिवशी प्रोफेसर कॉलिन्स आपल्या मायदेशी परत जायला निघाले. त्यांचा निरोप घेण्यासाठी श्रीमती, प्रोफेसर राव यांच्या घरी आली.

“सर, मी तुमच्यासाठी एक छोटीशी भेट आणली आहे. आपली कालची छोटीशी सहल तुम्हाला खरंच आवडली ना? इतिहासाविषयी गोडी असण्यासाठी काही प्रत्येकानं इतिहासकारच व्हायला पाहिजे असं नाही. पुण्यात एक अत्यंत प्रसिद्ध गणितज्ज्ञ होऊन गेले. त्यांनी इतिहासाविषयी बरंच काही लिहून ठेवलंय. मला त्यांचं लेखन खूप आवडतं. त्यांचं नाव दामोदर धरमपाल कोसंबी. तुम्हाला त्यांचं हे पुस्तक नक्की आवडेल, सर.”

‘ॲन इंट्रोडक्शन टू द स्टडी ऑफ हिस्ट्री’ हे कोसंबी यांनी लिहिलेलं पुस्तक श्रीमतीने त्यांच्या हातात ठेवलं.

“श्रीमती, तुझ्यासारख्या ज्या विद्यार्थ्यांना हिस्ट्री या विषयाची इतकी ओढ असते, त्यांनी खरं तर संशोधन केलं पाहिजे. तुझी इच्छा असेल, तर मी तुला आमच्या युनिव्हर्सिटीत शिकण्यासाठी स्कॉलरशिप मिळेल, अशी व्यवस्था करतो. तू आर्किऑलॉजी किंवा एशियन हिस्ट्री या विषयाचं शिक्षण घेऊ शकशील. अमेरिका कशी आहे, याची तुला कल्पना नाही. शिक्षणाचा स्वर्ग आहे तो. तुला अनेक सोयी सुविधा, मोठमोठी ग्रंथालये अभ्यासासाठी उपलब्ध असतील. अशा वातावरणात तुझ्यासारख्या विद्यार्थ्यांची फार प्रगती होते.”

त्यांच्या तोंडचं बोलणं ऐकून श्रीमतीला अतिशय आश्चर्य वाटलं, संकोचही वाटला. तिने नम्रपणे मान खाली घातली.

“सर, तुमच्या या ऑफरबद्दल खरंच मी काय म्हणू? मला ते शब्दांत व्यक्त करता येणार नाही. मला तुम्ही इतकी मोठी संधी देऊ केलीत. पण सर, खरं सांगू, मला अमेरिकेत येण्याची मनातून कितीही इच्छा असली, तरी येता नाही येणार. माझं या वर्षी लग्न होणार आहे.”

“अरे वा, कोण आहे तो भाग्यवान? मी असं विचारलेलं चालेल ना?”

“सर, तो माझा वर्गमित्रच आहे. श्रीकांत.”

“श्रीमती, खरं तर तुझ्या खासगी आयुष्यात ढवळाढवळ करण्याचा मला काहीच अधिकार नाहीये. पण तुला असं नाही का वाटत की, तू तुझा इतिहासाचा व्यासंग सोडून दिलास, तर तुझं आयुष्यात खूप मोठं नुकसान होईल? तुला कंटाळा नाही येणार?”

“सर, माझं हिस्ट्री या विषयावर प्रेम आहे हे खरं. पण माझं श्रीकांतवरही तितकंच प्रेम आहे. मी लग्नानंतरही अभ्यास चालू ठेवू शकेन. ज्ञान मिळवण्यासाठी डॉक्टरेटची डिग्रीच मिळवली पाहिजे, असं नाही मला वाटत. माझ्या दृष्टीने पदवीला इतकं काही महत्त्व नसतं.”

“ओके, श्रीमती. तुझ्या भावी आयुष्यासाठी माझ्या शुभेच्छा. मी परत गेल्यावर आपल्या सहलीचे फोटो तुला पाठवीन. गुडबाय अँड गुडलक!”

त्या रात्री प्रोफेसर कॉलिन्स यांनी श्रीमतीच्या बोलण्यावर खूप विचार केला. आपण संशोधनात्मक काम लग्नानंतरही चालूच ठेवू, असं तिचं म्हणणं होतं. पण खरं तर संशोधन म्हणजे नुसता त्या विषयाचा अभ्यास नव्हे. त्यासाठी कितीतरी त्याग करावा लागतो, अपार परिश्रम करावे लागतात. संसाराच्या ओढाताणीतून रोजघडीला समोर उभ्या राहणाऱ्या अनंत अडचणीतून तिला ती गोष्ट शक्य होईल का? ते विचारात गढून गेले. अचानक त्यांना आपली पत्नी जेन हिची तीव्रतेने आठवण झाली. तिने त्यांच्या जोडीने आपली करियरपण केली होती. त्यांना कधीच आर्थिक अडचण भासली नव्हती.

डोरोथी ही त्यांची एकुलती एक मुलगी होती. अमेरिकेत प्रत्येकाचं कुटुंब किती लहान किंवा मोठं असावं, हे ज्या त्या व्यक्तीच्या मनावर असतं. समाजाची फारशी बंधनं व्यक्तीवर नसतात. त्या दोघांनी मिळून परस्परांच्या साथीने इतिहासाच्या मार्गावर वाटचाल केली होती.

दोन विभिन्न संस्कृतींमध्ये विवाहाकडे बघण्याचा दृष्टिकोन किती वेगवेगळा असू शकतो, याची त्यांना जाणीव झाली. त्यांच्या मुलीला लग्न करून संसार थाटण्यात काहीच स्वारस्य नव्हतं. आपला मित्र आणि सहकारी टोनी याच्याबरोबर ती लग्नाशिवायच राहत होती.

त्यांनी कधीही तिला लग्नाविषयी विचारलं की, तिचं उत्तर ठरलेलं असे, "लग्न कशाला करायला हवं? प्रत्येक स्त्रीच्या आयुष्याचं ध्येय केवळ लग्न एवढंच असतं का? लग्न हे सहजीवनासाठीच असतं ना? मात्र आम्ही आत्ता एकत्र आहोतच. एकदा एखाद्या जोडप्याचं लग्न झालं की, लगेच दोघांच्या एकमेकांकडून अपेक्षा वाढीस लागतात, कधीकधी त्या पुऱ्या होऊ शकत नाहीत. मग दोघांचं बिनसतं; म्हणून, खरं सांगू, जे काही चाललंय, त्यात मी समाधानी आहे."

अर्थात आपल्या आईवडिलांविषयी तिला आदर किंवा प्रेम नव्हतं, असं मात्र नाही. पण तिची तत्त्वं, तिचा जीवनाकडे बघण्याचा दृष्टिकोन खूप वेगळा होता. अमेरिकन संस्कृतीमधे या सर्व गोष्टी आडपडदा न बाळगता व्यक्त करण्याची मुभाही तिला होती.

श्रीमती ही आपल्या डोरोथीपेक्षाही कितीतरी कुशाग्र बुद्धीची विद्यार्थिनी आहे, हे प्रोफेसर कॉलिन्स यांच्या लक्षात आलं होतं आणि इथे ती सरळ आपलं सर्वस्व त्या एका लग्नावर ओवाळून टाकायला तयार झाली होती.

अगदी लहान वयापासूनच डोरोथीच्या वाट्याला शिक्षणाच्या दृष्टीनं अत्योत्तम वातावरण आलं होतं. तिला उत्कृष्ट प्रशिक्षण लाभलं होतं. तिने आपल्या आईवडिलांबरोबर जगप्रवास केला होता. मोठमोठ्या इतिहासकारांना जवळून भेटण्याची संधी तिला मिळाली होती. यातील कुठलीही संधी श्रीमतीला मिळाली नव्हती, पण ती डोरोथीपेक्षा फार बुद्धिमान होती.

आपण कोणत्या अंधारात उडी घेत आहोत, याची या मुलीला खरोखरच कल्पना नाही, असं त्यांना वाटलं. लग्नानंतर थोड्याच दिवसात सुरुवातीचा उत्साह संपुष्टात येईल, नव्या नवतीचा आनंद ओसरेल, तिच्याकडून इतरांचं अपेक्षांचं ओझं वाढतच राहील, आणि अखेर तिच्या लक्षात येईल, आपण कोणती गोष्ट गमावून बसलो ते! पण तेव्हा फार उशीर झालेला असेल.

श्रीमतीनं असं आपलं शिक्षण अर्ध्यात सोडू नये, असं प्रोफेसर कॉलिन्सना तीव्रतेने वाटलं. पण अखेर हे तिचं आयुष्य होतं. त्याविषयीचा निर्णय तिचा तिनंच घ्यायचा होता. शिवाय हा भारत देश होता.

इथे हे असंच चालणार, ही वस्तुस्थिती होती.

१०

श्रीकांत नुकताच येऊन श्रीमतीला भेटून परत गेल्यावर ती मनातून खूप अस्वस्थ झाली. आजकाल ती खूप अंतर्मुख, अबोल झाली होती, हे तिच्या आईच्या पण लक्षात आलं होतं. वंदनाचा साखरपुडा झाला आहे आणि आपल्या भविष्यकाळाविषयी मात्र अजून काहीच ठरलेलं नाही, या विचारांनी कदाचित ती अस्वस्थता असेल.

आपल्या मुलीची आणि श्रीकांतची बरीच घट्ट मैत्री आहे, याची कमलेला कल्पना होती. ते एकमेकांना भेटतात, पत्रं लिहितात हेही माहीत होतं तिला. पण तिने त्यांना त्याबद्दल कधी उत्तेजनही दिलं नाही, की कधी छेडलंही नाही, विरोधसुद्धा केला नाही. आपली मुलगी एक परिपक्व, संवेदनशील मुलगी आहे याची तिला खात्री होती. कोणत्याही आईच्या मनात जे विचार घोळत असतात, तेच तिच्याही मनात घोळत होते– आपल्या मुलीच्या लग्नाचे विचार.

अगदी कमलेने एखाद्या दिवशी त्याविषयी विचार केला नसला, तरी तिची सासू रिंदाक्का होतीच की, तिला त्याविषयी टोचून बोलायला. या विषयावर आपण मोकळेपणे कुणाशी बोलायचं, हेच कमलेला कळत नव्हतं.

तिचा पती एक बेजबाबदार माणूस होता. त्याच्याशी हा विषय काढून बोलण्यात काहीच अर्थ नव्हता.

तो पौर्णिमेचा दिवस होता. वातावरण अत्यंत शांत होतं.

कमला बागेतल्या एका दगडी बाकावर बसून होती. आपल्या मुलीच्या भविष्याचा विचार करण्यात गढून गेली होती. शीतल चांदण्यानेसुद्धा तिच्या जिवाची तगमग थांबत नव्हती.

श्रीमती हलकेच येऊन आपल्या आईपाशी उभी राहिली.

"अव्वा, कसला विचार करते आहेस? माझाच ना?"

"हो, गं. तुझाच, तुझ्या भविष्याचा. आता या वर्षी तुझं एम.ए. पूर्ण होईल. पुढे काय?"

"अव्वा... मला पण तुझ्याशी त्याबद्दलच बोलायचं होतं."

"तुला स्वत:च्या लग्नाबद्दलच बोलायचंय ना?"

श्रीमती आश्चर्याने थक्क झाली.

"तू कसं ओळखलंस?"

"श्रीकांतशीच करायचंय ना लग्न तुला? आत्ता नुकताच तो येऊन गेला, तेव्हा त्याने लग्नाचा विषय काढला का?"

"हो, काढला."

ते शब्द ऐकून कमला एकदम गप्प झाली. श्रीमतीला ते पाहून नवल वाटलं. तिला वाटलं होतं, आपली आई मोठ्या आनंदानं या लग्नाला मान्यता देईल.

"का गं अव्वा? तुला तो आवडत नाही का? हे लग्न होणं तुला योग्य नाही का वाटत? पण अव्वा, तो खूप चांगला मुलगा आहे. आपण त्याला आज किती वर्षांपासून ओळखतोय. तो लग्नाच्या दृष्टीने अजून लहान आहे... शिवाय त्याला नोकरीपण नाही... असं तर तुझ्या मनात नाही ना? तो आता पुढच्या खेपेला येईल तेव्हा तुझ्याशी बोलेलच इकडे येऊन."

श्रीमती घाईघाईने म्हणाली. कमलाचा चेहरा काळजीत पडलेला दिसत होता.

"श्रीमती, मला श्रीकांतविषयी काही काळजी वाटत नाही. तो खूप चांगला मुलगा आहे, याची मला पूर्ण कल्पना आहे. तुझा आणि त्याचा संसार खूप चांगला होईल, याची पण खात्री आहे मला. मला काळजी वाटते ती फक्त त्याच्या घरच्यांची. त्यांचे आणि आपले संबंध कसे आहेत, ते तुला माहीतच आहे. श्रीमती, मी तुझी आई आहे, पण त्यापेक्षाही मैत्रीण आहे. मी तुला मैत्रीण म्हणून एक सल्ला देऊ?"

श्रीमतीने मान हलवून होकार दिला. तिच्या मनात आपल्या आईबद्दल अपार ओढ दाटून आली.

कमला म्हणाली, "अगं, आपल्या समाजात जेव्हा दोन व्यक्तींचा विवाह होतो, तेव्हा तो त्या व्यक्तींपुरताच मर्यादित नसतो. दोन कुटुंबांचं, दोन घराण्यांचं ते मीलन असतं. मी त्याच्या घरच्या लोकांना नीट ओळखते. ते आपली सून म्हणून तुझा स्वीकार कधीही करणार नाहीत. ते तुझ्यावर कधीच प्रेम करू शकणार नाहीत."

"अव्वा, हे मात्र खरं नाही हं. कदाचित तुमच्या वेळी तसं असेलही. पण आता हे असं काही उरलेलं नाही. आता खूप बदल झालाय. शिवाय लग्न झाल्यावर मी कुठे त्या घरात राहणार आहे? मी श्रीकांतबरोबर खूप लांब राहत असणार."

"श्रीमती, अगं काही गोष्टी काळाबरोबर बदलत नाहीत. त्या कायम तशाच राहतात. सासू आणि सुनेमधलं नातं खूप गुंतागुंतीचं असतं. तू एक स्वतंत्र व्यक्ती म्हणून वाढली आहेस. आमच्या पिढीच्या बायकांना खूप धीराने, शांतपणे, सोशिकपणे जगायची... सारं काही सहन करायची सवय होती. तशी तुला कुठे आहे? मला फक्त इतकंच म्हणायचंय की, आपल्या सासरच्यांनी आपलं कौतुक करावं, आपल्याला मान द्यावा, आपल्या अंगच्या गुणांची कदर करावी, असं प्रत्येक सुनेला वाटतच असतं. पण तुझ्याबाबतीत मात्र ती गोष्ट कधीच घडणार नाही. तुला प्रेम मिळेल ते फक्त श्रीकांतचंच."

"हे तू खात्रीशीर कसं काय सांगू शकतेस?"

"श्रीमती, अगं सुनेविषयीच्या त्यांच्या अपेक्षा फार वेगळ्या आहेत. श्रीकांतच्या आपल्या पत्नीकडून असलेल्या अपेक्षा त्यापेक्षा काही निराळ्याच आहेत."

आपल्या आईच्या तोंडचे शब्द ऐकून श्रीमती खूप अस्वस्थ झाली. कमला पूर्ण विचार केल्याशिवाय कधीही बोलत नसे. त्यामुळेच तिचं बोलणं आपण गांभीर्यानं घेतलं पाहिजे, याची श्रीमतीला जाणीव होती. तरी पण आपण रमा आणि गंगाक्का या दोघींचं मन जिंकायचंच, असा तिने मनोमन निश्चय केला.

त्याच दिवशी पोस्टाने तिच्यासाठी एक पत्र आलं.

माझ्या श्रीमतीस,

काय झालं गं? मी इकडे परत आल्यावर तुझ्याकडून चांगल्या भल्यामोठ्या पत्राची वाट पाहत होतो. पण तू तर काहीच लिहिलं नाहीस. मी तुला लग्नाची मागणी घातल्यावर तुला आश्चर्याचा धक्का बसला असेल ना? एकदा वंदनाचं लग्न होणार म्हटल्यावर तुझ्या घरचे लोक घाईने तुझ्या पण लग्नाच्या हालचाली सुरू करतील, अशी मला भीती वाटली. तसं झालं, तर माझी श्रीमती मला कायमची दुरावेल आणि दुसऱ्या कुणाचीतरी श्रीमती होऊन जाईल. मी खरं तर अजून शिकतोच आहे. पण तरीही मी आत्ता तुला लग्नाची मागणी घातली. तू माझ्यासाठी खूप खूप मौल्यवान आहेस. आपण एकमेकांचे जिवलग मित्र आहोत आणि या मैत्रीचा शेवट लग्नात व्हावा, असं मला वाटतं. ही जर नॉर्मल परिस्थिती असती, तर मी शिक्षण पूर्ण करून नोकरी मिळाल्यावर जरा स्थिरस्थावर झाल्यावर तुला लग्नाची मागणी घालणं उचित ठरलं असतं. पण तेवढं सगळं होईपर्यंत आपल्या हुबळीच्या स्टँडर्डने तुझं लग्नाचं वय उलटून गेलं असतं. तुला घरच्यांकडून दबाव आला असता. तुला ते सगळं सहन झालं नसतं.

श्रीमती, आपलं लग्न ही काही साधीसुधी, सुरळीत पार पडणारी गोष्ट नसणार, याची मलाही कल्पना आहे. दोन्ही घरून भरपूर विरोध हा होणारच. माझी आई आणि

तुझी आजी यांचं जग धारवाडच्या पलीकडे विस्तारलेलं नाही, याची मला जाणीव आहे. पण जीवनात आपण त्या पलीकडे जाऊन विचार करायला हवा. आज जगात आंतरराष्ट्रीय विवाहसुद्धा होत आहेत. मला वाटतं, आपण दोघं मिळून हा अडथळा कसाही पार करू.

आपल्याला वेळ खूप कमी मिळाला, त्यामुळे मी तुला माझ्या भविष्याच्या प्लॅन्सविषयी काहीच सांगू शकलो नाही. पण एव्हाना तुला समजलंच असेल की, एक साधासुधा इंजिनिअर होऊन हुबळीत सरकारी नोकरी करायची मला इच्छा नाही. मला कॉम्प्युटर्समधे करियर करायची आहे. अर्थात त्यासाठी मला परदेशीच जायला पाहिजे असं काही नाही. इथे भारतात राहूनही अत्याधुनिक तंत्रज्ञानाचं शिक्षण घेणं आज शक्य आहे.

नुकताच आमच्या इथे कँपस इंटरव्ह्यू झाला. एबीसी टेक्नॉलॉजीज लिमिटेडने मला जॉब ऑफर दिली आहे, सॉफ्टवेअर इंजिनिअर म्हणून. त्यांनी पगारही चांगला देऊ केलाय. माझ्याहून सिनियर असलेला वासुदेव शेणॉय हा तीन वर्षांसाठी परदेशी चाललाय. त्याचं मुंबईत घर आहे. ते तो भाड्याने द्यायचा विचार करतच होता. ते घर तो आता मलाच भाड्याने देणार आहे.

मला मुंबईतच राहायचंय. मी मुंबईच्या आता प्रेमात पडलोय. बाहेरच्यांना हे एक यांत्रिक शहर वाटतं. इथे काही अर्थपूर्ण नातेसंबंध जुळूच शकणार नाहीत, असं वाटतं. इथे मुंबईत रोजच्या जगण्यासाठी, अगदी छोट्या छोट्या गोष्टींसाठीसुद्धा खूप धडपड करावी लागते. पण तरीही मला मुंबई आवडते. इथलं वातावरण प्रोफेशनल आहे, इथे परिश्रमांना किंमत आहे. हुबळीचं सुंदर, साधं सरळ आयुष्य इथे मिळणार नाही. पण या सगळ्या गोष्टी असूनही तू माझ्याबरोबर राहशील ना इथे?

मी माझ्या आईलाही पत्र लिहिलंय. त्यात मी माझ्या नोकरीविषयी, घराविषयी लिहून माझी लग्नाची इच्छा असल्याचंही सूचित केलंय. पण अजून मी त्या संदर्भात तुझा उल्लेख केलेला नाही. मला ऑगस्टमधे नोकरीत रुजू व्हावं लागेल. मी आता पुढच्या खेपेला हुबळीत आलो की, माझ्या आईपाशी हा विषय काढीनच. माझी फक्त एक छोटीशी विनंती आहे. आपलं लग्न अगदी साधेपणाने व्हावं.

सदोदित तुझाच.

श्री.

श्रीमतीच्या आयुष्याला आता लवकरच एक वेगळीच कलाटणी मिळणार होती.

११

गंगाक्काला तिच्या मुलाचं पत्र आलं. त्यात खुशखबर होती– त्याला एक उत्तम नोकरी मिळाली होती. शिवाय राहायला घरही मिळालं होतं. ते पत्र वाचून तिचा ऊर अभिमानाने भरून आला. तिने आपल्या कुलदैवताचे मैलारालिंगाचे नामस्मरण करून मनातल्या मनात हात जोडले.

पण पत्राच्या शेवटच्या तीन चार ओळी वाचून मात्र ती मनातून अस्वस्थ झाली. श्रीकांतने लिहिलं होतं, ''अव्वा, मला होस्टेलचं आणि हॉटेलातलं जेवण जेवून अगदी कंटाळा आलाय. आता मला लग्न करून मुंबईत बिऱ्हाड करावंसं वाटू लागलंय.''

गंगाक्काला ही गोष्ट मुळीच आवडली नाही. तिच्या दृष्टीने खरं तर श्रीकांतच्या लग्नाची इतकी घाई नव्हतीच. आत्ताशी तो फक्त तेवीस तर वर्षांचा होता आणि नुकताच बी.टेक. झाला होता. त्याला नोकरी होती. तो दिसायला देखणा होता. अजून काही वर्षे लग्नासाठी थांबला असता, तरी चाललं असतं.

तेवीस हे वय एखाद्या मुलीच्या लग्नासाठी योग्य होतं, पण मुलासाठी नाही. त्याला होस्टेलच्या आणि हॉटेलच्या जेवणाचा कंटाळा आला असणार, हे अगदी उघडच होतं. पण तो जर हुबळीला आला तर तोही प्रश्न सुटण्यासारखाच होता, असं तिने मनाशी ठरवलं.

त्याला मुंबईत राहण्याची काय गरज आहे, हेच गंगाक्काला समजत नव्हतं. मुंबई हे किती परकं गाव. गंगाक्काचा दूरचा चुलतभाऊ श्याम पी.डब्ल्यू.डी.त मोठ्या हुद्यावर होता. तो पण इंजिनिअरच होता. तो किती सुखात, आरामात इथे राहत होता. श्रीकांतच्या मनात श्रीमतीशी लग्न करण्याचे विचार घोळत असतील, असं मात्र गंगाक्काच्या मनातसुद्धा आलं नाही.

आपल्या मुलाच्या लग्नाची गंगाक्काला घाई नव्हती, हे तर खरंच होतं. पण मुलगा स्वतःच लग्नाची गोष्ट करतो आहे, म्हटल्यावर त्या गोष्टीकडे एका आईने दुर्लक्ष करणंसुद्धा बरोबर दिसलं नसतं.

गंगाक्काचं आपली मुलगी रमा हिच्याशी खूप सख्य होतं. दोघींची विचारसरणी एकच होती. तिने रमाला पत्र लिहून श्रीकांतने तिला जे काही सुचवलं होतं ते सांगितलं. रमाला पत्र वाचून आनंद झाला आणि ती आपल्या दोन्ही मुलांना घेऊन हुबळीला माहेरी आली.

आई आणि मुलीने एकत्र बसून श्रीकांतच्या लग्नाची सविस्तर चर्चा केली. श्रीकांतसाठी नक्की कशी मुलगी बघायची? मुलगी अत्यंत आज्ञाधारक असली

पाहिजे, दिसायला सुंदर आणि श्रीमंत घराण्यातली असली पाहिजे. अर्थात ही गोष्ट इतकी उघडपणे कोणापुढे व्यक्त करणं बरं दिसलं नसतं, म्हणून त्यांनी त्यावरही एक उपाय शोधून काढला.

गंगाक्का आणि तिच्या बरोबरीच्या बायका रोज पुराण ऐकायला देवळात जायच्या. पुराणाला नेहमी जरा वयस्कर बायकाच जमतात. तिथे पुराणातल्या कथा ऐकण्याबरोबर त्यांना बऱ्याच विषयावर गप्पापण मारायला मिळतात. गंगाक्का आणि तिच्या मैत्रिणीपण रोज एकमेकांच्या कुटुंबाविषयी चौकशा करायच्या. शिवाय ते ठिकाण म्हणजे अक्षरश: चावडीच होती. सगळ्या गावभराच्या बातम्या तिथे बसल्याबसल्या गंगाक्काला समजायच्या. अशाच एका संध्याकाळी गंगाक्काने आपण आपल्या मुलाकरता मुली बघत असल्याचं जाहीर करून टाकलं.

"आम्हाला चांगली शिकलेली, ग्रॅज्युएट मुलगी हवी आहे. आम्हाला पैशाचं काही महत्त्व नाही. एक सुस्वभावी, चांगली मुलगी आमच्या घरी येणार असेल, तर नारळ आणि मुलगीसुद्धा आम्हाला चालेल." असं ती सर्वांना ठासून सांगायची. पण तिला व्यवस्थित ओळखणारे लोक मात्र तिच्या बोलण्याचा मथितार्थ जाणून होते.

रमाच्या सासरच्या माणसांना तर आपली मुलगी रजनी हिचं लग्न श्रीकांतशी करून द्यायची इच्छा होती. रमाच्या सासरचे लोक लोभीवृत्तीचे होते. इतकी वर्षे गंगाक्काने वेळोवळी त्यांच्यासाठी महागड्या भेटी आणून त्यांना संतुष्ट ठेवलं होतं. रमाच्या घरच्या सर्व सुनांमधे कायम रमाचंच वर्चस्व राहावं, यासाठी गंगाक्काची ही सगळी धडपड होती. रजनी– रमाच्या नवऱ्याची बहीण, म्हणजेच रमाची नणंद. तिच्या आईवडिलांना आपल्या मुलीसाठी श्रीकांत जावई म्हणून पसंत होता.

रमा आणि गंगाक्का या दोघींनाही ही कल्पना मुळीच आवडली नाही. रजनी रंगाने काळी होती. पण हे उघडपणे बोलून दाखवणंही शक्य नव्हतं. मग त्यांनी त्यासाठी एक राजमार्ग शोधून काढला. गंगाक्का आदराने, पण एक भलामोठा सुस्कारा टाकून म्हणाली, "रजनी, माझी सून म्हणून या घरात आली असती, तर किती बरं झालं असतं? मी तर देवाकडे तशी प्रार्थना करत होते. पण दोघांची पत्रिकाच पटत नाहीये. आपण तरी काय करणार?"

नको असलेल्या स्थळांना वाटाण्याच्या अक्षता लावून परत पाठवण्यासाठी 'पत्रिका पटत नाही' ही सबब फार सोयीस्कर होती. जिथे जिथे गरज पडेल तिथे गंगाक्का हीच सबब पुढे करत असे.

आणखी एका व्यक्तीची नजर श्रीकांतवर होती. गंगाक्काचा मोठा भाऊ शीनाप्पा. याची पण श्रीकांतला आपला जावई करून घेण्याची इच्छा होती. त्याला रत्ना नावाची मुलगी होती. उत्तर कर्नाटकात आतेमामे भावंडांची लग्ने नेहमीच करण्यात येतात. शीनाप्पा आपल्या बहिणीसाठी व भाचीसाठी पुष्कळ भेटी घेऊन

आला. एकदा रमाला खुश केलं की, ती आपल्या आईचं मन वळवेल, याची त्याला खात्री होती. शीनाप्पाचं बोलणं अतिशय गोड होतं. पण तो धूर्त होता, कावेबाज होता. त्याने आपल्या बहिणीच्या मनात संशयाचं बीज पेरण्यास सुरुवात केली.

"हे बघ गंगाक्का, जर एकदम परक्या घरातली मुलगी तुझी सून म्हणून आली, तर ती म्हातारपणी तुझी काळजी घेणार आहे का? आधीच आयुष्यात तू इतकं काही भोगलंयस. माझ्या मुलीला तू खूप आवडतेस. शिवाय ती बऱ्याच बाबतीत अगदी रमा सारखीच आहे. आता ती वर्णानं श्रीकांत एवढी गोरी नाहीये, हे खरं. पण त्या दोघांच्या पत्रिका इतक्या उत्तम जुळतायत. प्लीज... तू आमच्याबद्दल मनात तिटकारा बाळगू नको. आम्हाला कमी लेखू नको. काही झालं तरी आम्ही आमच्या मुलीचं लग्न अगदी उत्तम रीतीने करून देऊ. तू फक्त सांग तुला काय हवं ते- रोख रक्कम, सोनं नाणं, घर?"

गंगाक्का आता चांगलीच गोत्यात आली. तिला रत्ना आपली भाची म्हणून आवडायची हे खरं, पण तिला आपली सून करून घेण्याची कल्पना मात्र तिला मुळीच पसंत नव्हती. रत्ना उर्मट, अशिक्षित तर होतीच, पण रंगरूपानेही यथातथाच होती.

तिच्याशी लग्न करायला श्रीकांत तयार तरी कसा होईल? फक्त एक गोष्ट खरी होती- गंगाक्काच्या संकटकाळात शीनाप्पाच वेळोवेळी तिच्या मदतीला धावून आला होता. पण त्या उपकाराची परतफेड करण्यासाठी शीनाप्पाचा हा प्रस्ताव मान्य करण्याची तिची मुळीच इच्छा नव्हती.

नेहमीप्रमाणेच गंगाक्काने, गोड गोड बोलून या संकटातून स्वतःची सुटका करून घेतली.

"शीनाप्पा, तुझ्या मदतीशिवाय माझा कसा काय निभाव लागला असता? आम्हा सर्वांवर तुझे इतके उपकार आहेत की, अक्षरशः या जन्मी तरी ते फिटणार नाहीत. पण श्रीकांतने मला एक गोष्ट अगदी ठामपणे बजावून सांगितलेली आहे. काहीही झालं, तरी नात्यात लग्न करायचं नाही, असं त्याने ठरवून ठेवलेलं आहे. खरं तर रत्ना मला आधीपासूनच पसंत होती. पण श्रीकांतला रत्ना ही आपल्या सख्ख्या बहिणीसारखीच वाटते. मी त्याच्या मनाविरुद्ध जाऊ शकत नाही. माझा नाइलाज आहे."

श्रीकांतलाच नव्हे तर गंगाक्कालाच रत्ना सून म्हणून नको आहे, ही गोष्ट शीनाप्पाला व्यवस्थित समजली. म्हणे श्रीकांतला रत्ना आपल्या सख्ख्या बहिणीसारखी वाटते! सगळे बहाणे होते नुसते. खरं तर गंगाक्कालाच रत्नाहून चांगली सून हवी होती, श्रीमंताची, देखणी. तिने त्यासाठी श्रीकांतच्या नावाचा नुसता वापर केला होता.

आता हिच्यावर आणखी दबाव आणूनही काही उपयोग होणार नाही, हे शीनाप्पाला कळून चुकलं. पण आपला मुद्दा न सोडता तो म्हणाला, "ठीक आहे. नाहीतरी लग्नाच्या गाठी या स्वर्गातच बांधलेल्या असतात, तेव्हा श्रीकांतचं कुणाशी लग्न होतंय, ते बघूच आता!"

गंगाक्का आपल्या मुलासाठी मुली बघते आहे, हे वंदनाच्या आईच्याही कानावर आलंच होतं. वंदनाची धाकटी बहीण कविता बी.ए.च्या दुसऱ्या वर्षाला होती. आपण तिच्यासाठी श्रीकांतचं स्थळ बघावं, असं तिच्या आईने ठरवलं. श्रीकांतची आई आणि बहीण या दोघीही अत्यंत मतलबी आणि पाताळयंत्री स्त्रिया आहेत, एवढी एक गोष्ट वगळता त्याचं स्थळ खरोखरच उत्तम होतं.

वंदनाच्या आईने वंदनाला एक दिवस विचारलं, "श्रीकांत तुझ्या वर्गात होता ना गं? आपण आपल्या कवितासाठी त्याचं स्थळ पाहिलं तर?"

वंदनाला हे ऐकून आश्चर्याचा धक्काच बसला. "अव्वा, हे असलं काहीतरी करू नको... " पण याहून अधिक काहीच ती आपल्या आईपुढे बोलू शकत नव्हती. उगीच श्रीमती संकटात सापडायची.

"का गं? तो मुलगा तर किती चांगला आहे! शिवाय श्रीकांत लग्नानंतर वेगळं बिऱ्हाड करून मुंबईलाच राहणार आहे ना? शिवाय तू पण मुंबईलाच असशील," वंदनाची आई म्हणाली. आपल्या मुलीच्या चेहऱ्यावरचे भाव पाहून तिला जरा विचित्रच वाटलं.

"नाही गं, अव्वा. ते काहीही असलं, तरी तू उगीच विचारायला जाऊ नको. श्रीकांत नाहीच म्हणेल."

"असं का म्हणतेस? तुझ्या सासरच्यांना दिला, तसाच भक्कम हुंडा त्यांनाही आपण देऊ या ना. शिवाय आपली कविता दिसायलासुद्धा चांगली आहे. आधी आपण त्यांच्याकडे कविताची पत्रिका तर नेऊन देऊ. शिवाय लग्न लगेच होईलच असं कशावरून?"

वंदना या गोष्टीला इतका विरोध का करते आहे, ते तिच्या आईला कळेना.

उपवर मुलींच्या आईवडिलांनी अचानक गंगाक्काकडे आता नीट लक्ष द्यायला सुरुवात केली होती. आजपर्यंत रस्त्यात भेटल्यावर तिला कधी ओळख दाखवण्याचे कष्ट न घेणाऱ्या लोकांचा समावेशही त्यात होता. काही लोक तर मुद्दाम आवर्जून वाकडी वाट करून तिला जाऊन भेटत, तिच्याशी गप्पा मारत आणि तिला आपल्या घरी चहासाठी बोलावत.

एक दिवस पुराणिकबुवा अण्णाचारींनी रमाला आणि गंगाक्काला मुद्दाम आपल्या घरी चहापानासाठी बोलावलं. गेल्या वीस वर्षांत याच पुराणिकबुवांनी त्या दोघींची कधी साधी दखलसुद्धा घेतलेली नव्हती. गंगाक्का हर्षभरित झाली. पुराणिकबुवांच्या

घरी त्या दोघींचं अगदी राजेरजवाड्यांसारखं थाटामाटात स्वागत करण्यात आलं. अण्णाचारींची पत्नी चंपाक्का हिने खपून फराळाचे विविध पदार्थ केले होते. एकामागोमाग एक पदार्थ आणून ती त्यांना आग्रहाने वाढत होती. शेवटी एकदाचा त्या दोघांनी विषयाला हात घातला.

"गंगाक्का लहानसहान माणसांवरसुद्धा भाग्यदेवतेची मेहेरनजर कधी आणि कशी वळेल, काही सांगता येत नाही. गंगाक्का तुम्हाला माहीतच आहे, नवलगुंदचं देसाई घराणं किती प्रसिद्ध आहे ते. ते अत्यंत श्रीमंत आहे. घरी सोनं, नाणं गडगंज आहे. त्यांना दोनच मुली आहेत. थोरल्या मुलीला विजापूरच्या एका श्रीमंत घरी दिली आहे. दुसरी मुलगी इंदिरापण आता लग्नाची आहे. दिसायला खूप सुंदर आहे. तिने कॉलेजच्या तिसऱ्या वर्षापर्यंत शिक्षण घेऊन मधे सोडून दिलं. बी.ए. ची पदवी तेवढी घेतली नाही."

अण्णाचारी पुढे म्हणाले, "या अशा लोकांना शिक्षणाचं काय हो कौतुक? त्यांना कुठे पुढे नोकरी करायची असते? त्यांच्या नजरेत श्रीकांतचं स्थळ भरलंय. अर्थात मीच सुचवलंय ते त्यांना."

गंगाक्काचा आनंद गगनात मावेना. या इतक्या बड्या लोकांना श्रीकांतच्या स्थळात रस असावा, याचं तिला नवल वाटलं. श्रीकांतच्या दृष्टीने हे स्थळ फारच चांगलं होतं. पण त्या लोकांची पोटजात गंगाक्कापेक्षा वेगळी होती. तिने विचारलं, 'हो! पण ते लोक वैष्णव आहेत ना?"

खरं तर स्वत: अण्णाचारी या अशा बाबतीत फारच कर्मठ होते. पण आत्ता मात्र देसाई कुटुंबीयांचं मत आपल्याबद्दल चांगलं व्हावं, अशी त्यांना इच्छा असल्यामुळे त्यांनी आपला सनातनीपणा सोडला होता आणि ते उदारमतवादी झाले होते. "गंगाक्का, अहो त्याने काय फरक पडणार आहे एवढा? देवाचेच दोन्ही चेहरे. दोन रूपे. एकाला आपण शिव म्हणतो तर दुसऱ्याला विष्णू. एकाच परमात्म्याची नुसती दोन नावं. या आजकालच्या काळात तुम्ही असा भेदभाव करता कामा नये."

अर्थात आपण स्वत: वैष्णवांच्या घरचं पाणीसुद्धा पीत नाही, ही गोष्ट त्यांनी उघड केली नाही.

"पण पत्रिकेचं काय?" रमाने मुद्दा उपस्थित केला.

"अहो गंगाक्का, मी स्वत:च इंदिरा आणि श्रीकांत या दोघांच्या पत्रिका जुळवून पाहिल्या आहेत आणि त्या फार उत्तम जुळल्या आहेत. इंदिरेच्या पावलाने श्रीकांतचं भाग्य उजळणार आहे. श्रीकांतसाठी इतकं चांगलं स्थळ चालून आलंय. याबद्दल तुम्ही स्वत:ला नशिबवान समजा गंगाक्का!"

आई आणि मुलीचा आनंद गगनात मावेना. इंदिरा आणि श्रीकांत यांचं लग्न कसं थाटामाटात होईल याची स्वप्नं रमा पाहू लागली. देसाईंनी आपल्या थोरल्या मुलीचं

लग्न कसं भपक्यात करून दिलं होतं, याची वर्णनं त्यांच्या कानावर होतीच. आता तर त्या सगळ्या समारंभाचं, थाटामाटाचं केंद्रस्थान त्यांचा श्रीकांतच असणार होता. शिवाय या ठिकाणी श्रीकांतचं लग्न झाल्यामुळे त्यांची प्रतिष्ठा केवढीतरी वाढणार होती.

अण्णाचारींचं दोघींच्या चेहऱ्याकडे बारकाईनं लक्ष होतं. दोघीही या प्रस्तावाला अनुकूल आहेत, हे त्यांनी ताबडतोब हेरलं. त्यानंतर क्षणभराचाही विलंब न लावता ते म्हणाले, "येत्या रविवारी देसाईंना मी तुमच्या घरी मुलगी दाखवायला जायचं आहे, असा निरोप पाठवतो. मी स्वत:पण येईनच बरोबर. हे लवकरात लवकर जुळून आलं तर बरं."

अशा प्रकारे अण्णाचारींच्या घरच्या चहापानाचा शेवट तर फारच गोड झाला.

आई आणि मुलगी घरी येताच साफसफाईच्या आणि घर सजावटीच्या कामाला लागल्या, रविवारची तयारी म्हणून. काहीही झालं तरी येणाऱ्या पाहुण्यांचं मत आपल्याविषयी चांगलं झालंच पाहिजे, असा त्यांनी निश्चय केला होता.

अखेर रविवार उजाडला. देसाई मंडळी आपल्या भपकेबाज गाडीतून, आपल्या श्रीमंतीचं प्रदर्शन करत आली. स्त्रिया दागदागिन्यांनी लगडलेल्या होत्या.

त्यांची मुलगी इंदिरा एकूण जरा मंदच होती. दिसायला पण यथातथाच होती. पण तिच्या वडिलांच्या संपत्तीकडे पाहून गंगाक्काचं मन या गोष्टीकडे काणाडोळा करण्यास तयार होतं.

देसाईंची पत्नी मात्र गंगाक्काचं घरदार बघून जरा निराशच झाली. तिच्या चेहऱ्यावर तसे भाव स्पष्ट उमटले, तिने ते लपवलेसुद्धा नाहीत. तिच्या दृष्टीने गंगाक्काचं घर फारच साधं होतं. त्यांची परिस्थिती अगदीच साधारण दिसत होती. शिवाय गंगाक्का आणि तिच्या मुलीची लोभी वृत्तीपण तिच्या लक्षात आल्यावाचून राहिली नाही, त्या दोघींच्या मनात काय वाटेल ते झालं तरी इथे सोयरीक जुळायला हवीच होती.

सुरुवातीला चहा, फराळ आणि थोड्या इकडच्या तिकडच्या गप्पा गोष्टी झाल्या आणि मग अचानक शांतता पसरली. आता काय बोलायचं, कसं बोलायचं ते दोन्हीकडच्या लोकांना कळेना.

अण्णाचारींनी आता पुढे होऊन परिस्थितीचा ताबा घेतला. "अरे... काही वादाचा मुद्दाच येत नाही. श्रीकांत इतका विलक्षण बुद्धिमान मुलगा आहे. शिवाय अगदी सरळ, साधा आहे. त्याने जर आय.ए.एस.ला अप्लाय करायचं ठरवलं ना, तर धारवाडचा कलेक्टर होईल. तो अगदी आज्ञाधारक आहे. प्रभुरामचंद्रांप्रमाणे आपल्या आईच्या प्रत्येक आज्ञेचं पालन करतो तो. तो तुमच्या मुलीला नक्कीच सुखात ठेवील." अण्णाचारींना काहीही करून इथे लग्न ठरवायचंच होतं, त्यामुळे

त्यांनी उत्साहात आपली बडबड सुरूच ठेवली. आय.ए.एस.ची परीक्षा उत्तीर्ण होण्याची गरज असते. नुसतं अप्लाय करून कोणी कलेक्टरची जागा मिळवू शकत नाही, हे पण त्यांना माहीत नव्हतं.

अण्णाचारींच्या बोलण्याला मिसेस देसाईंनी खीळ घातली. ''पैसा आमच्या दृष्टीने इतका महत्त्वाचा नाही. पण आम्ही आमच्या मुलांना फार ऐषारामात वाढवलंय. आमच्या मुलीला कष्टाची मुळीच सवय नाहीये. आमच्या घरी सर्वच सुखसोयी आहेत. आम्ही मुलाला अर्थातच सर्वतोपरी मदत करू. पण त्याने आमच्या मुलीला सुखात ठेवलं पाहिजे.''

गंगाक्का पण धोरणी आणि कुशाग्र होती. ती म्हणाली, ''सगळं काही श्रीकांतच्याच निर्णयावर अवलंबून आहे. त्याला येऊ दे. मग आम्ही तुम्हाला काय ते कळवू.''

१२

''माझ्या श्री,

तुझं पत्र मिळालं. या खेपेला पहिल्यांदाच पत्राचं वेळापत्रक बिनसलं. सॉरी. त्या मागची कारणं पुष्कळ आहेत. तू जर थोडा जास्त दिवस इथे राहिला असतास, तर कदाचित आपण तपशीलवार बोलू शकलो असतो.

श्री, मी तुझ्या–माझ्या लग्न करण्याच्या प्लॅनविषयी घरी माझ्या आईजवळ बोलले. तिने जरा नाराजी दर्शवली, पण अखेर होकार दिला. तिच्या मनातही थोड्याफार शंका आहेत.

माझ्या आईने आपल्या या लग्नाचा स्वीकार करणं, हे माझ्या दृष्टीने अत्यंत महत्त्वाचं आहे. तू इकडे आलास की, ऑफिशियली तू माझ्या वडिलांना येऊन भेट, आणि माझ्या आजीलासुद्धा. मी आत्ताच घरात काही विषय काढून उगीच वादंग माजवणार नाही.

तुझ्या घरी काय काय चाललंय याची तुला कल्पना आहे का? मला तर खूप भीती वाटते. तुझं पत्र वाचून तुझ्या आईने तुझ्यासाठी खूप जोराने मुली बघायला सुरुवात केली आहे. रोज तिला कुठल्या ना कुठल्या तरी मुलीचे आईवडील भेटायला आलेलेच असतात. तिला आपल्याविषयी किंचितसुद्धा कल्पना नाहीये. तू आपल्या लग्नाविषयी तिला संपूर्ण माहिती न देता अर्धसत्य सांगितल्याचा हा परिणाम आहे. तुझ्या आईच्या मदतीला इथे रमासुद्धा आलेली आहे. श्री,

तुझ्या आईच्या ज्या अपेक्षा आहेत, तेवढं सोनंनाणं माझ्या घरून आणणं मला शक्य नाही.

श्री, तुला किती पगार मिळणार आहे, याला माझ्या दृष्टीने काही महत्त्व नाही. माझ्या आनंदाचा पाया तुझ्या पगाराचा आकडा नसून तुझं प्रेम, तुझी माया आणि जीवनभराची साथसंगत हा आहे. मुंबईतील आयुष्य खडतर असतं, याची मला कल्पना आहे. पण तरीही भारताच्या लोकसंख्येपैकी एक टक्का लोक मुंबईत राहतात. आपणही त्याचाच एक हिस्सा बनून राहू.

तू जेव्हा माझ्याबरोबर असशील,
तेव्हा आपण कुठे राहणार याला काय महत्त्व आहे?
मग ते वाळवंट असो नाहीतर अरण्य.
कोसळणारा पाऊस असो नाहीतर जाळणारा सूर्य.
माझ्यासाठी तो स्वर्गच असेल!

श्री, माझी एक छोटीशी इच्छा आहे. आपलं लग्न धारवाडच्या सोमेश्वर मंदिरात व्हावं, असं मला वाटतं. तू माझ्या भावना समजून घेऊन या गोष्टीला राजी होशील, अशी आशा आहे.

तुझी श्रीमती होण्याची आस धरून बसलेली,

श्रीमती.

आज श्रीकांतचा आय.आय.टी. मधला शेवटचा दिवस होता. परीक्षा संपल्या होत्या. बऱ्याच मुलांना एकतर नोकऱ्या तरी मिळाल्या होत्या, नाहीतर उच्चशिक्षणासाठी परदेशी युनिव्हर्सिटीकडून शिष्यवृत्त्या तरी. आज त्यांच्या ग्रुपची एकत्रित अशी ही शेवटची संध्याकाळ होती.

आय.आय.टी. कॅंपसमधे या सर्व मुलांनी प्रवेश केला, तेव्हा ती सगळीच्या सगळी टीनएजर्स होती. पण आता सर्वजण तरुण आणि आत्मविश्वासाने भारलेले इंजिनिअर म्हणून बाहेरच्या जगात पाऊल टाकत होते, बाहेरील जगात यश, कीर्ती आणि पैसा मिळवण्याची आशा मनात बाळगून.

होस्टेलमधे त्या सर्वांचं एक मोठं कुटुंबच बनलं होतं. एकमेकांचा निरोप घेणं खूप दु:खदायी होतं. पण ती तर जगरहाटीच होती.

श्रीकांत आणि रवी हे दोघे ट्रेनने हुबळीला निघाले होते.

होस्टेलमधे राहणारी इतर मुले त्या दोघांचा निरोप घ्यायला आली होती. जून महिन्याची ती सुरुवात होती. वातावरणातली आर्द्रता तर दमछाक करून टाकणारी होती. मुंबईची रोजची गर्दी, धावपळ होतीच.

अजून पावसाळा सुरू झाला नव्हता. प्रत्येकाच्या मनात स्वत:च्या भविष्याचे

विचार होते. इतक्यात गाडी सुटली, निरोप देणारे हात वर होऊन हलू लागले. बघताबघता स्टेशन सोडून गाडी दिसेनाशी झाली.

शेवटचे दहा दिवस जो तो आपलं सामान बांधण्यात गर्क होता. त्यामुळे कोणाला दुसऱ्याशी फारसं काही बोलायला वेळच झाला नव्हता. आता मात्र सगळे जरा निवांत होते, मोकळे होते. रवीला पेन स्टेट युनिव्हर्सिटीकडून स्कॉलरशिप मिळाली होती, त्यामुळे जानेवारीत तो जाणार होता.

''श्रीकांत, तुला काय नोकरी, घर सगळंच मिळालंय! आता पुढे काय ठरवलं आहेस तू?'' रवीने विचारलं.

''रवी, पुढे काय करायचं याविषयीचे माझे विचार अगदी ठाम आहेत. माझी काही यू.एस.ए.ला जाऊन ग्रीन कार्ड मिळवून तिथेच स्थायिक होण्याची मुळीच इच्छा नाहीये. आमच्या कंपनीच्या एकेक तरुण आणि उत्साही डायरेक्टर्सकडे मी जेव्हा बघतो, तेव्हा आपल्याच देशात राहून, परिश्रमांच्या जोरावर यश, कीर्ती संपादन कशी करायची, ते माझ्या लक्षात येतं. खरं तर यशाला कोणताही शॉर्टकट नाही. कठोर परिश्रम आणि आत्मविश्वास यांच्या जोरावर माणसाला आयुष्यात कोणतंही पद प्राप्त करून घेता येतं, असा मला ठाम विश्वास आहे. तुझं काय?''

''वेल, आत्ता तरी मी यू.एस.ला जाणार आणि तुझ्यापेक्षा थोडा जास्त पैसा मिळवणार एवढंच मला माहीत आहे. मला दोन बहिणी आहेत. त्यांची लग्नं मलाच करून द्यायची आहेत. त्यावरून आठवण झाली, श्रीकांत तू कधी लग्न करणार?''

''तू कसं ओळखलंस?'' श्रीकांत आपल्या मित्राकडे बघून हसत म्हणाला.

''अरे मला माहीत आहे, जी मुलगी तुला इतक्या नियमितपणे पत्रं लिहिते, ती काय नुसती फक्त मैत्रीण असणार का? ती कोण आहे, हेसुद्धा मला माहीत आहे. पण श्रीकांत, तू तुझ्या घरच्यांना कसं काय सांगणार? एकदम वणवाच पेटेल घरात...''

दोन घराण्यांमधल्या शत्रुत्वाविषयी रवीला कल्पना होती.

''रवी, तू केवळ एक उत्तम इंजिनिअरच नाहीस, तर एक चांगला मानसशास्त्राचा पण विद्यार्थी आहेस वाटतं. तू आमचं गुपित कसं बरोबर ओळखलंस. मी जीवनसाथी म्हणून श्रीमतीची निवड कधी आणि कशी केली, ते माझं मलाच कळलं नाही. मी लग्न करीन ते केवळ तिच्याशीच, ही बहुधा माझ्या अंतर्मनाला खूणगाठ पटली होती. तसं का झालं, हे तू मला सांग.''

''अरे, शाळेत असताना आम्ही तुम्हा दोघांना एकमेकांवरून चिडवायचो, त्यामुळे असेल. पण लग्न कुठे आणि कधी आहे?''

''अरे, लग्न अगदी साधंच होणार आहे एका देवळात, पण तू यायचं आहेस हं.''

''मी नक्कीच येईन.''

श्रीकांत स्वत:च्याच विचारात गढून गेला.

"महाभारतातील एकलव्याप्रमाणे आणि अर्जुनाप्रमाणे मला माझ्या अंगच्या गुणांना धार चढवली पाहिजे. ज्ञानार्जन केलं पाहिजे आणि नजर स्वत:च्या लक्ष्यावर पूर्णपणे केंद्रित केली पाहिजे आणि हे करताना जर मला श्रीमतीची साथ मिळाली, तर ते मी नक्कीच करू शकेन."

१३

गंगाक्काने उघडउघड युद्धच पुकारलं होतं. तिचा लाडका एकुलता एक मुलगा श्रीकांत, ह्याच्यावर तिने आपल्या सर्व आशा केंद्रित केल्या होत्या. पण तोच तिचा आता नंबर एकचा शत्रू बनला होता.

श्रीकांतने जेव्हा तिच्यापाशी गौप्यस्फोट केला, तेव्हापासून तिने त्याच्याशी अबोला धरला होता. 'जी व्यक्ती आपल्या सर्वांत जवळची असते, तीच आपल्याला सर्वांत जास्त दुखावते!' असं तिला मनोमन वाटत होतं व त्यामुळे तिच्या मनातील कटुता वाढतच चालली होती.

घरातली शांतता फार भयाण होती. खेळीमेळीतून, तृप्ती आणि समाधानातून निर्माण झालेली शांतता आणि दु:ख व संतापातून निर्माण झालेली शांतता, या दोन्हीत केवढं तरी अंतर असतं!

आपल्या घरावर कुणीतरी बॉंब टाकल्यासारखं गंगाक्काला वाटत होतं– आपण श्रीमतीशी लग्न करणार असल्याचं जेव्हा श्रीकांतने जाहीर केलं, तेव्हा ती भयंकर बातमी ऐकून तिला बॉंबस्फोट झाल्यासारखंच वाटू लागलं होतं.

श्रीमती! तिच्या मुलापेक्षा केवळ दहा महिन्यांनी लहान असलेली मुलगी. दिसायला अगदी सामान्य. जवळ पैसा नाही आणि त्याहूनही अधिक महत्त्वाचं म्हणजे शत्रूची मुलगी! आता यानंतर आपण लोकांना तोंड तरी कसं द्यायचं? लोक आपल्याबद्दल आता काय काय बोलतील? आपली कशी चेष्टा करतील– या सगळ्याची तिला भीती वाटत होती.

देसाईंच्या घरचे लोक, शीनाप्पा, रमाच्या सासरची मंडळी, संपूर्ण समाज... सगळेच आता तिची अक्षरश: छी: थू करणार, यात शंकाच नव्हती. तिचा सगळ्यांत मोठा अपमान झाला होता, तो म्हणजे तिचा स्वत:चा मुलगा रिंदाक्काच्या घरी गेला होता आणि त्याने श्रीमतीचा हात मागितला होता, एखाद्या भिकाऱ्यासारखी याचना केली होती.

खरं तर नेहमी मुलीकडचे लोक मुलाच्या घरी सांगून येतात. पण इथे तर सगळी उफराटीच तऱ्हा होती. या मुलामुळे आता याहून आपली आणखी काय नाचक्की व्हायची शिल्लक उरली आहे? हे लग्न थांबवणं तिच्या हातात नव्हतं. पत्रिका जमत नाही, त्यांची पोटजात वेगळी आहे. अशा सबबींचा श्रीकांतच्या मनावर काडीचाही परिणाम होणार नव्हता.

गंगाक्काला अन्नपाणी जात नव्हतं. ती सदासर्वकाळ रडत होती. आपल्या पतीच्या निधनानंतर हे इतकं आभाळाएवढं दुःख प्रथमच तिला झालं होतं.

श्रीकांतने तिची समजूत घालण्याचा अगदी जिवापाड प्रयत्न केला. "अव्वा, श्रीमतीविषयी तू उगीच गैरसमज करून घेतला आहेस. ती खूप चांगली मुलगी आहे, हुशार आहे, मायाळू आहे. ती तुझी खूप चांगली काळजी घेईल. तू हुंड्याचा विचार प्लीज करू नको. एकदा मी मिळवायला लागलो ना की, तुला पाहिजे तेवढा पैसा देईन मी. तुला जर माझ्या सुखाची पर्वा असेल, तर तू श्रीमतीचा सून म्हणून स्वीकार कर. दुसऱ्या कुणाशीही लग्न करून मी सुखी नाही होऊ शकणार."

"ती आपल्या शत्रूची मुलगी आहे!"

"अव्वा, मी काही तिच्या आजीशी लग्न करणार नाहीये. आजपर्यंत कधीतरी स्वतः श्रीमती किंवा तिची आई तुझ्याशी भांडली आहे का? एकदासुद्धा नाही. मग हा एवढा विरोध कशासाठी?"

"पण ते लोक वैष्णव आहेत!"

"अव्वा, जरा बाहेरच्या जगाचा विचार कर. तू स्वतः हुबळी-धारवाडच्या बाहेर पाऊल टाकलं नसलंस म्हणून काय झालं? शेवटी काही झालं तरी आम्हा दोघांची मूळ जात एकच तर आहे. फक्त पोटजात वेगळी आहे. आपली भाषा एक आहे. आपल्या जेवणाखाण्याच्या सवयीसुद्धा सारख्याच आहेत."

पण गंगाक्का मात्र आपल्या मताला ठाम होती. ती रेसभरसुद्धा हटण्यास तयार नव्हती.

गंगाक्का घरात फरशीवर चटई घालून झोपली होती. तिने जणूकाही अन्न-सत्याग्रहच पुकारला होता. रमा आत आली आणि तिने आपल्या आईची समजूत घातली. तिला आपल्या भावाचा संताप आला होता.

गंगाक्काने आपल्या मुलीकडे एकवार पाहिलं मात्र, दोघी मायलेकी एकमेकींच्या गळ्यात पडून रडू लागल्या.

रमा ही गंगाक्कापेक्षा पुढच्या पिढीची. ती तर नाटकं करण्यात आपल्या आईच्याही हातभर पुढेच होती.

"अव्वा, हे बघ रडण्यात आपली शक्ती वाया घालवू नकोस. तुझ्या अश्रूंनी काय त्याचा निर्णय बदलणार आहे का? त्याने जर तिच्याशीच लग्न करण्याचा पण

केला असला, तर आपण विचार करून काहीतरी शक्कल लढवू. तू श्रीकांतच्या लग्नासाठी थोडं सोनंनाणं आणि पैसा साठवून ठेवला आहेस, तो तू त्याच्या बायकोला द्यायलाच हवा, असं काही नाही. त्याने तुझी काळजी घेण्याचं वचन दिलंय ना तुला? मग त्याला दरमहा इकडे पैसे पाठवायला सांग ना. लग्नानंतर तुला त्यांच्या बिऱ्हाडात जाऊन राहण्याची काहीही गरज नाही. तू सगळ्यांना उजळ माथ्याने सांग, मुलगी हुशार असल्यामुळे आम्ही या लग्नाला संमती दिली आहे. मुलाच्या निर्णयापुढे तुझा नाइलाज झालाय, ही गोष्ट तू कुणालाही कळू देऊ नको.'' ते ऐकून गंगाक्काची समजूत थोडीशी पटली.

श्रीमतीच्या घरी तिच्या वडिलांचा आणि आजीचा या लग्नाला प्रचंड विरोध होता. त्यांच्या मते श्रीकांतमधे एवढं खास काय होतं? त्याला नुसती नोकरी मिळाली होती, इतकंच. पण तो व्यवस्थित स्थिरस्थावर कुठे झाला होता अजून? शिवाय त्यांची श्रीमती निश्चितच श्रीकांतपेक्षा अधिक हुशार होती आणि तो त्यांच्या शत्रूचा मुलगा होता.

त्यामुळे श्रीमतीचं लग्न अतिकोळ्ळाच्या सोमेश्वर मंदिरात अत्यंत साधेपणानं पार पडलं. श्रावणात सरीवर सरी कोसळत होत्या. अतिकोळ्ळामध्ये रानफुलांना बहर आला होता. जिकडे बघावं तिकडे हिरवंगार झालं होतं. लग्नाला खूपच कमी लोक उपस्थित होते. बहुतांशी त्या दोघांचे वर्गमित्र व मैत्रिणीच होते.

लग्नामधे हे हार वापरण्यात येतात ते नेहमी मोगरा, रातराणी नाहीतर शेवंतीच्या फुलांचे असतात. पण या लग्नात मात्र वधूवरांनी बकुळीच्या फुलांचे हार घातले होते.

श्रीमती नवी कोरी कॉटनची साडी नेसली होती. तिने हातात हिरवागर्द चुडा भरला होता. बकुळेच्या फुलाच्या माळा हेच तिच्या अंगावरचे दागिने होते आणि तिच्या मुखावर ते मधाळ हसू चमकत होतं. याच हसण्याने तर श्रीकांतला वेड लावलं होतं. दुसऱ्या कोणत्याही मुलीकडे त्याला बघावंसं वाटलंच नव्हतं.

लग्न लागल्यानंतर रवी पाटीलने श्रीकांतचा हात हातात घेतला आणि तो श्रीमतीला म्हणाला, ''श्रीमती, आज तू ऑफिशियली श्रीमती श्रीकांत देशपांडे झालीस. आम्ही वर्तवलेली भविष्यवाणी खरीच ठरली.'' श्रीमती लाजून हसली.

१४

गंगाक्कांच्या घरी अर्थातच श्रीमतीचं स्वागत अजिबात प्रेमाने झालं नाही. श्रीमतीला याची कल्पना होती. पण सासूने आपला प्रेमाने स्वीकार करावा, अशी

तिची तीव्र इच्छा होती. ती मुद्दाम गंगाक्काला स्वयंपाकघरात मदत करायला जायची. पण स्वयंपाकघरात गंगाक्काचं राज्य असल्यामुळे ती श्रीमतीला आत पाऊलही टाकू देत नसे.

ती म्हणे, ''अगं, तुझं आत्ता नुकतंच लग्न झालंय. शिवाय तुला आमच्या पद्धती माहीत नाहीत. तेव्हा तू उगीच स्वयंपाक वगैरे करू नको.''

एक आठवडा लोटला. काहीच काम नसल्याने श्रीमती कंटाळून गेली. ती आपल्या माहेरी भेटायला गेली. लगेच तिच्या आजीने तिच्यावर प्रश्नांचा भडिमार सुरू केला, ''श्रीमती, लग्नात सासूने तुला काय दिलं? त्या दिवशी ती मला एका साडीच्या दुकानात जाताना दिसली होती. तिने तुला साडी घेतली का?''

यावर श्रीमती काय बोलणार?

श्रीकांत आजूबाजूस नसेल, तर ती संधी साधून, गंगाक्का श्रीमतीला मुद्दामच लागट बोलत असे.

''मला तुमच्या घरची ही रीत काही कळतच नाही. तू खुशाल श्रीकांतला अरे तुरे करतेस, नाव घेऊन हाक मारतेस, तेसुद्धा संपूर्ण श्रीकांत असं नाव न घेता नुसतं श्री म्हणतेस. आमच्यात बायको कधी तोंडाने पतीच्या नावाचा उच्चार करत नाही. त्याने पतीचं आयुष्य कमी होतं, असं मानतात. तुझ्या आईने तुला काही रीतभात शिकवलीय की नाही? काही वळण लावलंय की नाही? म्हणतात ना, साडीचा दर्जा तिच्या सुतावरून कळतो, तसं मुलीचं वागणं आईवर अवलंबून असतं.''

गंगाक्का जेव्हा असं लागट बोलायची, तेव्हा श्रीमती निरुत्तर व्हायची. तिला यावर काय प्रतिसाद द्यावा? तेच कळायचं नाही. कुणाला उलट उत्तर देणं तिच्या स्वभावातच नव्हतं. ती आपली गप्प बसायची. श्रीकांतच्या आईला आपल्याबद्दल आपुलकी, माया कधी वाटेल, याची वाट बघत बसायची.

जेव्हा ठरवून लग्नं होतात तेव्हा पत्नी आपल्या पतीला अरे-तुरे करत नाही किंवा नावाने हाक मारत नाही, ही वस्तुस्थिती आहे. पण श्रीमती आणि श्रीकांतच्या वयात केवळ दहाच महिन्यांचा फरक होता. शिवाय ते दोघं एकत्र वाढले, एका वर्गात होते. आता अचानक श्रीकांतला अहो म्हणून हाक मारणं फारच कृत्रिम वाटलं असतं. तरीसुद्धा श्रीमतीने एकदोनदा तसा प्रयत्न केला. पण श्रीकांतला ते मुळीच आवडलं नाही. तो म्हणाला, ''श्रीमती, प्लीज, हा काय तुझा जुनाटपणा? मला नाही आवडत. मी नाही का तुला तुझं नाव घेऊन हाक मारत? मग तू पण माझं नाव घ्यावंस, असं मला वाटतं. आपण आधी एकमेकांचे चांगले मित्र आहोत. मी तुझा नवरा झालो तो आत्ता.''

''शिवाय आणखी एक गोष्ट.'' श्रीकांत तिला चिडवत म्हणायचा, ''खूप खूप

पूर्वी मी आपण होऊन तुला म्हणालो होतो ना, मला श्री म्हणूनच हाक मारत जा...
त्याच वेळी मला हे माहीत होतं की, तू माझी बायको होणार आहेस.''

लग्नाला दहा दिवस झाल्यानंतर श्रीकांत श्रीमतीला घेऊन मुंबईला आला. तो
ऑगस्ट महिना होता. पावसाळा जोरात होता. मुंबईत तर रोज धो धो पाऊस
कोसळत होता. श्रीमतीने मुंबईचा पाऊस प्रथमच अनुभवला होता. धारवाडपेक्षा
किती निराळा होता तो.

पावसाळ्याचा मार जेव्हा सलग चार पाच दिवस चालायचा, तेव्हा दैनंदिन
जीवन विस्कळीत होऊन जायचं. पण मुंबईचे नागरिक मात्र शिस्तीचे. कधी कुरकूर
नाही की तक्रार नाही. हवेची, पाऊस–पाण्याची पर्वा न करता सर्वजण मुकाट्याने
आपापली कामे उरकत असत, हे श्रीमतीच्या लक्षात आलं.

बांद्र्याचा लहानसा वन बेडरूम फ्लॅट पाहून तर श्रीमतीला धक्काच बसला.
त्यांच्या हुबळीच्या घरातील एकेक खोलीसुद्धा त्या संपूर्ण फ्लॅटपेक्षा मोठी होती.
शिवाय मुंबईसारख्या ठिकाणी घरापुढे बाग किंवा बकुळीचं झाड असण्याची तर
काही शक्यताच नव्हती.

''श्री, या इतक्या लहानशा घरासाठी आपण हजारो रुपये का म्हणून द्यायचे?''
तिच्या त्या निरागस प्रश्नाचं श्रीकांतला मनापासून हसू आलं.

''श्रीमती, अगं बांद्र्यासारख्या ठिकाणी फ्लॅट मिळणं महाकर्मकठीण काम
आहे. या घराबद्दल तू खुश व्हायला पाहिजे. हेसुद्धा वसुदेवाच्या कृपेने मिळालंय.
''पण श्री, या बांद्र्याला काय एवढं सोनं लागलंय?''
''श्रीमती,'' श्रीकांतने तिला स्पष्ट करून सांगितलं, ''पश्चिमेकडची सगळीच
उपनगरं फार महागडी आहेत. विशेषत: बांद्रा तर फारच. कारण ते मुख्य शहराशी
इतकं व्यवस्थित जोडलेलं आहे. तुझ्या हे सगळं लवकरच लक्षात येईल.''

श्रीकांत नोकरीत सॉफ्टवेअर इंजिनिअर म्हणून सहा महिने प्रोबेशनवर होता.
त्याच्या बॅचमधे त्याच्या वयाचे अनेक लोक होते. पण त्यांच्यापैकी त्याचं एकट्याचंच
लग्न झालेलं होतं. ही गोष्ट जरा विरळाच होती. पण अगदी विचित्र वाटण्यासारखं
त्यात काही नव्हतं. शिवाय आपण जो निर्णय घेतला, तो बरोबरच होता असं त्यालाही
वाटे.

आता श्रीमती अनेक तास घरी एकटीच असायची. तिला आपल्या आईची,
हुबळीच्या आपल्या घराची, स्वत:च्या गावच्या शांत, रम्य वातावरणाची खूप
आठवण यायची. त्या सगळ्या आठवणींमुळे तिला करमायचं नाही, माहेरची ओढ
वाटायची. तिचे डोळे मधूनच पाण्याने भरून यायचे.

श्रीमतीला आपल्या आईची खूप आठवण झाली. गेल्या बावीस वर्षांत पहिल्यांदाच
आपल्या आईपासून लांब राहिली होती ती. आपल्याला निदान प्रेमळ पती आहे,

नवीन शहर आहे, पाहण्यासारखं आणि शिकण्यासारखं केवढं तरी आहे. पण आपल्या आईचं काय? श्रीमती हीच तिच्या आईची एकमेव मैत्रीण होती. आपल्यावाचून बिचारी एकेक दिवस कसा काय घालवत असेल? आपल्या मुलीच्या लग्नात कमलाने डोळ्यातून एक टिपूससुद्धा काढलं नव्हतं. आपल्या अंगच्या जबरदस्त इच्छाशक्तीने तिने आपल्या अश्रूंना थोपवून धरलं होतं. वियोगाचा क्षण सोसता यावा, म्हणून तिने हे केलं होतं.

गंगाक्काचे निष्ठुर शब्द श्रीमतीच्या कानात अजूनही घुमत होते. "श्रीमती, तुझ्या आईने कसली गं ही साडी घेतली आहे मला? तिचा रंग मुळीच नाही आवडला मला."

त्यावर रमाने लगेच मल्लिनाथी केली होती, "अव्वा, अगं त्या किंमतीला त्याहून अधिक चांगलं काय मिळणार?"

"काय गं, तुझ्या आईवडिलांनी या लग्नासाठी किती पैसे खर्च केले?"

त्यावर काय उत्तर देणार श्रीमती? तेवढ्यात रमाच म्हणाली, "त्या देसाई मंडळींनी दिवाळसणावर जेवढे खर्च केले असते, त्याहूनही कमीच असतील."

श्रीमती स्वभावाने इतकी सौम्य होती की, या असल्या लागट बोलण्याला साजेसं उत्तर देणं तिला कधीच जमलं नसतं. शिवाय तिचं आता या घरात लग्न झालेलं होतं. उगाच त्या दोघींच्या तोंडी लागून घरचं वातावरण कशाला बिघडवायचं, म्हणून ती काहीच बोलत नसे.

वंदनाचं लग्न झाल्यावर तिनेपण मुंबईतच बिऱ्हाड थाटलं होतं. ती मुंबईच्या दुसऱ्या एका उपनगरात, मालाडला राहत होती. पण हुबळीसारखं इथे मुंबईत काही आपल्या मैत्रिणीला रोजच्या रोज जाऊन भेटणं शक्यच नव्हतं.

वंदनाच्या सासरचे लोक फार प्रेमळ होते. श्रीमती एकदा वंदनाच्या घरी गेली होती. त्यावेळी वंदनाच्या सासूबाईंनी गौरीच्या सणाची वंदनाला साडी आणली होती. ती साडी फार महागामोलाची नव्हती, पण ते त्यांच्या प्रेमाचं प्रतीक होतं. आपल्या सासरची परिस्थिती याहून किती भिन्न आहे, हे वंदनापाशी मोकळेपणी व्यक्त करणं श्रीमतीला जमलं नाही.

आपल्या सुनेला काहीही द्यायची वेळ झाली की, गंगाक्काचं उत्तर ठरलेलंच होतं. "छे! आमच्या घरी काही असली पद्धत नाही हं... किंवा तू फारच आधुनिक विचारसरणीची आहेस ना, म्हणून मी तुला या सणाचं काही दिलं नाही."

पण असं सगळं जरी असलं तरी श्रीमतीचं आयुष्य मात्र अगदी सुखात चाललं होतं. आणि याचं कारण श्रीकांत! दोघं तरुण होते, एकमेकांच्या साथीने त्यांनी आयुष्याची सुरुवात केली होती. सर्वांत महत्त्वाचं म्हणजे गंगाक्का काही तिथे त्यांच्या संसारात नव्हती.

श्रीमतीला आता मुंबईची हळूहळू सवय होऊ लागली होती. तिने लग्न होईपर्यंत आयुष्यात कधी स्वयंपाक केलेला नव्हता. आता ती तोही शिकत होती. श्रीकांत कष्टाळू होता, कर्तव्यदक्ष होता. त्याचा तिला काहीच त्रास नव्हता. अगदी साधा सरळ होता तो. पहिला पगार झाल्यावर तो सगळाच्या सगळा श्रीमतीच्या हातात ठेवून तो म्हणाला, "श्रीमती, माझ्या आईने आयुष्यभर खूप कष्ट उपसले आहेत. माझ्या शिक्षणासाठी केवढा तरी त्याग केलाय तिने. त्यामुळे दर महिन्याचा पगार झाला की, आधी एक हजार रुपये तिला पाठवत जा आणि उरलेल्या पैशात आपला घरखर्च भागवत जा हं. मी तुला खर्चाचा हिशोब कधीही विचारणार नाही. श्रीमतीचा स्वभाव उधळा नव्हताच मुळी. तिला कोणत्याही महागड्या सवयी नव्हत्या. श्रीकांतचा पगार तिच्या दृष्टीने भरपूर होता. ती न चुकता दर महिन्याला आपल्या सासूला एक हजार रुपये पाठवत असे."

श्रीकांतच्या दृष्टीने एकच चैन होती, ती म्हणजे आपल्या कामासाठी लागणारी टेक्निकल पुस्तकं विकत आणणे. ती चैन मात्र तो करत असे. श्रीमतीला याची कल्पना होती. त्यामुळे ती त्यासाठी पैसे शिल्लक टाकत असे. श्रीकांतच्या पगारात त्यांचं जेमतेम भागत असे.

कधी कधी वीकएंडला श्रीकांत आणि श्रीमती एलिफंटा केव्हज्‌ला, कार्ल्याला नाहीतर भाज्याला सहलीला जात. या ठिकाणाचं ऐतिहासिक महत्त्व श्रीकांतला समजत नसे, पण श्रीमतीला अशा ठिकाणांना भेटी देऊन किती आनंद मिळतो, याची त्याला पूर्ण कल्पना होती. त्यामुळे तो तिला घेऊन मुद्दाम अशा ठिकाणी जात असे.

श्रीमतीने आपल्या लग्नाचं निमंत्रण प्रोफेसर माइक कॉलिन्स यांना मुद्दाम पाठवलं होतं. पण त्यांचं उत्तर मात्र तिच्या लग्नानंतर सहा महिन्यांनी आलं. त्यांनी तिला लग्नानिमित्त भेट म्हणून रोमन आणि ग्रीक हिस्ट्रीची पुस्तकं पाठवली होती. श्रीमतीच्या दृष्टीने तिला मिळालेल्या इतर कोणत्याही भेटवस्तूपेक्षा या पुस्तकांचं महत्त्व कितीतरी अधिक होतं.

श्रीकांतच्या कामाचा व्याप मात्र दिवसेंदिवस वाढतच चालला होता. त्याला सहा महिन्यांऐवजी केवळ तीन महिन्यांचं ट्रेनिंग झाल्यावरच कन्फर्म करण्यात आलं होतं. कंपनीतलं त्याचं काम फारच चांगलं होतं व त्याचं कंपनीत चीज पण होत होतं. त्यांची कंपनी मध्यम आकाराची होती. कंपनीचा विस्तार हळूहळू वाढत होता, तशी श्रीकांतचीपण भरभराट होत होती. केवळ वर्षभरातच कंपनीत त्याला सर्वजण ओळखू लागले होते. त्याचे जनरल मॅनेजर श्री. विकास केळकर हे पन्नाशीच्या घरातले होते. श्रीकांतवर त्यांची विशेष मर्जी होती. कारण तो रविवारीपण काम करायचा. "छे, हे मला जमणार नाही" असे शब्द श्रीकांतच्या तोंडून कधीच बाहेर पडत नसत.

कधी कधी तो ऑफिसात रात्रभर बसून काम करायचा. मग अशा वेळी तो श्रीमतीला घरून डबा घेऊन यायला सांगायचा. श्रीमती डबा घेऊन लोकलने प्रवास करून त्याच्या ऑफिसात जायची आणि त्याला डबा देऊन घरी परत यायची. या इतक्या गर्दीने भरलेल्या लोकलगाड्यांमधून लोक कसा काय प्रवास करत असतील? याचं सुरुवातीला तिला फार नवल वाटायचं, पण आता मात्र ती स्वत:सुद्धा त्यांच्यातीलच एक झाली होती.

त्यांच्या लग्नानंतरची पहिली दिवाळी आली. श्रीकांत आणि श्रीमती या दोघांनीही दिवाळसणासाठी हुबळीला जायचं, असं ठरलं होतं. पण अचानक एक अर्जंट काम उपटलं आणि श्रीकांत जाऊ शकला नाही. अखेर श्रीमती एकटीच गेली. तिने गंगाक्का आणि रमा या दोघींसाठी भेटवस्तू घेतल्या होत्या. पण लग्नाला इतके महिने उलटून गेले, तरी त्या दोघींचाही तिच्याबाबतीतला दृष्टिकोन मात्र बदलला नव्हता.

१५

लग्नानंतरचं पहिलं वर्ष अगदी झपाट्यानं गेलं. श्रीमती आता पक्की मुंबईकर झाली होती. पण मुंबई पालथी घालायचा, नवनवीन ठिकाणांना भेटी देण्याचा सुरुवातीचा उत्साह आता मावळला होता.

अलीकडे तिला खूप एकटं वाटत असे. आपण आपला अभ्यास पूर्ववत सुरू करावा, असं वाटू लागलं होतं. श्रीकांतने पण या कल्पनेचं मनापासून स्वागत केलं.

मुंबईतल्या फ्लॅटमधे एकटी राहून आपली बुद्धिमान पत्नी, आयुष्य वाया घालवते आहे, या विचारांनी श्रीकांतला कधी कधी वाईट वाटायचं. तिने पुढचा अभ्यास सुरू करावा, ही कल्पना त्याने उचलून धरली. पण नेमकं त्याच सुमारास गंगाक्काकडून एक पत्र आलं आणि त्यामुळे या बेतावर पाणी पडलं.

गंगाक्काने लिहिलं होतं : ''श्रीकांत तुझ्या शिक्षणासाठी मी तुझे मामा शीनाप्पा आणि माझा चुलतभाऊ श्याम या दोघांकडून मिळून एक लाख रुपयांचं कर्ज घेतलं होतं.

आता शीनाप्पाच्या रत्नाचं लग्न ठरलंय. श्यामने नवीन घर बांधायला घेतलंय. दोघंही आता पैसे परत मागतायत, तेही लवकरात लवकर. तू दहा हजार रुपयांचे दहा हप्ते पाठवून दे. दोघंही स्वभावाने चांगले असल्यामुळेच त्यांनी त्या पैशांवरचं व्याज मागितलेलं नाही.

कदाचित तू शीनाप्पाच्या मुलीशी लग्न करायला नकार दिल्यामुळे नाराज होऊन त्याने आता या पैशाची मागणी केली आहे की काय, कोण जाणे. कळायला काही मार्ग नाही. पण काही झालं तरी त्यांचे पैसे परत करणं, हे आपलं कर्तव्य आहे.''

अर्थात या पत्रामागचं खरं कारण अगदीच वेगळं होतं. आपली सून सुखात आहे, या विचारांनी गंगाक्काला दु:ख झालं होतं. श्रीमती जेव्हा संक्रातीच्या सणाला आणि दिवाळसणाला आली होती, तेव्हाच तिच्या चेहऱ्यावर ती तृप्ती गंगाक्काला दिसली होती.

ते पाहून गंगाक्काला श्रीमतीचा हेवा वाटला. इतके दिवस श्रीकांतवर तिचा मालकी हक्क होता. पण आता मात्र तो श्रीमतीचासुद्धा होता. ती गोष्ट तिला सहन होईना.

गंगाक्काचं समीकरण साधंसोपं होतं– तिला वाटणारं असमाधान हे श्रीमतीच्या आनंदाच्या बरोबर विरुद्ध प्रमाणात होतं.

श्रीमतीपासून ती पुष्कळच लांब राहत होती. म्हणूनच तिला सतावण्याच्या काही ना काही क्लृप्त्या ती शोधून काढत असे.

श्रीमतीने गंगाक्काला कितीतरी वेळा आपल्या बिऱ्हाडात येऊन राहण्याची विनंती केली होती. पण तिने मात्र ती दरवेळी धुडकावून लावली होती. आपल्याला तिथे कंटाळा येईल, याची तिला पूर्ण कल्पना होती. शिवाय ते घर श्रीमतीचं होतं. तिथे आपला वरचष्मा तिला दाखवता आला नसता.

रमालासुद्धा मुंबई खूप दूर वाटायची. पण गंगाक्का आणि रमा या दोघींच्या मनात एकच शल्य होतं– श्रीमतीला विशेष काहीच शिक्षा न होता ती सुटली होती, याचं.

रमा स्वभावाने पाताळयंत्री असल्याने तिनेच एक सूचना केली. आपण श्रीकांतकडे मोठ्या रकमेची मागणी करू, म्हणजे श्रीमतीला त्यासाठी तडफड करावी लागेल.

''अगं, पण काय निमित्ताने मागू मी ते पैसे?''

''सांग त्याला. तुझ्या शिक्षणासाठी कर्ज काढलं होतं, असं.''

या सगळ्या प्रकरणात श्रीकांत दुखावला जाणार आहे, याची दोघींनाही कल्पना होती. पण त्याला काही इलाज नव्हता. त्याने दोघींच्याही इच्छेविरुद्ध श्रीमतीशी लग्न नव्हतं का केलं? त्याची शिक्षा त्याला व्हायलाच हवी होती. आई आणि मुलीचे विचार हे अशा पातळीवरचे होते.

गंगाक्कांचं पत्र वाचून श्रीमतीच्या चेहऱ्याचा रंगच उडाला. आपण एक लाख रुपये कुठून आणि कसे जमवणार? त्यांच्याकडे साठलेले काहीच पैसे नव्हते. तिच्या माहेरच्यांचीसुद्धा एवढे पैसे देण्याची परिस्थिती नव्हती. श्रीकांत पण काळजीत पडला. कंपनीत जॉइन झाल्यापासून दुसऱ्याच वर्षी कंपनीतून कर्ज तरी काय

मिळणार? कन्फर्म झाल्यानंतर त्याचा पगार वाढला, ही गोष्ट जरी खरी असली तरी त्याने आपला संसार अक्षरश: शून्यातून उभा केलेला होता.

श्रीमतीने यावर एक उपाय सुचवला.

"श्री, मी नोकरी करू का?"

"हो, जरूर. पण हिस्ट्री डिपार्टमेंटमधे मात्र नाही करता येणार. अगं, एक तर तशी नोकरी उपलब्ध असायला हवी आणि समजा मिळालीच तरी तिथे पगार अगदीच तुटपुंजा मिळेल."

"श्री, तू काळजी करू नकोस. मी मिळेल ती नोकरी करीन आणि वर्षभर काम करून पैसे साठवीन."

"पण तुझी पुढे शिकण्याची इच्छा होती ना, श्रीमती?

"ज्या दिवशी आपण शेवटचा हप्ता पाठवू, त्याच दिवशी मी नोकरी सोडून देईन आणि परत शिक्षण सुरू करीन. शिक्षणाला एक वर्ष उशीर झाला, तर असं काय मोठं बिघडणार आहे? पण तू प्लीज माझ्यासाठी नोकरी शोधशील का?"

"श्रीमती, तुला अ‍ॅडमिनिस्ट्रेटिव्ह जॉब मिळू शकेल. पण खरं तर तसला जॉब तुझ्यासारख्यांसाठी नसतो. तू खूप वेगळीच आहेस. तुझी बुद्धिमत्ता, तुझ्या अंगचं कौशल्य वेगळं आहे. त्याहूनही महत्त्वाचं, माझं कर्ज तू का म्हणून फेडायचंस?

श्रीमतीला हसू फुटलं. ती म्हणाली, "श्री, अरे जसा तू माझा आहेस, तसं तुझं कर्जसुद्धा माझंच नाही का? हे एक पॅकेज डील असतं. फक्त नवरा तेवढा माझा, असं मी नाही म्हणू शकत. त्याचे आनंद आणि त्याच्या आयुष्यातील अडचणी, त्याची सुखं आणि त्याची दु:ख या सर्वांचा स्वीकार केलाय मी."

तिच्या तोंडचे हे प्रेमाने आणि निष्ठेने भरलेले शब्द ऐकून श्रीकांत भावनाविवश झाला. आपल्यासाठी तिला वर्षभराहून जास्त काळ नोकरी करावी लागणार आणि त्यामुळे पीएच.डी. करण्याचं लांबणीवर टाकावं लागणार, याचं त्याला अतोनात दु:ख झालं. तिच्यावर खूप अन्याय होतोय, याची त्याला कल्पना होती.

पण आपल्या आईने खरोखरच खूप मोठ्या रकमेचं कर्ज काढलेलं असणार, याविषयी मात्र त्याच्या मनात जराही शंका नव्हती. ती आपल्याशी काही कारस्थान करू शकेल, असं त्याच्या स्वप्नातही नव्हतं. त्याची आई हे त्याचं सर्वस्व होतं. ती कधीही काहीही चुकीचं करू शकणार नाही, असा गाढ विश्वास होता त्याला.

श्रीकांतचे बॉस श्री. विश्वास केळकर यांच्या मदतीने श्रीमतीला फोर्ट भागात नोकरी मिळाली, एका लहानशा इंपोर्ट-एक्सपोर्ट कंपनीत. पगार चांगला होता, पण काम मात्र अत्यंत नीरस, कंटाळवाणं, यांत्रिक होतं. श्रीमतीला रोज सकाळी सात वाजता घरातून निघावं लागायचं आणि परत यायला संध्याकाळचे सात वाजायचे. श्रीमतीने जरा चाचरत, अस्वस्थ मनाने ती नोकरी धरली.

तिचे बॉस मि. फारुक मोदी हे पारशी होते. ते स्वभावाने अत्यंत कनवाळू होते. त्यांच्या कंपनीत खूप जास्त संख्येने स्त्रिया नोकरीला होत्या, कारण स्त्रिया पुरुषांपेक्षा कष्टाळू आणि मेहनती असतात, असा मि. फारुक मोदी यांचा विश्वास होता. इथे श्रीमतीला ज्या स्त्रिया भेटल्या, त्या विभिन्न पार्श्वभूमी असलेल्या होत्या. प्रभादेवीला राहणारी मराठी मुलगी नलिनी बापट, कुलाबा पारसी कॉलनीत राहणारी मारुख मास्टर, कल्याणची शांता अय्यर...

श्रीमतीला तिथलं कामाचं स्वरूप मुळीच आवडायचं नाही; पण तिला तिथल्या त्या सगळ्या स्त्रियांच्या सहवासात वेळ घालवणं मात्र आवडायचं.

काम तसं फार कंटाळवाणं होतं; पण पैसा मिळवणं, एवढं एकच उद्दिष्ट सध्या तरी तिच्या डोळ्यासमोर होतं. ती त्या स्त्रियांबरोबर कधीतरी बाहेर फिरायला, खरेदीला जायची, पण ती स्वत: मात्र कोणती गोष्ट विकत घेण्यात एक पैसाही खर्च करत नसे. नलिनी बापटचा सगळाच्या सगळा पगार सोन्याच्या दागिन्यांवर खर्च व्हायचा, तर मारुख भरमसाठ कपडे खरेदी करायची. शांता अय्यरवर फार मोठ्या कुटुंबाची जबाबदारी होती.

श्रीमतीचा स्वभाव सरळ होता, ती ऑफिसातसुद्धा कधी कुणाच्या अध्यातमध्यात नसायची. शिवाय ती कष्टाळूसुद्धा होती. त्यामुळे तिथे ती सर्वांनाच आवडायची.

दर महिन्याला आपला पूर्ण पगार ती गंगाक्कांना पाठवून द्यायची. इतकंच नव्हे तर श्रीकांतच्या पगारातून थोडे फार पैसे वाचवून ते सुद्धा पाठवायची.

गंगाक्काला जेव्हा पहिला हप्ता पोहोचला, तेव्हा तिचा आनंद गगनात मावेना. त्या पैशातून रमासाठी दागिन्यांची खरेदी करण्यात आली. रमालासुद्धा फार आनंद झाला. श्रीमतीच्या घामाचा हा पैसा आहे, याची त्या दोघींनाही कल्पना नव्हती. श्रीमतीने आपल्या सुखाचा, आपल्या भविष्याचा त्याग करून ते पैसे पाठवले आहेत, हे त्यांच्या गावीही नव्हतं आणि त्यांना जरी हे समजलं असतं, तरी त्यांना कुठेत्याची पर्वा होती?

पंधरा महिने नोकरी केल्यानंतर श्रीमतीने राजीनामा द्यायचा निर्णय घेतला. श्रीमती ही नोकरी सोडण्यात फार मोठी चूक करते आहे, असं तिच्या ऑफिसातील सर्वच सहकारी मैत्रिणींचं मत होतं. नलिनी बापटने तर तिला स्पष्टच सांगितलं, ''श्रीमती, तू स्वत:चा पैसा कमवत राहणं फार महत्त्वाचं आहे. तुझ्या नवऱ्याला कितीही पगार असला, तरीही त्याचा पैसा हा तुझा कधीच होऊ शकणार नाही. एक दिवस असा येईल– तो म्हणेल, हे पैसे माझे आहेत. मला पाहिजे तसे मी ते खर्च करणार आणि समजा तुला काही घ्यायचं वाटलं, तर तुला पूर्णपणे त्याच्या मेहरबानीवर अवलंबून राहावं लागेल.''

शांता अय्यर म्हणाली, ''नलिनी जरा व्यवहारीपणाने विचार कर. तुला घरी

विशेष काही काम नसतं. जास्त पैसा मिळाला तर त्यात वाईट काय आहे? भविष्यात काय वाढून ठेवलंय, ते कुठे माहीत असतं आपल्याला? शिवाय आपली कंपनीपण चांगली आहे. जितके दिवस जमेल तितके दिवस तरी कर ना ही नोकरी तू.''

आपल्या मैत्रिणींना आपल्याविषयी किती जिव्हाळा वाटतो, हे श्रीमतीला समजत होतं. नाहीतर मुंबईसारख्या यांत्रिक शहरात कोण कुणाला इतक्या खासगी बाबतीत सल्ला द्यायला जाणार आहे? तिने त्यांना सांगितलं, ''तुम्ही सगळ्यांनी मला मनापासून सल्ला दिलात, त्याबद्दल खरंच थँक यू. पण माझ्या दृष्टीने माझा पैसा आणि श्रीकांतचा पैसा यात काहीही फरक नाहीये. शिवाय मला कुठे जाऊन पैसे खर्च करायची गरजपण नाहीये. जर मला काही खर्च करावासा वाटलाच, तर त्याला तो कधीच विरोध करणार नाही आणि सर्वांत महत्त्वाचं म्हणजे मला माझ्या पीएच.डी.चं रजिस्ट्रेशन करायचंय.''

श्रीमतीचे बॉस मि. मोदी यांनी तिला आपल्या केबिनमधे बोलावून घेतलं आणि म्हणाले, ''श्रीमती, तू राजीनामा का देते आहेस? तू किती चांगलं काम करतेस, मी तुला गमावू इच्छित नाही.''

पण श्रीमतीने त्यांच्या ऑफरला गोड बोलून नाही म्हटलं. त्या दिवशी जेव्हा घरी परतली, तेव्हा ती अत्यंत उत्साहात आणि आनंदात होती. श्रीकांतने शेवटचा हप्ता आईला पाठवण्यापूर्वी एक छोटीशी चिठ्ठी आपल्या आईला उद्देशून लिहिली. आपल्याला चांगले शिक्षण घेण्याची संधी दिल्याबद्दल त्याने आपल्या आईला मनापासून धन्यवाद दिले. विशेषत: एवढी संकटे सतत आलेली असताना तिने त्याच्यासाठी एवढं केलं, म्हणून त्याने कृतज्ञता व्यक्त केली. पण त्याचबरोबर आणखी एक गोष्टही विशेषत्वाने त्या पत्रात लिहायला तो विसरला नाही. केवळ श्रीमतीच्या अपार कष्टांमुळेच हे कर्ज फेडणं आपल्याला साध्य झालं, असं त्याने मुद्दाम लिहिलं होतं.

त्याचं ते पत्र वाचून गंगाक्का मात्र संतापाने लाल झाली. ''एवढं काय लागून गेलंय त्या श्रीमतीला? नाहीतरी तिने लग्नात हुंडा तर काहीच आणलेला नव्हता. मग तिने हे कर्ज फेडलं, तर काय बिघडलं?''

१६

एक दिवस श्रीकांत संध्याकाळचा घरी आला आणि त्याने श्रीमतीला स्वयंपाकघरातून अक्षरश: ओढून बाहेर काढलं, ''आज तू स्वयंपाक करायची गरज नाही. आपण बाहेर जेवायला जायचंय!''

"नको रे श्री, किती महाग पडतं ते!"

श्रीमती श्रीकांतकडे बघत हसून म्हणाली.

"तू काळजी नको गं करू. क्वचित कधीतरी बाहेर जेवायला जायला परवडतं की आपल्याला."

"तुला पगारवाढ वगैरे मिळणार आहे का?"

"हो. मी आता मॅनेजर होणार आहे." तो तिच्याकडे पाहून हसत म्हणाला.

"काय? खरंच? केवळ अडीच वर्षांत?"

तिने आनंदाने आणि आश्चर्याने विचारलं.

"किती वर्षं झाली आहेत, यावर जाऊ नको. या काळात तुझ्या श्रीनं केवढं काम केलंय. दुसऱ्या एखाद्या माणसाला तेवढं काम करायला पाच वर्षं लागली असती."

तो क्षण दोघांच्याही दृष्टीने अत्यंत अभिमानाचा होता.

श्रीकांत पुढे म्हणाला, "माझा पगार वाढलाय हे खरंय. पण त्याचबरोबर महागाईसुद्धा केवढी तरी वाढलीय, त्यामुळे आता आपण माझ्या आईला जरा जास्त पैसे पाठवत जाऊ. निदान तिला कधीतरी रमासाठी काही आणावंसं वाटलं, तर त्यासाठी माझ्यापुढे हात पसरावा लागणार नाही. तिला आर्थिकदृष्ट्या स्वतंत्र होऊ दे."

त्याच्या तोंडचे ते उद्गार ऐकून श्रीमती क्षणभर गप्प झाली. पण नंतर तिने लगेच त्याचं म्हणणं मान्य केलं.

श्रीच्या आनंदावर विरजण घालण्याची तिची मुळीच इच्छा नव्हती. गंगाक्कांच्या वागण्याची तिला मनोमन आठवण झाली. ते कर्ज फेडण्यासाठी श्रीमतीने अक्षरशः रक्त आटवलं होतं, हे त्यांना माहीत असूनही त्याबद्दल कौतुकाचा एक शब्दही त्यांच्या तोंडून उमटला नव्हता.

हॉटेलात गेल्यावर श्रीमतीने मेन्यू कार्ड हातात घेऊन वाचलं आणि तिला मोठाच धक्का बसला. पण श्रीकांतने तिच्या हातातून ते काढून घेतलं आणि तिला शांत करत म्हणाला, "श्रीमती, अगं निदान आजतरी किमतीकडे पाहू नकोस."

तिनेपण ते मेन्यू कार्ड परत ठेवलं आणि श्रीकांतकडे वळून म्हणाली, "श्री, या नव्या नोकरीत तुझ्यावर काय काय जबाबदाऱ्या असणार आहेत?"

"एकदा पगारवाढ झाली की, त्याबरोबर जबाबदारी नेहमी वाढतेच. मला आता जास्त प्रवास करावा लागेल. माझ्या हाताखाली एक मोठा ग्रुप काम करत असेल. मि. केळकरांना माझ्याकडून खूप अपेक्षा आहेत. त्यांचा विश्वासपण आहे माझ्यावर. मी कामावर पूर्णपणे लक्ष केंद्रित करावं, असं त्यांना वाटतं."

"हे, श्री. तू जेव्हा कामावर लक्ष केंद्रित करण्याची गोष्ट करतोस ना, तेव्हा मला एक गोष्ट आठवते."

“आय होप, तुझ्या हिस्ट्रीमधली एखादी कथा नसेल.”

“हो, आहे हिस्ट्रीतलीच. पण तू ऐकच.”

“माझं लग्न एका इतिहासकाराशी झालंय. काय करणार? ऐकण्यावाचून दुसरा काही पर्याय आहे का?”

श्रीकांत हसून म्हणाला.

“खूप खूप वर्षांपूर्वी एका साधूला धर्मशास्त्रावर सविस्तर भाष्य करायचं होतं. त्याचं सगळं लक्ष फक्त त्याच्या कामाकडेच लागून राहिलं असल्याने घराबाहेर काही जग अस्तित्वात आहे, ही गोष्ट तो विसरून गेला होता. त्याची म्हातारी आईच त्याची काळजी घेत असे. पण आता ती म्हातारी होत चालली होती. त्यामुळे एक दिवस ती शेजारच्या गावात गेली आणि तिने त्याच्यासाठी एक वधू शोधून आणली. तो अत्यंत आज्ञाधारक असल्याने त्याने तिच्याशी लग्न केलं. पण लग्न झाल्यावरसुद्धा त्याचा अभ्यास आणि नादिष्टपणा काही थांबायला तयार नाही. आपल्या तरुण पत्नीकडेसुद्धा लक्ष द्यायला त्याला सवड होईना...”

“ओऽऽ... तरुण पत्नीकडेसुद्धा लक्ष द्यायला सवड होईना काय?” श्रीकांत तिला चिडवत म्हणाला.

“वेल. इतकं त्याचं आपल्या कामाकडे लक्ष होतं. सगळी परिस्थिती त्याच्या तरुण पत्नीच्या लक्षात आली. काही दिवसांनी त्या माणसाची आई वारली. त्याची पत्नी घराबाहेर पडून काम करायची, घरी येऊन त्याच्यासाठी स्वयंपाक करायची, त्याची देखभाल करायची. आईनं आपल्या मुलाचा सांभाळ करावा, तसा करायची. त्याचं ग्रंथाचं काम आपलं चालूच होतं. अखेर एक दिवस त्याचं काम पूर्ण झालं. मग त्याचं लक्ष गेलं तर त्याच्या शेजारी जमिनीवर एक म्हातारी बाई झोपली होती. तिचा चेहरा तर ओळखीचा वाटत होता, पण ती नक्की कोण ते मात्र त्याला आठवत नव्हतं. मग त्याने तिला उठवून विचारलं, ‘बाई, तुम्ही कोण आहात? तुम्ही इथे कधी आलात?’ त्यावर ती स्त्री नम्रपणे म्हणाली, ‘मी तुमची पत्नी असून तुमच्या आईच्या मृत्यूनंतर गेली चाळीस वर्षे मी या घरात राहत आहे.’

तिच्या तोंडचे शब्द ऐकून तो स्तंभित झाला. एखाद्या व्यक्तीने जन्मभर आपली अशी निरलसपणे सेवा केली असेल, यावर त्याचा विश्वासच बसेना. मग त्याने आदरपूर्वक तिला विचारले, ‘देवी, तुमचे नाव काय?’

‘माझं नाव भामती.’

मग त्याने आपल्या ग्रंथाचं पहिलं पान उघडून त्यावर तिचं नाव लिहिलं, ‘भामती.’ अजून आजही अनेक संस्कृतचे पंडित भामती या ग्रंथाचा वापर करतात. आपलं संपूर्ण तारुण्य एकनिष्ठेने पतीसेवेसाठी घालवणाऱ्या सर्वच्या सर्व स्त्रियांचं

प्रतीक म्हणजे भामती. तो ग्रंथ ज्याने लिहिला त्याचं नाव कुणालाही आठवत नाही. पण भामतीचं नाव मात्र ज्याच्या त्याच्या मुखी आजही आहे.''

श्रीकांत तिचं बोलणं लक्षपूर्वक ऐकत होता.

''श्रीकांत, या कथेमधे कुणाचा त्याग जास्त महान वाटला तुला?''

श्रीकांत त्यावर क्षणभर विचार करून म्हणाला, ''ऑफ कोर्स, त्या दोघांचाही. पण त्याहीपेक्षा आपल्या ध्येयावर लक्ष केंद्रित करून, जगाची पर्वा न करता त्याचा पाठपुरावा करणारा माणूस तर जास्त महान आहे.''

''श्री, मला नाही तुझं म्हणणं पटत. माझ्या मते भामतीच्या स्वार्थत्यागाला तर काही सीमाच नाही. तिने तोंडातून एक अक्षरही न काढता, प्रश्न न विचारता, कुरकूर न करता आपलं उभं आयुष्य पतीसाठी समर्पित केलं. ती नसती, तर त्याचं कार्य पारच पडू शकलं नसतं. पण या कथेतील त्याहीपेक्षा मला आणखी आवडलेली गोष्ट सांगू?''

''हो, सांग ना.''

''अखेर आपल्या पत्नीची महानता त्या पतीच्याही लक्षात आली व त्याने आपल्या त्या ग्रंथाला तिचं नाव दिलं. या कथेत माझ्या मनाला भावलेली आणि चटका लावून गेलेली ही गोष्ट आहे!''

''होय गं, श्रीमती. आजच्या काळात या भामतीसारख्या स्वार्थत्यागी स्त्रिया सापडणं विरळाच. आजकालच्या स्त्रिया केवढ्या बदलल्या आहेत!''

बघताबघता त्यांच्या लग्नाला तीन वर्षे झाली. श्रीमती या वर्षी पीएच.डी.चं रजिस्ट्रेशन करणार होती. पण इतक्यात श्रीकांतचं पोस्टिंग दिल्लीला झालं.

श्रीमतीला खूप वाईट वाटलं. तिची श्रीकांतला सोडून दूर राहायचीही इच्छा नव्हती. पण त्याचबरोबर शिक्षणावर पाणी सोडायचीही तिच्या मनाची तयारी नव्हती. त्यावर श्रीकांतने एक सुचवलं, ''एकतर मी दिल्लीची ऑफरच स्वीकारत नाही. नाहीतर मग तू मुंबईतच राहून पीएच.डी. कर. मी मात्र महिन्यातून एकदाच तुला भेटायला दिल्लीहून मुंबईला येऊ शकेन.''

''नाही श्री, मला हे दोन्ही पर्याय मुळीच पसंत नाहीत. या ऑफरचा तू स्वीकार केला नाहीस, तर तुला प्रमोशनला नाही म्हणावं लागेल. ते मला चालणार नाही. पण माझी इथे एकटीने राहण्याचीसुद्धा इच्छा नाहीये. मी वर्षभर तुझ्याबरोबर दिल्लीला राहीन. मी अभ्यास पुढच्या वर्षी सुरू करेन. उत्तर भारतात नाहीतरी बघण्यासारखी कितीतरी सुप्रसिद्ध ऐतिहासिक स्थळं आहेत. या निमित्ताने ती मला बघता येतील.''

परत एकदा श्रीमतीने फार मोठी तडजोड केली. ती स्वतःच्या बाबतीत फार महत्त्वाकांक्षी आणि धीट नव्हती. त्यामुळेच तिच्या स्वतःच्या आशा, आकांक्षा, तिची स्वप्नं आणि ध्येयं यांना सदोदित अगदी खालचं स्थान मिळायचं.

“श्रीमती, आणखी एक मार्ग आहे. आपण इथे तुझ्यासोबत राहायला माझ्या आईला बोलावून घेऊ.”

गंगाक्का या गोष्टीला कधीच मान्यता देणार नाही, याची श्रीमतीला चांगलीच कल्पना होती. पण तिने श्रीकांतसमोर तसं बोलून दाखवलं नाही.

आता हुबळीला गंगाक्कांच्या घरी फोन आला होता. श्रीकांतने स्वत:च आपल्या आईला फोन लावून तिला घरी येऊन राहण्याचं निमंत्रण दिलं. पण त्यावर तिचं उत्तर तयारच होतं. “अरे, मला तुझ्या घरी येऊन तुझ्या बायकोच्या सोबतीला राहायला नक्कीच आवडलं असतं, ती तर काय माझ्या मुलीसारखी आहे रे. पण मी यंदा तीर्थयात्रेला जायचं म्हणतेय, दोन महिन्यांसाठी. त्यात शीनाप्पाच्या बायकोची प्रकृती बरी नाही. त्यांनापण माझ्या मदतीची गरज आहे. माझ्या संकटकाळी त्यांनी मला केवढी मदत केली होती. तुम्ही दोघं किती लहान होता. तेव्हा कदाचित रमाची मुलं शिकायला इकडे येऊन राहतील. मग आता मी काय करू ते तूच सांग मला. तू जे काय सांगशील ते मी ऐकीन.”

अर्थातच गंगाक्काचं मुंबईला येऊन राहणं रहित झालं.

श्रीकांत दिल्लीला जायला निघाला तेव्हा श्रीमतीपण त्याच्यासोबत गेली. दिल्ली हे तसं ऐतिहासिकदृष्ट्या खूपच महत्त्वाचं ठिकाण असल्यामुळे तिथे एक वर्ष काढणं श्रीमतीला मुळीच जड गेलं नाही. तिला फारसा कंटाळापण आला नाही आणि तिच्या काही नव्या ओळखीपण झाल्या.

“श्रीकांत, आपण दिल्लीचं पोस्टिंग संपवून जेव्हा मुंबईला परत जाऊ, तोपर्यंत मुंबईच्या घराचं आपलं लीज संपलेलं असेल. आपण कुठे राहायचं? नवीन घर घेणं परवडेल का आपल्याला?”

“श्रीमती, त्याची काळजी तू करू नको, मी कंपनीकडून हाऊसिंग लोन घेईन, आपल्याला नक्की मिळेल.”

“हो, का? तसं असेल तर मग आपण वर्सोव्याला सी-फेसवर घर घेऊ या का?”

“पण तिथे का श्रीमती? अगं ते किती लांब पडेल!”

“मला समुद्राचं फार आकर्षण आहे. मी समुद्रासमोर कितीही तास बसून काढू शकेन. समुद्राच्या लाटांवर मी माझी स्वप्नं बघते.”

“अगं ए श्रीमती... आता उगाच कविकल्पना करत बसू नकोस हं आणि स्वप्नं तर मुळीच बघू नको. मी नाही वर्सोव्याला राहू शकणार.”

त्याच्या आवाजातील उतावीळपणा पाहून ती जरा गंभीर झाली आणि म्हणाली, “श्री, स्वप्नांशिवाय आयुष्याला काय अर्थ आहे? या कंपनीचा डायरेक्टर होण्याचं तुझंसुद्धा स्वप्न आहेच ना?”

"कम ऑन.... ते वेगळं आहे. ते स्वप्न प्रत्यक्षात येण्यासारखं आहे."

"ओके. मग आपण फ्लॅट कुठे घ्यायचा?"

"लेट्स सी. सांताक्रूझला घेऊ या नाहीतर बांद्र्याला."

पण त्यांच्या आयुष्यात एक वेगळीच उलथापालथ होणार होती. श्रीकांतला प्रोजेक्ट मॅनेजर करण्यात आलं आणि त्याला यू.एस.ए.ला पाठवण्याचं निश्चित झालं. तसा श्रीकांत या आधीही काही वेळा अमेरिकेला जाऊन आला होता. पण या खेपेस त्याला सलग तीन वर्षं तिथे सलग राहावं लागणार होतं. श्रीमती मनातून आनंदून गेली. अमेरिकेला जायला निघण्यापूर्वी ती एकदा हुबळीला गेली. जाताना आपले आईवडील, रमा, तिची मुलं आणि गंगाक्कासाठी ती भरपूर प्रेझेंट्स घेऊन गेली.

गंगाक्काने आता आपल्या घराचं नूतनीकरण करून घेतलं होतं. आधुनिक उपकरणं घरी आली होती. सर्वत्र सुबत्ता दिसून येत होती. आता गंगाक्काला गावगप्पांसाठी भरपूर वेळ मिळत होता.

श्रीमतीशी मात्र तिचं वागणं अजूनही पूर्वीइतकंच तुटक आणि कडू होतं. श्रीमतीला त्या घरची सून म्हणून येऊन आता पाच वर्षं झाली होती, तरीही गंगाक्काचं वागणं बदललं नव्हतं. आपल्या सासूची मर्जी सांभाळण्यासाठी श्रीमतीने प्रयत्नांची शिकस्त केली होती, पण आजवर तिला गंगाक्काकडून एकसुद्धा प्रेमाचा, कौतुकाचा शब्द ऐकायला मिळाला नव्हता. अलीकडे गंगाक्का श्रीमतीला हुंड्यावरून टोचून बोलत नसे. तिला आता एक नवीन अस्त्र मिळालं होतं— श्रीमतीला अजून मूल नव्हतं.

"श्रीमती, ती शारदा तुझ्याच वर्गात होती ना? तिला गेल्या आठवड्यात तिसरं मूल झालंय म्हणे. मी वंदनाच्या मुलाच्या वाढदिवसाला गेले होते ना, तर तिच्याकडून कळलं मला. वंदनाचा मुलगासुद्धा दिसायला खूप गोड आहे."

रमाने त्यात आणखी तेल ओतलं... "अगं, ती देसाईंची मुलगी नाही का इंदिरा... अण्णाचारींनी श्रीकांतसाठी तिचं स्थळ आणलं होतं ना.. तीच ती. तिला दोन जुळे मुलगे झाले आहेत नुकतेच. तिचे सासूसासरे काय नशीबवान असतील ना?"

या असल्या वातावरणात श्रीमतीला गुदमरल्यासारखं व्हायचं. पण त्यांना देण्यासारखं काहीच उत्तर तिच्यापाशी नव्हतं. जरा आपल्या मुलाला या बाबतीत काहीतरी सांगून बघा– असं गंगाक्कांना म्हणावं, असं तिला मनातून वाटायचं. पण संकोचापोटी तिच्या तोंडून शब्द फुटत नसे.

श्रीमतीने एकदा श्रीकांतपाशी हा विषय काढून पाहिला होता, "श्री, आपल्या लग्नाला पाच वर्षं झाली. आपले सगळे मित्र-मैत्रिणी आईबाबा झाले आहेत. मला पण आता बाळ हवंहवंस वाटतंय."

पण या बाबतीत श्रीकांतचे विचार अत्यंत ठाम होते.

"म्हणून काय झालं श्रीमती? आपलं लग्न खूप लहान वयात झालं. त्यावेळची परिस्थिती वेगळी होती. मी आत्ता फक्त अठ्ठावीस वर्षांचा आहे. आधी आपण जरा स्थिरस्थावर तर होऊ या. आपल्या वर्गातल्या कितीतरी मुलांची तर अजून लग्नंसुद्धा झाली नाहीत. रवीकडे बघ, अँथनीकडे बघ... प्लीज, बाळासाठी हट्ट धरू नको."

पण हे सगळं ती गंगाक्कांना कसं काय सांगणार?

कमला मात्र खूप खुश होती. तिच्या जावयाचं इतकं चांगलं चाललं होतं. मुलगी संसारात सुखी होती, तिच्यासारखी दुःखी तरी नव्हती. श्रीमतीच्या वडिलांना तर आपल्या लेकीला कुठे ठेवू आणि कुठे नको, असं झालं होतं. त्यांच्या तोंडात सतत श्रीकांतचं नाव असे. आपल्या मुलीला कसा योग्य पती मिळालाय, असा शोधून कुठे सापडला नसता, असं त्यांना वाटे. श्रीमतीचं हे सगळं सुख, हे सगळं वैभव केवळ तिच्या उत्तम पत्रिकेमुळेच आहे, हा त्यांचा ठाम विश्वास होता.

श्रीमतीला अजून मूल कसं काय नाही, असा प्रश्न कधीकधी कमलालाही पडे. पण तिने श्रीमतीला थेट त्याविषयी कधीही विचारलं नव्हतं. श्रीमती या विषयाबाबतीत किती हळवी आहे, याची तिला कल्पना होती. मूल होऊ देण्यास ही वेळ योग्य आहे, असं तिने श्रीमतीला आडूनआडून सुचवलं होतं. त्यावर श्रीमती फक्त एवढंच म्हणाली होती, "अव्वा, मला माहीत आहे ते, पण श्रीकांतने ते मान्य करायला हवं ना."

आपल्या मुलाचं इतकं चांगलं चाललंय, या गोष्टीचा गंगाक्काला खूप आनंद झाला होता. पण त्याच्याबरोबर श्रीमतीलासुद्धा परदेशी जायला मिळतंय, याचा मात्र तिला मनातून संताप आला होता. त्यामुळे श्रीमती कधीही हुबळीला येणार असली की, गंगाक्का मुद्दाम काहीतरी कारण काढून त्या दिवशी गावाला निघून जायची. श्रीमती मुंबईला परतल्यावर मगच ती घरी यायची. गंगाक्काच्या स्वयंपाकघरात श्रीमतीला प्रवेश नव्हता, कारण गंगाक्काला वैष्णव पद्धतीचा स्वयंपाक आवडत नसे. याच्या नेमकी उलटी परिस्थिती श्रीमतीच्या माहेरी होती. तिथे तिची आजी तिला ह्याच विषयावरून टाकून बोलत असे. श्रीमती आता सासरच्या लोकांप्रमाणे स्मार्त झाली आहे, असे टोमणे ती मारत असे.

श्रीकांतच्या घरच्या लोकांना आपण नकोशा वाटतो, ही गोष्ट काही केल्या श्रीमतीच्या पचनी पडू शकत नव्हती. सुरुवातीचे काही दिवस जरी गंगाक्का आणि रमा तिच्याशी शत्रुत्वाने वागलेल्या असल्या तरी काही दिवसांत ते सगळं संपून त्या दोघी स्वतःच्या कुटुंबाचा एक घटक म्हणून आपला स्वीकार करतील, आपल्याशी प्रेमाने वागतील, अशी श्रीमतीला आशा वाटे. पण इथे तसं काहीच चिन्ह दिसत नव्हतं.

प्रेम, माया या गोष्टी कोणाला शिकवता येत नाहीत किंवा त्या पैशाने विकतही घेता येत नाहीत. एखादी व्यक्ती आपल्याला खरोखर हृदयापासून आवडावी लागते, त्यात पैसा, संपत्ती, सौंदर्य, बुद्धिमत्ता या कशाकशाचाही संबंध नसतो. पण अर्थात श्रीकांतच्या आईचे आणि बहिणीचे विचार मात्र या बाबतीत वेगळे होते, हे उघड होतं.

श्रीमती आपल्या माहेरी जेव्हा एकटी असायची, तेव्हा नाही नाही ते विचार तिच्या मनात पिंगा घालायचे. तिला एक जुनी आठवण झाली. प्रोफेसर राव आणि त्यांच्या पत्नीला वाटायचं, श्रीमतीचं लग्न आपल्या मुलाशी व्हावं. तो अमेरिकेत होता, डॉक्टर होता. पण श्रीमतीने या प्रस्तावाला नम्रपणे नकार दिला होता. ज्या मुलाच्या आईवडिलांना आपण आवडतो, अशा मुलाशी जर आपलं लग्न झालं असतं, तर परिस्थिती किती वेगळी झाली असती? असं तिच्या कधीतरी मनात यायचं. अर्थात श्रीकांतशी लग्न केल्याचा तिला आजवर एकदाही पश्चात्ताप झालेला नव्हता. त्याचं तिच्यावर निरातिशय प्रेम होतं. तो तिच्याशी एकनिष्ठ होता, पण त्याचबरोबर त्याच्या कुटुंबीयांचं प्रेम, त्यांचा आधार जर मिळाला असता, तर किती बरं झालं असतं, असं मात्र तिला नेहमी वाटे.

तिला गंगाक्कांच्या घरी कधीच घरच्यासारखं वाटायचं नाही. तिला तिथे मुद्दाम परक्यासारखं वागवण्यात यायचं. हे सगळं ती श्रीला कसं काय समजावून सांगणार होती?

श्रीमती कधीही वंदनाच्या घरी भेटायला गेली की, तिची आई श्रीमतीशी चांगलं वागायची, परंतु श्रीकांत आणि श्रीमतीची भरभराट तिला बघवत नसे. मग कळत नकळत तिच्याही तोंडून एखादा टोमणा बाहेर पडायचा.

''श्रीमती, आम्ही वंदनाच्या लग्नात इतका खर्च केला आणि तू बघ किती नशीबवान निघालीस. आईवडिलांच्या खिशातून एक पैसासुद्धा खर्च न करता तू किती चांगला मुलगा गटवलास. आमच्या कवितानं तुझ्याकडून थोडं फार शिकून घ्यायला पाहिजे.''

एक गोष्ट खरी होती, वंदनाचा नवरा श्रीकांतच्या पुढे काहीच नव्हता. अगदी सीधासाधा होता तो. त्याची करिअरसुद्धा काही फार खास नव्हती. पण श्रीकांत किती कष्टाळू आहे, किती काबाडकष्ट करतो, हे मात्र कुणीच कसं लक्षात घेत नाही, या कल्पनेने श्रीमतीला वाईट वाटायचं. सर्वांना केवळ त्याची भरभराट होत चाललेली दिसायची, पण त्यामागचे कठोर परिश्रम दिसायचे नाहीत.

श्रीमती शारदेच्या, सासरी तिला भेटायला गेली. त्यांचं एकत्र कुटुंब होतं. त्यांच्या घरात एकटं बसून चार गोष्टी बोलणंही शक्य नव्हतं. शारदेला भरपूर काम असायचं, तरीपण आपली जुनी मैत्रीण आपल्या घरी आलेली पाहून शारदेला खूप आनंद झाला.

“श्रीमती, मी माझं बी.ए.चं शिक्षण पूर्ण करावं, म्हणून तू त्यावेळी किती आग्रह करायचीस, आठवतं? आता मला वाटतं, काय उपयोग त्याचा? तेव्हापासून आजपर्यंत मी एकाही पुस्तकाला हातही लावलेला नाही आणि तू बघ, कुठेच्या कुठे निघून गेलीस! मला सांग, तुला मुंबईत खूप नवीन मित्रमैत्रिणी मिळाल्या असतील ना?”

“नाही गं शारी, खरं सांगू, मला आता खूपच कमी मित्रमैत्रिणी आहेत. नव्याने मैत्री करणं वेगळंच असतं, आपण एकमेकांकडून कोणत्याही गोष्टीची अपेक्षा न ठेवता एकत्र लहानाच्या मोठ्या झालो, पण अशी मैत्री आता मात्र शोधून सापडणं कठीण.”

दोघी मैत्रिणी क्षण दोन क्षण काहीच न बोलता एकत्र बसून राहिल्या; शाळेच्या दिवसांच्या जुन्या आठवणी काढत. शारदाने एक सुस्कारा टाकला. ते ऐकून श्रीमतीने तिला विचारलं, “शारी, मला एक सांग, आजकालच्या दिवसात तू तिसरं मूल कसं काय होऊ दिलंस?”

“अगं श्रीमती, माझ्या सासूबाईंचं म्हणणं होतं, एक मुलगा व्हायलाच पाहिजे. आमच्या घरचा बिझनेस आहे ना. त्यामुळे मुलगा असणं फारच आवश्यक आहे. मला आधीच्या दोन मुलीच आहेत, तुला माहीत आहे.”

“मग तू त्यासाठी भांढीवाड मारुतीला पेढ्यांचा नवस बोलली असशील ना?”

दोघी जोराजोरात हसू लागल्या.

अचानक श्रीमतीला त्या दिवसाची आठवण झाली. श्रीकांतने तिला लग्नाची मागणी घातली होती. त्यावेळी त्या दोघांनी मिळून आपल्याला भविष्यात होणाऱ्या मुलांची नावं काय काय ठेवायची, हे पण ठरवून ठेवलं होतं. अशोक, आदित्यविक्रम आणि सिद्धार्थ गौतम. आपल्या डोळ्यात तराळलेलं पाणी शारदेपासून लपवत श्रीमती तिथून बाहेर पडली.

१७

अमेरिकेला जायच्या कल्पनेने श्रीमतीच्या अंगात उत्साहाचा संचार झाला होता. प्रोफेसर कॉलिन्स यांच्याशी तिचा नियमित संपर्क होता, पण त्यांना प्रत्यक्षात भेटून कितीतरी वर्षे लोटली होती. पण आता मात्र शिकागोला जाऊन त्यांची आणि त्यांच्या मुलीची– डोरोथीची प्रत्यक्ष भेट घेण्याची संधी आयती चालून आली होती.

श्रीकांतही अत्यंत आनंदात होता. ग्लोबल मार्केट समजावून घेण्याची, तेथील

पद्धती खोलवर शिकून घेण्याची पूर्ण मानसिक तयारी त्याने केली होती. आता कंपनीतील वरिष्ठ अधिकाऱ्यांमधे त्याची गणना होऊ लागली होती.

आपण जर अपार मेहनत केली, खूप चांगला रिझल्ट दाखवला, तर लवकरच या कंपनीचा व्हाइस प्रेसिडेंट होण्याची संधी आपल्याला नक्कीच आहे, असं श्रीकांतला वाटायचं.

अमेरिकेन ऑपरेशन्सचा हेड म्हणून पोस्टिंग झाल्यापासून श्रीकांतवरच्या जबाबदाऱ्या पण खूपच वाढल्या होत्या. त्याचे बॉस मि. केळकर आता त्याच्यावर प्रत्येक बाबतीत अवलंबून राहू लागले होते. त्यांनी आपल्या सगळ्या आशा त्याच्यावरच केंद्रित केलेल्या होत्या. अमेरिकेतील आपलं आयुष्य खूप धावपळीचं असणार आहे, याची पूर्वकल्पना श्रीकांतने श्रीमतीला आधीच देऊन ठेवली होती. त्यामुळे तिथे राहिल्यावर तिला सगळं काही स्वतंत्रपणे, स्वत:च्या हिंमतीवर बघावं लागणार होतं. तिला त्याची फारशी मदत होणार नव्हती. तो फारसा तिच्या सहवासातही असणार नव्हता. त्याला आपलं सगळं चित्त एकाग्र करून काम करावं लागणार होतं. त्याची बरीचशी शक्ती त्यातच खर्च होणार होती.

ते लॉस एंजलिसला उतरले. कंपनीने त्यांच्यासाठी अपार्टमेंट तयारच ठेवलं होतं. त्यामुळे ते एअरपोर्टवरून सामान घेऊन थेट तिकडेच गेले. श्रीमतीला हे सगळंच नवं होतं. प्रत्येक गोष्ट करायची म्हणजे एक साहसच होतं. बाजारहाट करणं, ती माणसे, ते रस्ते, त्यांची ती शब्दोच्चाराची विशिष्ट शैली, ती भाषा, वेगवेगळ्या वाहनांनी प्रवास करणं, रोजच तिला काहीतरी नवनवीन शिकायला मिळत होतं. एखाद्या भुकेल्या विद्यार्थ्याप्रमाणे ती ते सर्वकाही आत्मसात करून घेत होती. त्या दोघांनाही अमेरिकेत पोहोचल्यावर सर्वांत पहिली गोष्ट कुठली करावी लागली; तर ती म्हणजे ड्रायव्हिंग शिकणं. त्यांनी स्वत:साठी दोन सेकंडहँड गाड्या खरेदी केल्या. गाडीशिवाय इकडून तिकडे लांब लांब अंतर कापून रोजच्या रोज जाणं; जवळपास अशक्य होतं. श्रीमती गंमतीने श्रीकांतला म्हणाली, "भारतात कार असणं, ही चैनीची, श्रीमंतीची गोष्ट मानली जाते; पण इथे कार असणं हे माणसाला पाय असण्याइतकंच गरजेचं होऊन बसलंय! त्याच्याशिवाय कुणालाही कुठे जाणंच शक्य नाही."

अमेरिकेत गेल्यावर श्रीमतीमधली हिस्ट्रीची विद्यार्थिनी जागी झाली. ती अमेरिकेच्या इतिहासातील अनेक गोष्टी जाणून घेण्याचा प्रयत्न करू लागली. जेव्हा सर्वांत पहिल्यांदा अमेरिकेच्या भूमीवर गोऱ्या लोकांनी पाऊल ठेवलं, तेव्हा किंवा अमेरिकेला स्वातंत्र्य मिळालं, तेव्हापासून अमेरिकेच्या इतिहासाची सुरुवात झालेली नसून त्याच्याही कितीतरी आधीपासून ती झालेली आहे, याची तिला प्रथमच जाणीव झाली. नेटिव्ह अमेरिकन्स किंवा ज्यांना आपण रेड इंडियन्स म्हणतो, ते कितीतरी

पूर्वीपासून तिथे होते व त्यांचा स्वत:चा अत्यंत समृद्ध असा इतिहास आहे, हेही तिला समजलं.

कधी कधी इतिहास विद्यार्थ्यांना अशा पद्धतीने शिकवण्यात येतो की, एखाद्या प्रांताचा किंवा एखाद्या संपूर्ण युगाचा इतिहास पूर्णपणे बाजूला पडतो. श्रीमतीचा अशा गोष्टीला अत्यंत विरोध होता. भारतातसुद्धा इतिहास शिकवण्यात येतो तो मुख्यत्वेकरून उत्तर भारताचा असतो, इतिहासाच्या पाठ्यपुस्तकांमधूनही हेच दिसून येतं. परंतु भारताचा खराखुरा इतिहास विचारात घ्यायचा झाला, तर मात्र दक्षिण, पश्चिम आणि पूर्व भारताच्या इतिहासाचा विचार करायलाच हवा. सम्राट चालुक्य, परमेश्वर पुलकेशीबद्दल आपल्यापैकी किती जणांना पुरेशी माहिती आहे? त्याने उत्तर भारतातील राजा हर्षवर्धन याचा पराभव केला होता. दक्षिण भारतातील ज्या विजयनगरच्या साम्राज्याने मुघल साम्राज्याशी टक्कर दिली, त्याविषयी तरी किती जणांना माहिती आहे? अमेरिकेतही स्थिती साधारण अशीच आहे. बऱ्याच इतिहासांच्या पाठ्यपुस्तकांत चारशे वर्षांपूर्वी मेफ्लॉवर येथे ज्या वसाहती निर्माण झाल्या, तेव्हापासूनचा इतिहास दिलेला असतो. पण खरं पाहता, त्या देशाचा इतिहास त्यापेक्षा कितीतरी जुना आहे. तो माहिती करून घेण्यासाठी तेथील नेटिव्ह अमेरिकन्सचं जीवनसुद्धा लक्षात घ्यायला हवं.

श्रीमती मुद्दाम शिकागोला जाऊन प्रोफेसर कॉलिन्स आणि त्यांची मुलगी डोरोथी यांना भेटली. डोरोथीने पीएच.डी. पूर्ण केलं होतं आणि ती युनिव्हर्सिटीत काम करत होती. आपल्या वडिलांप्रमाणेच हिस्ट्री विषय हे तिचं सर्वस्व होतं. तिच्या फ्लॅटमधे सर्वत्र नुसती पुस्तकं आणि कागदपत्रांचा ढीग होता. या इथे येणं ही श्रीमतीच्या दृष्टीने एक पर्वणीच होती.

डोरोथी लवकरच युरोपच्या दौऱ्यावर चालली होती. श्रीमतीनेही आपल्यासोबत यावं, अशी गळ डोरोथीने तिला घातली. संपूर्ण दौरा तीन महिन्यांचा होता. श्रीकांतची या गोष्टीला पूर्णपणे संमती होती. आपल्या पत्नीने स्वतंत्र व्हावं, धाडसी व्हावं, असं त्याला नेहमीच वाटे. श्रीमती अखेर हो ना करताकरता डोरोथीबरोबर त्या दौऱ्यावर गेली. तिला अत्यानंद झाला. आजपर्यंत युरोपच्या इतिहासाबद्दल केवळ पुस्तकांमधूनच वाचलेलं होतं. पण या दौऱ्याच्या निमित्ताने सर्व काही जिवंत होऊन समोर उभं ठाकलं होतं.

बघताबघता एक वर्ष कसं संपलं तेच कळलं नाही, दोघंही या नव्या वातावरणात आता व्यवस्थित रुळले होते. पण एका फोन कॉलने सगळंच बदलून गेलं. बातमी वाईट होती. श्रीकांतचे भारतातील वरिष्ठ श्री. विश्वास केळकर यांचं हृदयविकाराच्या तीव्र धक्क्यानं अकस्मात निधन झालं होतं. श्रीकांतला भारतात ताबडतोब परत बोलावून घेण्यात आलं होतं.

श्रीकांत तर लगेच निघाला. श्रीमतीला एव्हाना अमेरिकन जीवनपद्धतीची चांगली सवय झाली होती. तिने सगळा मागचा व्याप आवरून एक-दोन महिन्यांत भारतात परतायचं, असं ठरलं.

भारतात परत येत असताना श्रीकांतच्या मनात वारंवार एकच विचार येत होता– श्री. विश्वास केळकर यांना असा एवढा तीव्र हार्ट ॲटॅक कशामुळे आला असावा? ते तर किती नेमस्त, शिस्तबद्ध होते. आहारविहार, नियमित व्यायाम या सर्व बाबतीत अत्यंत काटेकोर होते. परंतु अतिरिक्त मानसिक ताणामुळे त्यांना ग्रॅस्ट्रिक अल्सरचा त्रास मात्र होत असे. पण ते स्वत:च त्याविषयी कोटी करत असत. ते अल्सरला 'एक्झिक्युटिव्ह डिसीज' म्हणत. पण ते अखंड अविरत कष्ट करत असत.

कदाचित त्या मानसिक ताणानेच तर अखेर त्यांचा बळी नसेल ना घेतला? लोक त्यांच्याविषयी असंही बोलत की, त्यांचं कौटुंबिक आयुष्य विशेष सुखी नव्हतं. त्या पती-पत्नींमधे काही ताणतणाव होते. कदाचित या सर्वांचा परिणाम त्यांचा अकाली मृत्यू ओढवण्यात तर झाला नसेल? मुंबईच्या ऑफिसात इतके कार्यक्षम आणि समर्थ अधिकारी असताना आपल्याला असं तडकाफडकी भारतात का बरं बोलावून घेण्यात आलं असावं, असा विचार श्रीकांतच्या मनात राहूनराहून येत होता.

त्यापाठीमागचं कारण त्याला मुंबईला पोहोचल्यावर समजलं. श्री. केळकरांच्या जागी सर्वार्थाने पात्र केवळ श्रीकांतच आहे, यावर बोर्ड ऑफ डायरेक्टर्सचं एकमत झालं होतं.

श्रीकांतला कंपनीत येऊन केवळ सहाच वर्षं झाली होती. पण आता पुढील सहा महिन्यांसाठी त्याला ॲक्टिंग जनरल मॅनेजर करण्यात आलं होतं. त्या कालावधीतील त्याचं काम पाहून नंतर त्याला त्या पदावर कायम करण्यात येणार होतं.

श्रीकांतला खूप आनंद झाला.

दुसऱ्या दिवशी सकाळी तो ऑफिसात पोहोचल्यावर जेव्हा मि. केळकरांच्या केबिनमधे शिरला, तेव्हा मात्र त्यांची रिकामी खुर्ची पाहून त्याचा जीव गलबलला. मनाला एकप्रकारची अस्वस्थता आली. या खुर्चीत बसणाऱ्या त्या देव माणसाने कोणते कोणते मानसिक ताण भोगले आहेत कोण जाणे. एखादा माणूस जर महत्त्वाकांक्षी असेल, तर त्याला त्या महत्त्वाकांक्षेची एवढी जबरदस्त किंमत मोजावी लागते का? त्याला केळकरांच्या शब्दांची आठवण झाली. 'जो माणूस केवळ नऊ ते पाच काम करतो, तो कधीच यशस्वी होऊ शकणार नाही. जो सदासर्वकाळ कंपनीचा विचार करतो आणि आपल्या कामावर लक्ष पूर्णपणे केंद्रित करतो, तोच इथे यशस्वी होऊ शकेल.'

होय, तेवढा एकच मार्ग होता. आता आपणही ही जी जबाबदारी शिरावर घेतली आहे, ती यशस्वीपणे पार पाडायची, असं श्रीकांतने ठरवलं. आपल्यावाचून या कंपनीत पान हलणार नाही, इतके आपण या कंपनीसाठी महत्त्वाचे आहोत, हे सिद्ध करून दाखवण्याची आयतीच संधी त्याच्यापुढे चालून आली होती. आता आपण पूर्वीपेक्षाही अधिक परिश्रम करायचे, असा त्याने निर्णय घेतला.

१८

तीन महिन्यानंतर श्रीमती भारतात परतली. तिला आणि श्रीकांतला परस्परांचा विरह झाला होता. इतक्या मोठ्या कालावधीनंतर एकमेकांना भेटून दोघांनाही अत्यानंद झाला. एअरपोर्टच्या बाहेर पडल्यावर नवी कोरी गाडी आणि ड्रायव्हर बाहेर थांबलेले होते.

ते पाहून श्रीमती आश्चर्यचकित झाली, "अरे श्री, हे रे काय?"

"श्रीमती, कंपनीने मला केळकरांची जागा दिली आहे," श्रीकांत म्हणाला, "शिवाय सहा महिन्यांऐवजी तीन महिन्यांतच मला कन्फर्मपण करण्यात आलंय."

"काँग्रॅच्युलेशन्स! अरे, पण हे तू मला आधी का नाही सांगितलंस?"

"तुला सरप्राइज द्यायचं होतं मला. तू खुश आहेस ना?"

"श्री, मी तुझी अर्धांगिनी आहे म्हटलं, तुझ्या आनंदातच माझा आनंद आहे."

अचानक गाडी वेगळ्याच रस्त्याला वळलेली पाहून श्रीमतीने विचारलं, "श्री, आपण कुठे चाललो आहोत?"

"मी बांद्रा बँड स्टँड भागात नवा तीन बेडरूमचा फ्लॅट विकत घेतलाय. सी फेसवर. तू खुश आहेस ना?"

त्याच्या तोंडचे शब्द ऐकून श्रीमतीच्या चेहऱ्यावर चिंता पसरली.

"श्री, त्यासाठी तू किती लोन काढलंय? आता आयुष्यभर काम केलं तरी परतफेड करता येणार नाही त्याची."

"श्रीमती, अगं वेडी आहेस का? मी आता जनरल मॅनेजर आहे म्हटलं. कंपनीने मला बिनव्याजी कर्ज दिलंय."

"श्री, आपल्या अपार्टमेंट बिल्डिंगचं नाव तरी सांगशील?"

"सी वेव्ह्ज."

"श्री, हे सगळं तू एकट्यानं कसं काय पार पाडलं?"

"मी जर पहिल्या नंबरात येणाऱ्या श्रीमतीला पटकावलंय, तर हे करणं म्हणजे बाए हाथ का खेल." तो तिला चिडवत म्हणाला.

"ओ, श्री, कम ऑन. खरं सांग ना, सीरियसली."

"हे बघ, यश कधी अपघाताने मिळत नाही, श्रीमती. त्यासाठी शिस्तबद्ध योजना आखावी लागते." एवढंच उत्तर त्याने दिलं.

श्रीमतीच्या कल्पनेपेक्षा त्यांचा फ्लॅट कितीतरी अधिक सुंदर होता. श्रीकांतच्या पोझिशनला साजेसाच तो भपकेबाज होता. तीनही बेडरुम्सना एकेक बाल्कनी होती व प्रत्येक बाल्कनीतून समुद्राचं दर्शन होत होतं.

श्रीकांतच्या आयुष्यात फार मोठं परिवर्तन घडून आलं होतं. परंतु श्रीमतीच्या आयुष्यात मात्र फारसा बदल नव्हता. पावसाळ्यातील एक संध्याकाळ होती. श्रीमती बाल्कनीत बसून रस्त्याकडे बघत होती, पाऊस नुसता कोसळत होता. श्रीमती बाल्कनीत बसून भिजत होती, पण तिचं त्याकडे लक्ष नव्हतं. तिने उठून आत जाण्याची काहीच हालचाल केली नाही. श्रीमतीच्या केसात एखाददुसरा पांढरा केस मधूनमधून चमकू लागला होता. श्रीकांत अलीकडे सतत बिझी असायचा. महिन्यातून वीस-पंचवीस दिवस तो फिरतीवरच असायचा. त्याचं संपूर्ण आयुष्य कंपनीभोवती फिरत होतं. त्याच्या मनात दुसरा काही विचारच नसायचा.

आता ते चांगले स्थिरस्थावर झाले होते. त्यांची आर्थिक परिस्थिती उत्तम होती. पण त्यांना अजूनही मूलबाळ नव्हते. परत एकदा श्रीकांतशी या विषयावर बोलण्याची गरज होती. श्रीमतीला तसं अलीकडे तीव्रतेनं वाटू लागलं होतं.

आदल्या संध्याकाळी वंदना आपल्या दोन मुलांना घेऊन श्रीमतीला भेटायला आली होती. दोघी मैत्रिणी एकमेकींशी जिवाभावाच्या गप्पा मारत होत्या.

अचानक वंदना म्हणाली, "श्रीमती, तुला मुलांशिवाय कसं गं करमतं? मी तुला असं विचारलं, म्हणून तुला राग नाही ना आला?"

"ऑफ कोर्स. मला मुलांवाचून इतका कंटाळा येतो. मी गायनॅकॉलॉजिस्टकडे पण गेले होते. पण त्यांच्या मते सगळं काही नॉर्मल आहे."

"अगं, तू खरं तर स्पेशालिस्टकडे जायला हवंस. तुला तर परवडण्याचाही काही प्रश्न नाही. तू हिंदुजा हॉस्पिटलमधे का नाही जात? तिथे डॉ. फडके म्हणून एक खूप नावाजलेले डॉक्टर आहेत. आणि हो, एकटी जाऊ नको. श्रीकांतला पण बरोबर घेऊन जा. आणखी उशीर करू नको."

आज बाल्कनीत पावसाकडे एकटी बघत बसलेली असताना श्रीमतीच्या मनात हेच सगळे विचार घोळत होते.

नेहमीप्रमाणेच श्रीकांतला घरी यायला रात्रीचे नऊ वाजले. रात्रीच्या जेवणानंतर तो आरामात फायनान्शिअल एक्सप्रेस उघडून वाचायला बसला. श्रीमती त्याच्या

शेजारी बसली आणि हलकेच म्हणाली, "श्री, मला घरी एकटीला खूप कंटाळा येतो."

पेपरातून मान वरसुद्धा न करता श्रीकांत म्हणाला, "अगं, तू पीएच.डी. साठी रजिस्ट्रेशन कर, असं मी तुला आजवर कितीतरी वेळा सांगितलंय. पण तुला त्याची काही फिकीरच दिसत नाहीये."

"नाही श्री, मला त्याहून महत्त्वाचं काहीतरी हवंय."

"मग मी सांगतो तुला श्रीमती, तू कॉम्प्युटरचा क्लास लाव. तुला त्याची खूप मदत होईल आणि एकदा का तुला नेट सर्फिंग करायची गोडी लागली ना की मग वेळ कसा जाईल; कळणार पण नाही."

श्रीमती हे ऐकून मनातून खूप अस्वस्थ झाली. मुलांचा विषयसुद्धा त्याच्या डोक्यात येऊ नये, या गोष्टीचं फार वैषम्य वाटलं तिला.

"श्री, अरे, आयुष्यात कॉम्प्युटर हे काही सर्वस्व नसतं. माझ्या घरी कॉम्प्युटर एक्सपर्ट आहे, म्हणून लगेच काही मी कॉम्प्युटर शिकायला पाहिजे, असं नाही. घरात दोर आहे, म्हणून मी लगेच बाजारात जाऊन एक म्हैस खरेदी करून आणू की काय? माझ्या आवडीचा विषय वेगळाच आहे. कॉम्प्युटरमधे माझं मन नाही लागणार."

तिच्या बोलण्याचा स्वर ऐकून श्रीकांतला आश्चर्य वाटलं, पण तो फक्त इतकंच म्हणाला, "श्रीमती, आयुष्यात आपल्याला जेव्हा कोणताही निर्णय घ्यायचा असतो ना, तो नेहमी आपला मेंदू वापरून घ्यावा, हृदयाने नव्हे, आणि तसं जर नाही केलं, तर त्याचे परिणाम महाभयंकर होऊ शकतात."

"श्री, ही तुझी विचारसरणी झाली. पण जगात लग्न आणि शिक्षण या दोन गोष्टींसाठी मात्र डोक्यापेक्षा हृदयालाच विचारात घ्यावं हे बरं. पाश्चात्य संस्कृतीमधे लग्न आणि शिक्षण या गोष्टी हव्या तेव्हा बदलता येतात... पण आपल्या या सनातनी समाजात मात्र तसं करता येत नाही..."

श्रीकांतने तिला बोलताना मधेच थांबवलं आणि तिचे दोन्ही हात हातात गच्च पकडून म्हणाला, "तुला हवंय तरी काय? सरळ सरळ सांग ना मला."

"श्री, आपण स्पेशालिस्टकडे जाऊ या."

"का गं? तुला काय होतंय? बरं नाहीये का तुला?" श्रीकांत काळजीने म्हणाला.

"नाही श्री, मी अगदी ठणठणीत आहे. पण तुला असं नाही वाटत, की आपल्याला मुलं व्हायला हवीत? आता आपल्या दोघांचीही तिशी उलटली आहे आणि आपण चांगले स्थिरस्थावर झालो आहोत."

श्रीकांत क्षणभर गप्प राहिला आणि मग म्हणाला, "ओ.के. तू अपॉइंटमेंट घे, आपण नक्की जाऊ."

पुढच्याच आठवड्यात ते डॉ. फडके यांना भेटले. गेल्या कित्येक वर्षांचा अनुभव त्यांच्या गाठी होता. त्यांनी अनेक निपुत्रिक जोडपी पाहिली होती. त्यांच्या मन:स्थितीची डॉ. फडकेंना चांगली कल्पना होती.

श्रीमती गप्प गप्प होती. श्रीकांतने मात्र बरेच प्रश्न विचारले, "काही प्रॉब्लेम आहे का? श्रीमतीमधे दोष आहे की माझ्यात? त्यावर काही उपाययोजना करता येईल का?" एक ना दोन...

डॉ. फडके हसून म्हणाले, "वेल, मि. देशपांडे तुम्ही कॉम्प्युटरमधले एक्सपर्ट आहात. पण मानवी शरीर म्हणजे कॉम्प्युटर नव्हे, बरं का. अनेकदा ज्या काही गोष्टी घडत असतात, त्या तशा का घडतात हे काही आपल्याला सांगता येत नाही. आम्ही जास्तीत जास्त कोणतं कारण असू शकतं, हे सांगू शकतो. पण नक्की तेच असेल, असं काही सांगू शकत नाही. एखादा दोष असेलच, तर तो दूर करण्यासाठी आम्ही औषध लिहून देऊ शकतो. परंतु एकाच औषधाला वेगवेगळ्या शरीराकडून वेगवेगळा रिस्पॉन्स येऊ शकतो. तुमच्या दोघांच्याही काही टेस्ट्स कराव्या लागतील. त्याचे रिझल्ट काय येतात, ते बघून पुढे काय करायचं ते ठरवू."

त्यानंतरच्या आठवड्यात श्रीकांत आणि श्रीमतीच्या विविध चाचण्या करण्यात आल्या. त्या सर्व चाचण्यांच्या दरम्यान श्रीकांत अगदी शांत होता. श्रीमतीच्या मनात मात्र भावनांची खळबळ माजली होती. सगळं काही ठीक होऊ दे, अशी ती देवाची सारखी करुणा भाकत होती.

त्यानंतरच्या आठवड्यात ते डॉ. फडक्यांना जाऊन भेटले. डॉक्टरांच्या मनात काय होतं, ते समजायला काही मार्ग नव्हता.

डॉ. फडक्यांनी त्यांना दोघांना बसायला सांगितलं आणि हसून म्हणाले, "तुम्ही दोघंही बुद्धिमान आहात. उच्चशिक्षित आहात. मी जे काय सांगणार आहे ते तुम्हाला सहज समजू शकेल. तुम्हा दोघांमधेही दोष असा काहीच नाहीये. पण मूल होण्यासाठी नुसतं तेवढंच महत्त्वाचं नाही, तर इतरही काही गोष्टी पूरक लागतात. स्त्रीच्या गर्भाशयातील अंतर्गत परिस्थिती आणि पुरुषाचं बीज या दोन्ही गोष्टी परस्परपूरक लागतात. तुमच्या कंडिशनला आम्ही वैद्यकशास्त्रात सबफर्टाइल असं म्हणतो. म्हणजे तुम्ही दोघेही तसं पाहिलं तर वंध्य नाही, पण तुम्हाला मूल होण्यासाठी जास्त दिवस लागू शकतील. मात्र मूल होणारच नाही असं नाही."

श्रीमतीचे डोळे क्षणात पाण्याने भरून आले. तिच्या चेहऱ्यावर निराशेचं झाकोळ पसरलं.

"डॉक्टर, तुम्ही आमच्यासारखे कितीतरी पेशंट्स पाहिले असतील ना? आम्हाला मूल व्हायला किती दिवस जावे लागतील?"

"श्रीमती, कोण्या एकाचं उदाहरण विचारात घेऊन त्याची तुलना स्वत:शी

करण्यात काहीच अर्थ नाही. प्रत्येक व्यक्तीचं शरीर वेगळं असतं. काही लोकांना पाच वर्षं लागतील तर काहींना दहा. तेव्हा तू धीर सोडू नको.''

श्रीमती डोळ्यांतलं पाणी कसंबसं परतवून लावत घरी परतली; पण घरी पोहोचल्यावर मात्र तिचा बांध सुटला. ती हमसाहमशी रडू लागली.

लग्नाआधी किती आवडीने अशोक, विक्रमादित्य, सिद्धार्थ गौतम या नावांविषयी बोललो होतो आपण. त्यांच्यातील कुणी आपल्या पोटी जन्म घेणारच नाही का? श्रीकांतच्या आणि आपल्या बुद्धिमत्तेला कुणी वारस असणारच नाही का? तिला खूप एकाकी आणि असहाय वाटू लागलं.

गंगाक्कांनी तिचा उल्लेख वांझोटी असा केला होता, त्याची तिला आठवण झाली. तिच्या भावनांचा बांध परत एकदा फुटला आणि वर्षानुवर्षं मनात कोंडून ठेवलेलं दु:ख अश्रूंच्या वाटे बाहेर वाहू लागलं.

श्रीकांतने तिला जवळ घेतलं. पण त्याच्या स्पर्शाने ती अधिकच हळवी होऊन रडू लागली. एव्हाना अंधार पडला होता. पण उठून दिवे लावावेत असं श्रीमतीला वाटेनाच. तिच्या मनात निराशेचा अंध:कार पसरला होता.

श्रीकांतने तिची समजूत घालण्याचा खूप प्रयत्न केला. ''कम ऑन, श्रीमती. टेक इट इझी. मुलं म्हणजे काही आयुष्याचं सर्वस्व असू शकत नाही. समजा, आपल्याला जर मूल झालं नाही, तर आपल्या आयुष्यात तेवढी एकच निराशेची गोष्ट असेल. पण जर मुलं झाली आणि ती व्यवस्थित वागली नाहीत तर? मग तर आपल्याला त्या गोष्टीचं सतत आयुष्यभर दु:ख वाटत राहील. नाहीतरी आपलं कुठे मोठं साम्राज्य लागून गेलं आहे... आपली गादी चालवायला कुणी वारसदार असला पाहिजे; असं थोडंच आहे?'' श्रीकांतने तिला समजावण्यासाठी विनोदाचा आश्रय घेतला.

''आणि काय गं... आपली म्हातारपणाची काठी म्हणून तर तुला मुलं हवी, असं काही नाही ना? तसं जर काही तुझ्या मनात असेल, तर ते विसर बरं. मी स्वत: तरी दरमहा चार पैसे पाठवण्यापलीकडे माझ्या आईसाठी असं काय मोठं करून दमलो आहे? आपण गेल्यावर आपलं श्राद्ध कोण करणार, असा जर काही विचार तुझ्या मनात घोळत असेल, तर तो ताबडतोब सोडून दे. तो तर शुद्ध मूर्खपणा आहे. एकदा आपण मेलो की, नंतर काही का होईना, त्याचा काही संबंध राहत नाही. आपण दोघं खूप काम करून पैसे साठवू, एक मोठा विश्वस्त निधी उभारू, त्यातून गरीब गरजू मुलांना मदत करू. शिवाय आपल्याला शंभर टक्के मूल होणारच नाही, असंही काही त्या डॉक्टरांनी आपल्याला सांगितलेलं नाही. आपण थोडी वाट पाहू. बघू काय होतं ते.''

''श्री, मला आणखी वाट नाही बघायची. आपण एखादं मूल दत्तक घेतलं तर?''

"श्रीमती, परत एकदा नीट विचार कर. आपण नेहमी आपल्या रक्ताच्या मुलांच्या चुका सहजपणे पोटात घालतो. पण दुसऱ्या कुणाच्या बाबतीत तसं करू शकत नाही. श्रीमती, मला स्वत:ला ती कल्पनाही तितकीशी चांगली वाटत नाही. तू इतकी बुद्धिमान आहेस. तुझ्या अंगातली सगळी शक्ती एखाद्या चांगल्या कामी का नाही खर्च करत?"

श्रीच्या तोंडचे हे शब्द ऐकून श्रीमतीला धक्का बसला. आपली स्वत:ची मुलं, घराण्याचा वारसदार या कल्पनेचा त्याग इतक्या सहजासहजी करता येणं कसं काय शक्य होतं? आपल्या नशिबात कदाचित मातृत्वाचं सुख लिहिलेलंच नसेल, ही कल्पनाच अतीव दु:खदायक होती. तिला आत्ता या क्षणी इतकं अनावर दु:ख झालेलं असून खूप खूप एकाकी वाटलं. आपली व्यथा–वेदना कुणालाच कधी कळू शकणार नाही, असं तिला वाटलं.

१९

गेल्या काही वर्षांपासून श्रीमती ही श्रीकांत देशपांडे यांची अत्यंत कार्यक्षम अशी पर्सनल सेक्रेटरी बनलेली होती. भारतातील आणि भारताबाहेरील कॉर्पोरेट जगतात श्रीकांतचं नाव सर्वतोमुखी झालेलं होतं. ऑफिसात त्याची प्रिया नावाची सेक्रेटरी होतीच, पण त्याला घरातही एका स्मार्ट, विश्वासू आणि मुलभूत जबाबदाऱ्या पेलू शकणाऱ्या आणि त्याहीपेक्षा महत्त्वाचं म्हणजे बुद्धिमान व आज्ञाधारक अशा सेक्रेटरीची गरज होती.

श्रीमती बुद्धिमान होती, ती मदतीला सतत तयार असे. तिची समज व बुद्धीची झेप अनन्यसाधारण होती. त्यामुळेच श्रीकांतच्या पाठीशी तिचा भक्कम आधार होता. श्रीकांतच्या कामाचा आवाका व त्याची कठोर परिश्रम करण्याची क्षमता याविषयी तिला नितांत आदर होता. त्याला मदत करणं, ही तिला आपली नैतिक जबाबदारी वाटायची.

आता तिच्यावर आणखी एक जबाबदारी येऊन पडली होती. श्रीकांतचे ऑफिशिअल पाहुणे आणि इतर मित्रपरिवार यांचं आगतस्वागत करण्याचं मोठं काम आता तिच्याकडे आलं होतं. त्याचप्रमाणे त्याचा सर्व ऑफिशिअल पत्रव्यवहार तीच सांभाळत असे. सगळ्या पत्रांमधला मजकूर तिनेच लिहिलेला असे. श्रीकांत फक्त नंतर त्यावर एक नजर टाकून स्वाक्षरी करत असे. तिने कॉम्प्युटर शिकून घेतलेला होता. इंटरनेट आणि ई-मेल वापरण्याचीसुद्धा तिला सवय झाली होती.

अलीकडे गंगाक्का वारंवार मुंबईला येऊ लागली होती. ती नेहमी विमानानेच ये-जा करायची. आपल्या मुलाच्या आर्थिक सुबत्तेमुळे तिचा स्वभाव अधिकच आढ्यतेखोर बनला होता. ती दिवसभर बाल्कनीत बसून राहायची आणि श्रीमतीकडे पूर्णपणे दुर्लक्ष करायची. आपल्या मुलाचं दुर्दैव म्हणून केवळ त्याचं या श्रीमतीशी लग्न झालं, असं तिला वाटायचं.

एक दिवस अचानक श्रीकांतसाठी रवी पाटीलचं पत्र आलं. त्या पत्रामुळे श्रीमतीचं मन एकदम भूतकाळात गेलं. तिला हुबळीचे ते दिवस आठवले. पूर्वी ते सगळे एकमेकांचे किती जिवलग मित्र होते. पण आता मात्र प्रत्येकजण आपापल्या स्वतंत्र जगात राहत होता. मल्लेशचं लग्न होऊन त्याला दोन मुली होत्या. आपल्या वडिलांचं तेलाचं दुकान आता तोच सांभाळत होता. त्याने भरपूर काळा पैसा जमा केला होता. तो आपल्या पत्नीबरोबर वर्ल्ड टूरला गेला होता. परत येताना आपल्या पत्नीसह श्रीकांत आणि श्रीमतीकडे राहिला होता. तेव्हा त्यांनी रात्रभर जागून भरपूर गप्पा मारल्या होत्या. पूर्वी मुलांच्या आणि मुलींच्या गटात कसं शत्रुत्व होतं; याच्या आठवणीने त्यांना हसू फुटलं होतं. मल्लेश हसून म्हणाला होता, ''मला आता दोन मुली आहेत, त्यामुळे मी आता मुलींच्या टीममधे आहे.''

श्रीमतीच्या एक गोष्ट लक्षात आली. मल्लेश आणि श्रीकांत एकमेकांचे इतके जिगरी दोस्त होते. पण आत्ता मात्र श्रीकांत आपल्या या जुन्या मित्राशी दिलखुलासपणे बोलत नव्हता. त्याने एकही खासगी गोष्ट त्याला मनमोकळेपणे सांगितली नव्हती. बोलण्याचं काम सर्व वेळ श्रीमतीच करत होती.

रवीशी मात्र बरेच दिवसात काहीच काँटॅक्ट नव्हता. तो काही काळ अमेरिकेत होता. हुबळीत त्याचे वडील त्याच्या अमेरिकेतल्या पगाराविषयी केवढ्या बढाया मारत, त्याला डॉलरमधे मिळणाऱ्या पगाराचा आकडा रुपयात किती होतो, हे सर्वांना आवर्जून कसं सांगत; याची श्रीमतीला आठवण झाली. त्याने पत्रात म्हटलं होतं :

'प्रिय श्रीकांत,

मी याआधी शेवटचं तुला कधी लिहिलं होतं, तेच आता मला आठवत नाहीये. अर्थात आपल्यात ही जी दरी पडली आहे, ती मात्र हेतूपुर:स्सर नसून आपल्या दोघांच्या राहण्याची ठिकाणे इतकी दूर असल्यामुळेच पडली आहे.

माझे वडील कधी कधी तू केवढी प्रगती केली आहेस याविषयी पत्रातून मला लिहित असतात. मधे एकदा टीव्हीवर सी.एन.एन. वाहिनीवर सॉफ्टवेअर टेक्नॉलॉजीच्या एका कार्यक्रमात मी तुला पाहिलं होतं. मला इतका आनंद झाला त्यावेळी. तू दिसायला अजूनही पूर्वीसारखाच आहेस रे. विशेष बदललेला नाहीयेस. पण आयुष्यात केवढी मोठी उत्तुंग झेप घेतली आहेस तू. थर्ड वर्ल्डमधल्या कॉम्प्युटर इंडस्ट्रीवर तू

जे काही भाषण केलंस, ते फार छान वाटलं. कॉँग्रँच्युलेशन्स! तू इतकं अधिकारवाणीनं बोललास, की तुझं भाषण फारच परिणामकारी झालं. आपण ज्या दिवशी आय.आय.टी. सोडून निघालो होतो, तेव्हा ट्रेनमधे तू माझ्याशी जे काही बोलला होतास, त्याची मला आठवण झाली.

श्रीकांत आयुष्यात तुझ्याइतकी जबरदस्त कामगिरी करून दाखवणारी माणसं फार कमी असतात. तू जे काही स्वप्न बघितलं होतंस, ते साकार करून दाखवलंस. मी तुझ्या यशाविषयी वाचलं की, मला मनापासून आनंद होतो. पण तुझ्या या यशात भागीदार असलेल्या तुझ्या त्या दुसऱ्या हातांचीपण आठवण होते. तिने तुझ्यापाशी कोणत्याही प्रकारची मागणी न करता शांतपणे, धीराने तुझी आयुष्यात साथसोबत केली आहे. श्रीकांत आज तू जिथे जाऊन पोहोचला आहेस, तो तिच्याशिवाय पोहोचू शकला नसतास.

आता थोडं माझ्याविषयी लिहितो. अर्थात व्यावहारिक दृष्टीने पाहता त्याला यश वगैरे म्हणता येणारही नाही. कदाचित तुला आठवत असेल, माझ्या आय.आय.टी.च्या दिवसात सायकॉलॉजी याविषयी मी खूप वाचायचो. अमेरिकेत आल्यानंतर मी इंजिनिअरिंगपेक्षा सायकॉलॉजीचाच अधिक अभ्यास केला. आपल्या देशात मुलाचं भवितव्य काय असावं, हे आईवडीलच ठरवत असतात. त्याचं कारण कदाचित आपल्या देशातील आर्थिक आणि सामाजिक परिस्थिती हे असावं. आपल्या मुलाने जर मेडिकल किंवा इंजिनिअरिंग शाखा निवडली नाही, तर त्याचा या जगात निभावच लागू शकणार नाही, असं त्यांना वाटतं. त्या मुलाच्या मनात काय आहे, याची पर्वा कुणीच करत नाही. इकडे आल्यावर एक गोष्ट मला कळून चुकली– मला इंजिनिअरिंगपेक्षा सायकॉलॉजी विषयात कितीतरी जास्त रस होता. मग मी माझं क्षेत्र बदललं, विषय बदलला. माझ्या या निर्णयामुळे माझे वडील संतप्त झाले. माझं डोकं फिरलं आहे, असं त्यांना वाटलं. माझ्या बहिणींना पण माझा निर्णय मुळीच आवडला नाही. त्या मला सारख्या पत्रं पाठवून हा निर्णय बदलण्याचा सल्ला द्यायच्या. परंतु मी ज्या देशात आलो होतो; तिथे अशा तऱ्हेच्या दडपणाला कोणीच भीक घालत नाही. त्यामुळेच मीही मला जसं हवं तसाच वागलो.

मी पीएच.डी. पूर्ण केली असून येथे सायकॉलॉजीचा प्रोफेसर म्हणून काम करतो. या देशात व्यक्तिस्वातंत्र्याला इतकं अनन्यसाधारण महत्त्व असल्यामुळेच की काय, पण व्यक्तीवर समाजाची बंधने फारच क्षीण आहेत. त्यामुळेच अनेक मनोवैज्ञानिक प्रश्न येथे उपस्थित झालेले दिसतात. खरं तर मला भारतात परत यायला आवडेल, पण तिथे मला पाहिजे तशी नोकरी मिळू शकणार नाही.

तुला हे माझं पत्र मिळेल अशी मला आशा वाटते, कारण मला तुझा पत्ता कॉम्प्युटर वर्ल्ड मॅगेझिनमधून मिळाला. पत्राला नक्की उत्तर दे.

माझ्या मनात जेव्हा श्रीमतीचा विचार येतो; तेव्हा मला तिचं खरोखर कौतुक वाटल्यावाचून राहत नाही. किती सुस्पष्ट कल्पना होत्या तिच्या. दहावीच्या बोर्डात पहिला नंबर येऊनसुद्धा तिने आर्ट्सला जाण्याचा निर्णय घेतला. त्यावेळी आपण तिला किती हसलो होतो; आठवतं? आता विचार केला, की वाटतं, आपल्यामधे सर्वांत बुद्धिमान तीच होती. आपल्याला कशाची आवड, आपला मानसिक कल कुणीकडे आहे, याची तिला पूर्ण कल्पना होती आणि तिने तेच करून दाखवलं. श्रीकांत अशी सहधर्मचारिणी तुला मिळणं, हे तुझं खरोखर फार मोठं भाग्य.

आपल्या इतर मित्रांविषयी काय वार्ता? अँथनी मर्चंट नेव्हीत आहे. दोन वर्षांपूर्वी मला भेटला होता तो. वासुदेव शेणॉयने इंजिनिअरिंग सोडून दिलं आणि तो आय.ए.एस. झाला, दिल्लीला असतो. तू अमेरिकेला बरेचदा येत असतोस, असं ऐकलं. पुढच्या वेळी तू इकडे आलास की, प्लीज मला फोन कर. मी जेव्हा भारतात येईन, तेव्हा तुझी आणि श्रीमतीची भेट घेण्याची खूप इच्छा आहे. माझ्यातर्फे तिला हॅलो म्हण.

तुझा मित्र,
रवी.

रवीचं पत्र वाचून श्रीमती मनातून जरा अस्वस्थ झाली. गेल्या काही दिवसांत तिने स्वत:विषयीचा आत्मविश्वास इतका गमावलेला होता, की रवीने पत्रात आपल्याला इतकं चांगलं म्हटलंय, इतकं गुणवर्णन केलंय, ते खरं आहे की नाही, अशीच तिला शंका येत होती. रवीने पत्रात म्हटल्याप्रमाणे आपल्या कल्पना जर इतक्या सुस्पष्ट असतील, तर मग आत्ता आपण इतक्या अस्वस्थ का आहोत; हेच तिला समजत नव्हतं.

श्रीकांतने रवीचं पत्र वाचावं, म्हणून ते तिने मुद्दाम जेवणाच्या टेबलावर त्याला दिसेल; असं ठेवलं. रवीने आपल्याविषयी किती चांगलं लिहिलंय, ते आपणच श्रीकांतला मोठ्यांदा वाचून दाखवावं; असं मनाच्या कोपऱ्यातून तिला कुठेतरी वाटत होतं. श्रीकांतने त्याबद्दल आपलं कौतुक करावं, ही पण इच्छा कुठेतरी होतीच.

पण श्रीकांतने ते पत्र वाचलं आणि त्यावर कोणत्याही प्रकारचं भाष्य न करता तो म्हणाला, "हे बघ त्याचा पत्ता आणि फोन नंबर माझ्या पर्सनल डायरीत नोंदवून ठेव आणि कॉम्प्युटरवरही घाल." एवढं बोलून श्रीकांत निघून गेला.

श्रीमती मनातून निराश होऊन एकटीच बसून राहिली.

२०

श्रीकांत बिझिनेसच्या संदर्भात जागतिक दौऱ्यावर चालला होता. आपल्या कंपनीचा स्टॅटिस्टिकल डाटा तयार करण्यात तो व्यस्त होता. त्याच्या कंपनीचे शेअर जगभरातील स्टॉक एक्सचेंजमधे येणार होते, त्यामुळे हा दौरा अत्यंत महत्त्वाचा होता.

गेल्या काही दिवसांपासून त्याच्या कंपनीने ESPO म्हणजे 'एम्प्लॉयी स्टॉक ऑप्शन प्लॅन'ची सुरुवात केली होती. भारतात ही संकल्पना अजून तशी नवीन होती. त्यानुसार प्रत्येक कर्मचाऱ्याला स्टॉक ऑप्शन्स मिळाले होते. त्यामुळे श्रीकांत लक्षाधीश बनला होता. श्रीकांतला खरं पाहता पैशाचा काहीही हव्यास नव्हता. पैसा त्याच्या मागे आला होता.

एका कनिष्ठ मध्यमवर्गीय घरातून आलेल्या व्यक्तीला आपण काही वर्षांत इतकं श्रीमंत होऊ, असं स्वप्नातही येणं शक्य नव्हतं. श्रीकांत आणि श्रीमतीची गणना आता नवश्रीमंतांच्या वर्गात होऊ लागली होती. घरात नोकर-चाकर, दोन ड्रायव्हर, स्वयंपाकी आणि नोकराणी. आता श्रीकांतकडे मर्सिडिझ बेंझ गाडी होती. श्रीमतीलाही स्वतःची गाडी आणि ड्रायव्हर होताच.

श्रीकांतच्या मनात आपल्या प्रतिष्ठेला साजेशा कफ परेड किंवा मलबार हिलवरच्या भपकेबाज घरात राहायला जायचं होतं. श्रीमतीला त्याने एखादा उत्तम इस्टेट एजंट गाठून घर बघायला सांगितलं होतं. परंतु श्रीमतीने अजूनतरी त्यात फारसा रस दाखवलेला नव्हता. तिला तिचं सध्याचं घर खूप आवडलेलं होतं. ती येथे चांगली रुळलेली होती. त्यामुळे तिला येथून हलण्याची इच्छा नव्हती.

श्रीकांत वर्ल्ड टूरला निघण्याच्या अगदी थोडे दिवस आधी श्रीमती तापाने चांगलीच आजारी पडली. फ्लू, सर्दी, खोकला आणि त्या सर्वांबरोबर प्रचंड अशक्तपणाही. पण आपल्या तब्येतीची पर्वा न करता तिने श्रीकांतची महिन्याभराची बॅग पॅक करून दिली.

तिची अवस्था पाहून श्रीकांत तिला रागावला, "श्रीमती, तू माझ्याकडे मुळीच लक्ष देत नाहीस हं. तू दिवसभर नुसती बाल्कनीत बसून समुद्राकडे बघत असतेस. त्या समुद्राचं वारंच तुला बाधलंय. तू जर आत्ता आजारी पडलीस ना, तर माझा सगळा प्रोग्रॅम विस्कळीत होऊन जाईल. मला जायलाच हवं. मी जर नाही गेलो, तर कंपनीला फार मोठा फटका बसेल. तुला हे समजत नाही का?"

त्यावर श्रीमती शांतपणे म्हणाली, "हे बघ श्री, मी दिवसभर समुद्राकडे बघत बसण्याचा आणि तुझ्या दौऱ्याचा तसा काहीच संबंध नाही. माझी प्रकृती कशीही असली, तरी तू जा."

श्रीकांत त्यावर मृदूपणे म्हणाला, "अगं श्रीमती, मी रागावलो त्यामागे काही हे कारण नव्हतं. तुला बरं नसताना मी जर गावाला गेलो तर मला फार काळजी वाटते. अजिबात चैन पडत नाही. मी नसताना तुला कोणतीही मदत लागली, तरी हरीशला फोन कर."

हरीश हा श्रीकांतचा ऑफिसमधील कनिष्ठ सहकारी होता. पण दोघेही आय.आय.टी.त असताना वर्गमित्र होते, त्यामुळे त्या दोघांची मैत्री होती.

श्रीकांत निघाला आणि श्रीमती परत जाऊन झोपली. तिने श्रीकांतसमोर उसना धीर आणला होता खरा, पण आता मात्र ती अगदी खचून गेली. काहीतरी होऊन श्रीकांत हा दौरा रद्द करून परत घरी येऊ दे. त्याच्या विमानात टेक्निकल डिफिकल्टी निर्माण होऊन त्याची फ्लाइट कॅन्सल होऊ दे व त्याला त्या दिवशी जाताच येऊ नये; अशी प्रार्थना तिचं मन करू लागलं. आत्ता आपल्या अगदी जवळ कोणीतरी बसलेलं असावं, आपली शुश्रुषा करावी अशी तीव्र इच्छा तिच्या मनात येऊ लागली. पण इथे येऊन कोण बसणार आपल्याजवळ? आपली आई... पण आईला त्रास द्यावासा तिला वाटेना.

दुसऱ्या दिवशी तिचा ताप आणखीच वाढला. तिला नीट श्वासही घेता येत नव्हता. आपल्या भव्य दिमाखदार बेडरुममधे भल्या मोठ्या पलंगावर ती एकटीच पडून राहिली. स्वयंपाक्याने सुट्टी घेतली होती. कामवाली बाई सगळं काम उरकून घरी गेली होती.

श्रीमतीच्या मनात वेडेवाकडे विचार पिंगा घालू लागले. खूप रात्र झाली होती. इथे या घरात एकाकीपणे आपल्याला मरण जरी आलं, तरी कुणाला कळणारसुद्धा नाही, असं तिला वाटू लागलं. या इतक्या संपत्तीचा, ऐश्वर्याचा फायदा तरी काय, असं ती विषादानं स्वत:शीच म्हणत बसली.

दुसऱ्या दिवशी सकाळी नेहमीप्रमाणे कामवाली बाई आली. तिने अनेकदा बेल वाजवली. पण कुणीच दार उघडेना. त्यामुळे ती घाबरली आणि शेजाऱ्यांकडे गेली. त्यांच्याकडे घराची जादा किल्ली ठेवलेली होती. शेजाऱ्यांनी दार उघडलं व सर्वजण काळजीने श्रीमतीच्या बेडरुममधे आले. बघतात तर काय, ती बेशुद्धावस्थेत पडलेली होती. तिच्या अंगात खूप ताप होता. ते पाहून त्यांना धक्का बसला. ते तिला घेऊन ताबडतोब हॉस्पिटलमधे गेले. कुणीतरी हरीशला कळवलं. हरीश आपली पत्नी प्रभा आणि श्रीमतीची मैत्रीण वंदना यांना बरोबर घेऊन हॉस्पिटलमधे आला.

डॉक्टर म्हणाले, "तसं काळजीचं विशेष कारण नाही. पण पेशंटच्या सोबत कुणीतरी इथे हॉस्पिटलमधे थांबलं तर बरं."

वंदना हरीशला म्हणाली, "तुम्ही ताबडतोब श्रीकांतला फोन करा. न जाणो काही बरं-वाईट झालं तर..."

पण हरीशला श्रीकांतचा स्वभाव नीट माहीत होता. अगदी आणीबाणीची परिस्थिती ओढवल्याशिवाय श्रीकांत आपला दौरा अर्ध्यावर सोडून परत येणं शक्यच नाही, हे तो पूर्णपणे ओळखून होता. तो म्हणाला, ''मि. देशपांडे परत येण्यास तसे काही दिवस आहेत. आपण एक प्रायव्हेट नर्स आणून ठेवू या, त्यांची काळजी घ्यायला. पैशाचा काहीही प्रश्न नाही.''

वंदनाला त्याच्या तोंडचे शब्द ऐकून धक्काच बसला. आपली पत्नी इतकी आजारी असताना तिला असं एकटीला टाकून एखादा पती दौऱ्यावर निघून जाणं, तिच्या मध्यमवर्गीय मनाला पटत नव्हतं. तिने असं कधी कुठे पाहिलेलं नव्हतं. तिला स्वत:ला प्रसववेदना सुरू असताना तिचा प्रमोद सर्वकाळ तिच्या उशापायथ्याशी कसा बसून होता, याची तिला आठवण झाली. तिच्या बाळाच्या जन्मानंतर तो एक महिन्याची रजा घेऊन घरी मदतीला राहिला होता. प्रमोदला बाळंतपणाच्या वेदनांचा त्रास आपल्या पत्नीहून अधिक झालेला दिसतोय, असं त्यावेळी डॉक्टर गमतीने म्हणालेसुद्धा होते.

आपल्या बेशुद्धावस्थेतील मैत्रिणीकडे पाहून वंदनाला तिची कीव आली. उमदा देखणा पती, हवा तेवढा पैसा... पण त्याचा उपयोग काय? वर्षातील कितीतरी दिवस तो कामानिमित्त घराबाहेरच असायचा. आपल्या करियरचं महत्त्व त्याला अधिक होतं. तिच्या सासरची माणसं तिच्याविषयी नेहमी वाईट बोलायची. तिला अजून मूलही नव्हतं! वंदनाच्या आईला अनेकदा श्रीमतीच्या परिस्थितीचा हेवा वाटायचा. पण वंदनाला मात्र कधीही तसं वाटलं नाही. आजतर आपल्या स्वत:च्या आयुष्याबद्दल तिला फारच समाधान वाटलं. श्रीमतीच्या आयुष्यापेक्षा तिचं आयुष्य कितीतरी पटीने उत्तम होतं.

श्रीमतीच्या तुलनेत तिच्या आयुष्यात कितीतरी प्रेम, माया आणि स्नेह होता. श्रीमतीने एकाकीपणे इतकी वर्षं कशी काढली असतील, असं तिला वाटलं.

काही दिवसांनंतर श्रीमतीची प्रकृती सुधारली. तिने डोळे उघडल्यावर जेव्हा आपल्या मैत्रिणीला आपल्याजवळ बसलेलं पाहिलं, तेव्हा तिला खूप आनंद झाला. श्रीमतीने हॉस्पिटलमधून स्वत:च्या घरी परत जाण्याऐवजी आपल्या घरी येऊन काही दिवस राहावं, विश्रांती घ्यावी, असा वंदनाने खूप आग्रह केला. पण श्रीमतीने तिचं ऐकलं नाही. वंदनाची मुलं लहान होती. तिच्यावर भार होऊन राहण्याची श्रीमतीची इच्छा नव्हती. एक आठवडाभर हॉस्पिटलमधे काढल्यावर श्रीमती आपल्या घरी परत आली.

तिने सर्वांत प्रथम कोणती गोष्ट केली असेल, तर हरीशने श्रीकांतला आपल्या आजारपणाविषयी काहीही सांगू नये, अशी त्याला कळकळीची विनंती केली. तिच्या आजारपणाविषयी ऐकून तो तिकडे उगीच अस्वस्थ होईल आणि त्याच्या कामावर

त्याचा परिणाम होईल, असं तिचं मत होतं. हरीशला ते ऐकून धक्का बसला. या जागी जर आपली बायको प्रभा असती, तर तिने या गोष्टीचा केवढा गहजब केला असता! दहा वेळा आपल्याला फोन करून घाबरवलं असतं... असं त्याच्या मनात आलं. पण त्याचबरोबर आपल्या आजारी पत्नीला एकटं सोडून आपणही ऑफिसच्या कामात स्वत:ला एवढं झोकून घेतलं नसतं, असंही त्याच्या मनात आलं.

श्रीमती ही खरोखरच अनन्यसाधारण स्त्री होती. आपल्या पतीची तिला किती काळजी होती! त्याच्या कामाविषयी केवढा आदर होता! त्याच्या करियरच्या आड कुठलीही गोष्ट येऊ नये, यासाठी तिची सतत धडपड चालायची. आपल्या हातात पेटलेली मशाल घेऊन स्वत: अंधारात रस्ता तुडवत आपल्या पतीचं भविष्य प्रकाशमान करण्यासाठी धडपड करणारी ती स्त्री होती.

पण तिच्या अंगच्या या सर्व गुणांची श्रीकांतला फारशी कदर नव्हती. बाकीच्या स्त्रिया कशा वागतात, याची त्याला साधी जाणीवसुद्धा नव्हती. त्याच्या हातात एक अनमोल हिरा होता आणि तो यशाच्या गारगोट्या गोळा करत धावत होता.

२१

एक दिवस अचानक श्रीमतीच्या नावाने एक पत्र आलं. पाकिटावरचं हस्ताक्षर ओळखीचं दिसत होतं.

प्रिय श्रीमती,

मी तुझ्या पत्राला यापूर्वी उत्तर द्यायला हवं होतं, पण जमलंच नाही. त्याबद्दल सॉरी. तू पाठवलेलं न्यू इयर कार्ड मिळालं. जरा उशिराच. डोरोथीतर्फे आणि अर्थात माझ्याकडून मी त्याबद्दल तुझे आभार मानतो. श्रीकांतलाही आमचा दोघांचा नमस्कार सांग.

श्रीमती, खूप वर्षांपूर्वी तू तुझ्या देशाविषयी बोलत असताना तेथील ऐतिहासिक आणि स्थापत्यशास्त्राच्या दृष्टीने महत्त्वाच्या असलेल्या ठिकाणांविषयी मला सांगितलं होतंस. तुला कदाचित हे आठवत नसेल, पण मला आठवतंय. तुमच्या संपूर्ण देशाचा दौरा करायचा तर किमान सहा महिने तरी लागतील, असं तू त्यावेळी म्हणाली होतीस. सध्या मला तीन महिने सुट्टी आहे, त्या काळात भारतात यायचं, असं मी ठरवलंय. तू ज्या स्थळांचं वर्णन केलं होतंस, ती सगळी डोळ्यांनी बघायची माझी मनापासून इच्छा आहे.

श्रीमती, माझ्या या दौऱ्यात तू माझ्या बरोबर येऊ शकलीस, तर मला फार आनंद होईल. पण जर तुला ते शक्य नसेल तर तू माझ्या संपूर्ण दौऱ्याचा आराखडा बनवून आणि माझ्या निवासाची व्यवस्था करून त्याचे तपशील मला पाठवू शकशील का? मी थेट मुंबईलाच यायचं म्हणतोय.

तुझ्या उत्तराची वाट बघत आहे.

कळावे,

प्रोफेसर कॉलिन्स

हे पत्र वाचून श्रीमती हर्षभरित झाली. या पाहुण्यांचा सहवास मिळणार, ही खरोखरच आत्यंतिक आनंदाची गोष्ट होती. आजवर इतकी वर्षं ती श्रीकांतच्या पाहुण्यांचं आदरातिथ्य करत होती. ते सगळे पाहुणे कॉर्पोरेट वर्ल्डमधले असत. त्यांना भारताविषयी जो काही इंटरेस्ट होता, तो फक्त व्यावसायिकच होता. त्यांच्या दृष्टीने भारत म्हणजे स्वस्तात सॉफ्टवेअर मिळण्याची जागा, भारतदर्शन याचा अर्थ गोव्याच्या बीचवर जाऊन मनसोक्त सूर्यस्नान करणे, ताजमहाल बघायला जाणे, चांदीचे दागिने विकत घेणे, फक्त पंचतारांकित हॉटेलात राहणे आणि परत येणे एवढाच होता.

त्या लोकांना खऱ्याखुऱ्या भारताची माहिती कधीच होण्याची शक्यता नव्हती. पण त्यांना त्यात रसही नसायचा. खरं तर हे असले पाहुणे श्रीमतीला मुळीच आवडत नसत. परंतु कर्तव्यबुद्धीने ती त्यांचं व्यवस्थित आदरातिथ्य करत असे. श्रीकांत त्यांच्याकडे आपले व्यावसायिक सहकारी याच नात्याने बघत असे. ते लोक जेवायला घरी आले की, तो चेहऱ्यावर नेहमीचं हास्य आणून त्यांना म्हणायचा, "फार बरं वाटलं हं, तुम्ही घरी आलात म्हणून. दिवस अगदी छान गेला बुवा!" किंवा "तुम्हाला भेटून फारच बरं वाटलं." पण अर्थात ते सगळं वरवरचं असायचं.

गेले काही महिने तर श्रीमतीला या सगळ्या डिनर पार्ट्यांचा इतका कंटाळा आलेला होता की, तिला पार्टीतून उठून निघून जावंसं वाटायचं. परंतु ती केवळ हिस्ट्रीची आवड असणारी पूर्वीची श्रीमती नव्हती. ती आता एका बड्या कंपनीचे डायरेक्टर श्रीकांत देशपांडे यांची पत्नी होती.

प्रोफेसर कॉलिन्स यांचं पत्र आलं, तेव्हा श्रीकांत परदेश दौऱ्यावर गेलेला होता. त्यामुळे प्रोफेसर कॉलिन्सच्या इच्छेप्रमाणे त्यांच्याबरोबर भारताचा दौरा करणं श्रीमतीला मुळीच अशक्य नव्हतं. अचानक आपल्याला पंख फुटले आहेत, असं श्रीमतीला वाटू लागलं. ती अक्षरशः हवेवर तरंगू लागली. तिने कॉलिन्स यांच्या भारतयात्रेची अगदी तपशीलवार योजनाबद्ध आखणी केली.

श्रीमती प्रोफेसर कॉलिन्स यांना तब्बल पाच वर्षांनी भेटत होती. ते जरा

वृद्धत्वाकडे झुकले होते, पण त्यामानाने थकलेले मात्र दिसत नव्हते. त्यांचा पूर्वीचा कामाचा झपाटा अजूनही तसाच होता. कदाचित त्यांच्या ज्ञानपिपासू वृत्तीनंच त्यांना तरुण ठेवलं असावं, असं तिच्या मनात आलं.

त्यांच्या प्रवासातील पहिला टप्पा होता फत्तेहपूर सिक्री. भारतातील प्राचीन मुघल साम्राज्याची राजधानी. त्या ठिकाणी प्रोफेसर कॉलिन्सना घेऊन गेल्यानंतर श्रीमतीच्या मनात सुप्तपणे दडून बसलेली इतिहासाची विद्यार्थिनी परत एकदा जागृत झाली आणि तिने गाईडचं काम अतिशय आवडीने आपल्या अंगावर घेतलं. या ठिकाणी घडलेल्या अनेक ऐतिहासिक घटना तिने त्यांना ऐकवल्या.

सूफी संत सलीम चिस्तीच्या दर्ग्याकडे लोकांच्या झुंडीच्या झुंडी लोटत होत्या. "मुघल सम्राट अकबराची पुत्रप्राप्तीची इच्छा त्याने पूर्ण केली असं म्हणतात. आज इतक्या शतकानंतरसुद्धा इतिहासाची पुनरावृत्ती होतेच आहे. आजही पुत्रप्राप्तीची इच्छा असलेले सगळे लोक सलीम चिस्तीच्या दर्ग्यापाशी येऊन प्रार्थना करतात." श्रीमती म्हणाली.

ते तेथून निघाले, ते ऐतिहासिकदृष्ट्या महत्त्वपूर्ण असलेल्या उज्जैन या शहराच्या भेटीला गेले. उज्जैन शहराबद्दलच्या अनेक आख्यायिका श्रीमतीला मुखोद्गत होत्या.

त्यानंतरचा टप्पा होता मांडू गडाचा. तेथील अप्रतिम सुंदर असे राजवाडे आणि राजा बाज बहादर व राणी रुपमती यांची प्रेमकहाणी यासाठी हे स्थळ प्रसिद्ध होते.

श्रीमती जेव्हा एखाद्या विशिष्ट ऐतिहासिक स्थळाचा इतिहास प्रोफेसर कॉलिन्सना सांगायची, तेव्हा ती त्याच्या जोडीने त्या स्थळाशी निगडित असलेली लोककथासुद्धा आवर्जून सांगत असे. श्रीमतीचा इतिहासाशी केवढा सखोल आणि चिरस्थायी स्वरूपाचा अनुबंध जुळलेला होता, हे पाहून प्रोफेसर कॉलिन्स थक्क झाले.

उत्तर आणि मध्य भारताचा त्यांचा दौरा जवळपास दोन महिने चालला होता. आता ते प्रवासाच्या अंतिम टप्प्याची तयारी करत होते. इतक्यात श्रीमतीला घरून श्रीकांतचा फोन आला. त्याचं तिच्याशी महत्त्वाचं काम होतं. दौरा अर्ध्यात सोडून तिने तातडीने घरी यावं, असं त्याचं म्हणणं होतं. त्याच्याकडे अत्यंत महत्त्वाचे क्लायंट येणार होते. त्यांची खातिरदारी फार व्यवस्थित होणं, गरजेचं होतं. त्यासाठी श्रीमतीने घरी यावं, असं त्याने सुचवलं.

ते ऐकून श्रीमती अत्यंत निराश झाली. तिने प्रोफेसर कॉलिन्स यांच्या राहिलेल्या सर्व दौऱ्याची व्यवस्थित आखणी करून दिली आणि ती मुंबईला परत आली. दोन महिन्यांच्या दौऱ्यानंतर ती खूप थकलेली होती. पण ती खूप आनंदात होती. कित्येक दिवसांनंतर तिने इतके समृद्ध अनुभवांनी भरलेले दोन आठवडे अत्यंत आनंदात घालवले होते. आपल्या आवडत्या विषयात ती अगदी पूर्णपणे बुडून गेली होती.

कराचीला जात असताना प्रोफेसर कॉलिन्स श्रीमतीला भेटायला आवर्जून थांबले. उरलेल्या दौर्‍यात त्यांनी जे जे काही पाहिलं, त्याची नोंद त्यांनी आपल्या नोंदवहीत अगदी सविस्तर करून ठेवली होती. ती त्यांनी श्रीमतीला दाखवली. ती टिपणे वाचताना श्रीमतीला फारच आनंद झाला. तिने त्यांना काही दुरुस्त्यापण सुचवल्या.

श्रीकांत बँकॉकला गेलेला असल्यामुळे त्याची आणि प्रोफेसर कॉलिन्सची भेट होऊ शकली नाही. त्यांचा परतीचा दिवस उजाडला. त्यांच्या सहवासात इतके दिवस घालवायला मिळाले, त्यांच्याबरोबर सहलीला जाता आलं, याचा श्रीमतीला खूप आनंद झाला होता. पण जसे ते जायला निघाले, तसं तिच्या मनावर खिन्नतेचं सावट पसरलं. आता परत आपण आणि आपलं एकाकी आयुष्य– तिच्या मनात आलं.

श्रीमती आणि प्रोफेसर कॉलिन्स समुद्राकडे एकटक बघत बाल्कनीत बसले असताना प्रोफेसर तिला म्हणाले, ''श्रीमती, कसला विचार करतेस?''

''सर, मी नेहमी खूप एकटी, एकाकी असते. त्याचाच विचार करतेय. कधी कधी मनावर त्याचा खूप ताण येतो.''

''श्रीमती, मी तुला एक सल्ला देऊ का? अर्थात तुला चालणार असेल, तरच! प्रत्येकाच्या अंतर्मनात एक मुलभूत आनंद भरलेला हवा आणि हा आनंद आत्मविश्वासातून येतो. तुम्ही जर एखादं काम जीव ओतून करत असाल, तर हा आत्मविश्वास तुमच्या अंगी येतो.''

प्रोफेसर पुढं म्हणाले, ''एक गोष्ट माझ्या लक्षात आली आहे. तुझं इतिहासाबद्दलचं प्रेम यत्किंचितही कमी झालेलं नाही. पूर्वी तू बदामीचं वर्णन मला कसं करून सांगितलं होतंस, ते अजूनही आठवतं मला. फारच उत्कृष्ट होतं ते. आता तर तू आणखी परिपक्व झाली आहेस, तुझी इतिहासाच्या संदर्भातील क्षितिजं विस्तारली आहेत. तुझ्या ज्ञानाला खोली प्राप्त झाली आहे.

मला वाटलं होतं, एकदा लग्न झालं की, आणि विशेषत: घरात लक्ष्मी पाणी भरत असल्यावर तुझ्या बुद्धीला गंज चढून गेलेला असेल. तू आळशी आणि जराशी अहंमन्य झाली असशील. पण तसं अजिबात झालेलं दिसत नाही. तू जराही बदललेली नाहीस, किंबहुना जो काही थोडाफार बदल झालेला मला दिसतोय, तो चांगलाच आहे. तुझे विचार आता जास्त सुस्पष्ट आणि सखोल आहेत.

श्रीमती, तुला जर पीएच.डी. करायची असेल, तर ती तू अजूनही करू शकतेस. इथे वयाचा काही प्रश्न येत नाही. मी तुला स्कॉलरशिपसुद्धा मिळवून देईन. तुझ्यासारख्या व्यक्तीला जुने धागे परत हातात उचलून घेऊन नव्याने सुरुवात करणं काही जड जाणार नाही. निर्णय सर्वस्वी तुझाच राहील. फक्त या प्रस्तावावर नंतर विचार कर.''

एवढं बोलून प्रोफेसर कॉलिन्स यांनी श्रीमतीच्या चेहऱ्याकडे पाहिलं. तिच्या चेहऱ्यावर त्यांना एक प्रकारची खिन्नता आणि अमर्याद असहायता दिसून आली.

ते पुढे म्हणाले, ''हे बघ, आयुष्यात प्रत्येकालाच ही बुद्धिमत्तेची देणगी मिळते असं नाही. पण ज्यांना बुद्धिमत्तेची नैसर्गिक देणगी मिळालेली आहे, ते त्याचा पुरेसा वापर करत नाहीत. तू हे असं ध्येयशून्य, निष्क्रिय आयुष्य घालवते आहेस, याचं मला नवल वाटतं. आपण जर हाताच्या ओंजळीत पाणी घेतलं, तर ते थोड्या वेळात गळून जातं. तुझी बुद्धिमत्तासुद्धा अशीच झिरपून जाईल. एनी वे. मी ज्या संस्कृतीतून आलो आहे, ती निराळी आहे. त्यामुळेच सर्व गोष्टींकडे बघण्याचा माझा दृष्टिकोन वेगळा आहे.

कदाचित हे अशा तऱ्हेनं जगणं तुमच्या संस्कृतीत नित्याचंच असेल.''

श्रीमतीने त्यावर काहीच उत्तर दिलं नाही. प्रोफेसर कॉलिन्सही याहून अधिक काही बोलले नाहीत.

श्रीमती त्यांना पोहोचवायला आंतरराष्ट्रीय विमानतळावर गेली. त्यांची निघण्याची वेळ अगदी समीप आली, तेव्हा तिने त्यांच्याकडे नीट निरखून पाहिलं. ते वृद्ध होते, थकलेले होते. पण त्यांचं जीवन शुद्ध, निर्मळ होतं. एखाद्या तपस्वीसारखं. ते तेज त्यांच्या चेहऱ्यावर झळकत होतं. ज्ञानलालसेला त्यांच्या आयुष्यात श्वासाइतकं महत्त्व होतं. आयुष्यात पुढे जाण्यासाठी त्यांनी कधीच वाममार्गाचा अवलंब केलेला नव्हता. त्यांच्या स्वत:च्या वैयक्तिक गरजा फारच कमी होत्या. त्यामुळेच ते प्रत्येक व्यक्तीकडे सहानुभूती आणि अनुकंपेने बघू शकत.

श्रीमती आणि प्रोफेसर कॉलिन्स यांचं काहीही नातं नव्हतं. ते दोघे वेगवेगळ्या देशात राहत होते. परंतु आज त्यांनी श्रीमतीबद्दल जी आस्था, जी काळजी दाखवली, ती पाहून श्रीमतीला स्वत:च्या आईची आठवण झाली. तिचे डोळे भरून आले. तिने हातातली पर्स उघडली आणि त्यातून एक काश्मिरी शाल काढून त्यांच्या हातात दिली. ही तिने त्यांच्यासाठीच आणली होती.

''सर, तुम्हाला कधीही थंडी वाजली, तर ही पांघरा. मी तुमच्यापासून जरी हजारो मैल लांब राहत असले, तरी माझ्या मनात तुमच्याबद्दल जो स्नेह आणि जो आदर आहे, त्याचं स्मरण या शालीकडे पाहून तुम्हाला होईल.''

''श्रीमती, अगं तुझी आठवण येण्याकरता मला या शालीची गरज नाही. कोणतीही हुशार, चाणाक्ष, बुद्धिमान विद्यार्थिनी पाहिली की, मला तुझी आठवण येतेच.''

प्रोफेसर कॉलिन्सच्या नावाची घोषणा झाली. त्यांना जाणं भागच होतं. अचानक श्रीमतीने हिंदू रिवाजाप्रमाणे प्रोफेसरांच्या चरणांना स्पर्श करून त्यांना वाकून नमस्कार केला. प्रोफेसर कॉलिन्सना एकदम अवघडल्यासारखं झालं. ते संकोचून

गेले. पण त्यांना श्रीमतीची भावना समजली. त्यांनी तिची पाठ थोपटली आणि म्हणाले, ''बेटा, देव तुझ्या पाठीशी आहे.''

२२

श्रीकांतच्या बिझिनेसमधला एक अत्यंत महत्त्वपूर्ण व्यवहार चालला होता. एका अमेरिकन कंपनीचे प्रेसिडेंट जेकब लीन्स खास श्रीकांतला भेटण्यासाठी भारतात येणार होते. त्यांना श्रीकांतच्या कंपनीत रस होता. सोबत त्यांची पत्नी डॉलीसुद्धा येणार होती. आपल्या पाहुण्यांची खातिरदारी करण्याच्या बाबतीत श्रीकांत अत्यंत काटेकोर असे. विशेषत: अमेरिकन पाहुण्यांच्या बाबतीत तर फारच. शिवाय आपल्या कंपनीचं ट्रॅक रेकॉर्ड व्यवस्थित असलं, तरच तिला न्यूयॉर्क स्टॉक एक्सचेंजमधे लिस्टिंग मिळू शकेल, याची त्याला पूर्ण कल्पना होती.

जेकब आणि डॉली यांच्या सन्मानार्थ मुंबईच्या एका मोठ्या पंचतारांकित हॉटेलात श्रीकांतनं मेजवानी आयोजित करण्याचं ठरवलं. व्यावसायिक, उद्योगपती, वरिष्ठ सरकारी अधिकारी, विविध क्षेत्रांतील मान्यवर अशा सर्वांनाच या मेजवानीचं निमंत्रण जाणार होतं. श्रीमंत आणि उच्चपदस्थ लोकांचा तो मेळावा असणार होता.

जेव्हा कधी अशा प्रकारच्या पार्टीचं आयोजन करण्यात येई, तेव्हा निमंत्रण पत्रिकेवर यजमान म्हणून नेहमीच श्रीकांत व श्रीमती या दोघांची नावे छापण्यात येत. आजवर अशा प्रकारच्या अगणित पार्ट्यांमधे श्रीमतीने लोकांचं स्वागत केलं होतं. त्यांच्याशी चतुरपणे, हसतमुखाने संभाषण केलं होतं. श्रीकांतच्या पत्नीची भूमिका समर्थपणे निभावून नेली होती.

प्रोफेसर कॉलिन्स आपल्या देशात परत जाऊन आठवडा लोटला होता. या काळात जागृत होऊन डोळ्यासमोर उभ्या राहिलेल्या इतिहासाच्या जगात श्रीमती हरवून गेली होती. आपल्याला इतिहासाची जीवनात किती तीव्रतेने उणीव भासते आहे, हे श्रीमतीच्या आत्ता लक्षात आलं. इतक्यात रवीचं पत्र तिच्या हातात पडलं. ते तिने परत वाचलं. तिच्याविषयी वापरलेले शब्द तिने पुन:पुन्हा वाचले. श्रीमतीचे विचार अत्यंत सुस्पष्ट आहेत, असं त्याने म्हटलं होतं. ते वाचून तिच्या मनाला अस्वस्थता आली. खरंच आहेत का आपले विचार सुस्पष्ट? आणि ते तसे असतील, तर मग अलीकडे आपण इतक्या अस्वस्थ का असतो? तिला आपल्या अंतर्यामी एक पोकळी जाणवली. आज इतकी वर्षं आपल्या मनाला न रुचलेल्या, न पटलेल्या, न आवडणाऱ्या गोष्टी करत आलो. पण त्या करत असताना मनामधे

जी एक नाराजी भरलेली होती, ती आपण तशीच दडपून ठेवली. मनाविरुद्ध हसतमुखाने तसंच सगळं साजरं करत राहिलो. लीन्स दांपत्यासाठी ठेवण्यात आलेल्या पार्टीचा दिवस जवळ येत चालला होता. त्या पार्टीविषयी आपल्या मनात केवढी अनिच्छा आहे, हे तिला आत्ता खरं जाणवलं. पण आपण जर त्या पार्टीला गेलो नाही, तर श्रीकांत संतापेल, याची तिला पूर्ण कल्पना होती. तरीही आपल्या स्वत:च्या मनाचं काय? आणखी एखादी निरर्थक पार्टी अटेंड करण्याची सहनशक्ती आहे का आपल्यात?

या खेपेला पार्टीला जाणं टाळता आलं तर टाळायचं, असं तिने ठरवलं. तिने श्रीकांतच्या ऑफिसात फोन केला. त्याची सेक्रेटरी प्रिया फोनवर होती. प्रिया आपल्या कामात अत्यंत दक्ष आणि हुशार होती. तिला तिचं काम आवडायचं. दोन माणसांचं काम ती एकटी पार पाडायची.

"प्रिया, जरा श्रीकांतला फोन देतेस? मला त्याच्याशी बोलायचंय."

श्रीकांतशी थेट बोललेलंच बरं, आपला निरोप सेक्रेटरीला सांगण्यात काहीच अर्थ नाही, याची श्रीमतीला पूर्ण कल्पना होती. नाहीतर उगीच दुसऱ्या दिवशी ऑफिसात अफवांचं पीक उठलं असतं.

"सॉरी मॅडम. सर आत्ता व्हिडिओ कॉन्फरन्समधे आहेत."

"ऑल राईट प्रिया. पण मी फोन केला होता, असं नक्की सांग हं त्याला."

क्षणभर तिला प्रियाचाच राग आला. श्रीकांतच्या पत्नीचा फोन आहे म्हटल्यावर तिने तरी त्याला कॉन्फरन्समधून उठून फोन घ्यायला सांगितला असता तर? त्याच्या दृष्टीने आपण कुणीच नाही का? आपलं काहीच महत्त्व नाही का? पण मग तिच्या लक्षात आलं, प्रियाने तिचं कर्तव्य बजावलं होतं. हे तिच्या बॉसनेच तर तिला शिकवलं होतं. कामापेक्षा अधिक महत्त्वाचं काही नाही. ती खरी चिडली होती श्रीकांतवर. त्याने तरी स्वत: दोन मिनिटं सवड काढून तिच्याशी फोनवर बोलायलाच हवं होतं...

श्रीमतीच्या एक गोष्ट लक्षात आली. गेल्या इतक्या वर्षांच्या सवयीने तिचा स्वभाव पूर्ण आज्ञाधारक बनून गेला होता. जे काम सांगितलं असेल ते निमूटपणे ऐकायचं, जी काही आज्ञा असेल ती मुकाट्याने पाळायची. कधी कधी मनातून त्या सगळ्याची तिला खूप चीड यायची. पण तरीही तिने एकदाही श्रीकांतचा शब्द खाली पडू दिला नाही, त्याची कधीच अवज्ञा केली नाही. दरवेळी स्वत:चं मन मारायचं, स्वत:च्या इच्छा-आकांक्षा कमी महत्त्वाच्या मानून त्या आतल्या आत दडपून टाकायच्या, हे इतकं अंगवळणी पडून गेलं होतं!

मनात उठलेल्या या विचारांच्या वादळाने ती थकून गेली. आता घरात बसणं तिला असह्य वाटू लागलं. दुपार उलटून गेली होती, तरीपण कुठेतरी निघून जावं, या घरातून बाहेर पडावं; असं तिला वाटू लागलं.

श्रीमतीने गॅरेजमधून गाडी बाहेर काढली. तिचा ड्रायव्हर जवळच बिडी फुंकत, दोस्तांशी गप्पा मारत उभा होता. तिला पाहून त्याला आश्चर्यच वाटलं. तो बिडी विझवून पळतच तिच्या दिशेने आला. मी गाडी काढतो, असं खुणेने तिला सांगू लागला. पण तिने मानेनेच त्याला नकार दिला आणि ती गाडी घेऊन बाहेर पडली.

आपण कुठे निघालो आहोत, याची तिला यत्किंचितही कल्पना नव्हती. ती गाडीने जुहू बीचपाशी आली. गाडी कडेला उभी करून बाहेर पडली आणि समुद्राकाठच्या रेतीत चालू लागली.

दुपार उलटून चालली होती, तरी अजून ऊन होतं. बीचवर फारशी गर्दी नव्हती. तुरळक कुठेकुठे एखादा तरुण मुलामुलींचा घोळका दिसत होता. ही मुलं कॉलेज बुडवून इकडे आलेली दिसतायत, असं श्रीमतीच्या मनात आलं. अचानक तिला आपल्या बेफिकीर, स्वच्छंदी कॉलेज जीवनाची आठवण झाली. त्यामुळे तर ती अधिकच दुःखी झाली. त्यावेळी श्रीकांत कसा आपल्या आईला काहीतरी सबब सांगून घराच्या बाहेर पडायचा आणि तिला युनिव्हर्सिटीच्या बोटॅनिकल गार्डनमधे भेटायला यायचा, त्याची तिला आठवण झाली. श्रीकांत गावात आलेला असला, की आपण अगदी आवर्जून कॉलेजात जात असू. लेक्चर नसले, तरीही दोघं शेजारी बसून तासचे तास गप्पा मारत असू. त्यावेळी हातात मुळीच पैसे नसायचे. पण बोलायला किती विषय, किती आशा, महत्त्वाकांक्षा आणि स्वप्नं, किती बेत आखणं. श्रीकांत स्वतःच्या कॉलेजविषयी, प्रोफेसरांविषयी, मित्रांविषयी कितीतरी गोष्टी सांगायचा. आपल्या वर्णनातून आय.आय.टी.च्या कॅंपसचं शब्दचित्र तिच्यासमोर उभं करायचा. जणूकाही आपण तो कॅंपस डोळ्यांनी पाहिला आहे, असं श्रीमतीला वाटायचं.

त्या श्रीकांतला अलीकडे काय झालं होतं? ते प्रेम, ती माया, सहवासाची ओढ, ते स्वप्नांविषयीचं बोलणं सगळं जणू अदृश्य झालं होतं. तो तिच्याशी फारसं काही बोलायचाच नाही. फक्त काही काम असलं तरच तो तिच्याशी बोलायचा. कामाची भली मोठी यादी तिला द्यायचा.

मनात विचारांचं वादळ उठलं. श्रीमतीला त्याचा त्रास होऊ लागला. त्या दोघांच्या लग्नाविषयीच्या कल्पना होत्या. आपण दोघांनी एकमेकांमधलं जे चांगलं असेल, ते बाहेर आणायचं, त्याचं चीज करायचं, असं ठरवलं होतं. पण प्रत्यक्षात तसं काही झालंच नाही. तिने त्याच्यासाठी आपल्या करियरचा त्याग केला. सासरच्या माणसांचे टोमणे आणि लागट बोलणी सहन केली. आपल्या एकाकीपणाचा सामना धीराने केला. त्याचं एकमेव कारण असं की, तिचं त्याच्यावर नितांत प्रेम होतं. पण तो श्री आता तिच्याबरोबर नव्हताच मुळी. हा जो कुणी होता, तो होता सुप्रसिद्ध श्रीकांत देशपांडे. महत्त्वाकांक्षा, पद आणि कीर्ती हेच त्याचं सर्वस्व होतं.

त्याच्या प्लॅन्समधे कुठे त्याच्या पत्नीला स्थानच नव्हतं. तिच्या मनाला एका विचित्र भावनेने ग्रासलं– *आपलं ज्या माणसाशी लग्न झालंय, त्याला आपण नीट ओळखतच नाही, असं तिला वाटू लागलं. आपला तो जुना श्री कुठं सापडेल आपल्याला?*

श्रीमती एका लाकडी बाकावर बसून हमसाहमशी रडू लागली. आजूबाजूला माणसं होती, पण आज तिला त्याची पर्वा नव्हती. एनीवे– ती मुंबईत होती. मुंबईत माणसं एकमेकांच्या अध्यातमध्यात नसतात. कुणालाही कुणाच्याही भानगडीत पडायचं नसतं.

ती उठून अडखळत कशीतरी आपल्या गाडीकडे जाऊ लागली. *आपण वंदनाला जाऊन भेटावं का?* पण मग लक्षात आलं डिसेंबर संपत आलेला होता. प्रमोद कदाचित रजा घेऊन घरी आराम करत असेल. त्यांच्या मधे जाऊन डिस्टर्ब करायची तिची इच्छा नव्हती. *श्रीकांतने शेवटची रजा कधी बरं काढली होती? घरी राहून केवळ आपल्याबरोबर वेळ कधी बरं घालवला होता?* तिला असा एकही दिवस आठवेना.

जाण्यासारखं एकही ठिकाण नव्हतं. त्यापेक्षा स्वतःच्या घरी गेलेलं बरं, असा विचार करून ती उठली. गाडीत बसून तिने जड हृदयाने गाडी सुरू केली.

ती घरी पोहोचली तेव्हा कामवाल्या बाईने तिला निरोप सांगितला, ''मॅडम, सायबांचा तुमास्नी फोन येऊन गेला.'' श्रीमतीला या अशा मनःस्थितीत श्रीकांतशी फोनवर बोलण्याची इच्छा होईना. पण एकीकडे तिचे कर्तव्यदक्ष, आज्ञाधारक मन तिला स्वस्थही बसू देईना. कदाचित श्रीकांतचं काहीतरी तसंच महत्त्वाचं काम असेल आपल्याकडे, नाहीतर तो ऑफिसातून आपल्याला फोन कधीच करणार नाही.

तिने उठून फोन केला, पण परत फोन प्रियानेच घेतला. श्रीकांत ऑफिसात नव्हता. ''सर पैशाचं पाकीट घरी विसरून आले आहेत ऑफिसला. ते पाठवून द्यायला सांगितलंय.'' प्रिया म्हणाली.

हे श्रीकांतचं काम होतं तर! तिला क्षणभर चीड आली. पण ती काही बोलली नाही.

''सगळं ठीक आहे ना घरी, मॅडम?'' प्रिया म्हणाली.

आपली मनःस्थिती कशी आहे, हे प्रियाला कळू द्यायची श्रीमतीला मुळीच इच्छा नव्हती, त्यामुळे तिने ते संभाषण संपवलं.

२३

श्रीमती ओबेरॉय टॉवर्सला पोहोचली, तेव्हा काही निमंत्रित येऊन पोहोचलेले होते. श्रीमतीला उशीर झाल्यामुळे श्रीकांत रागात होता. वेळेत उपस्थित राहून आलेल्या पाहुण्यांचं व्यवस्थित स्वागत करणं, हे श्रीमतीचं काम होतं ना! अर्थात हे कर्तव्य आज इतकी वर्षं विनातक्रार तिने बजावलंच होतं. पण आज त्याने तिच्याकडे रागाने एक कटाक्ष टाकला. श्रीमतीने तिकडे दुर्लक्ष केलं. आज तिचं कशातच मन नव्हतं. तिचा चेहरा उदास, निस्तेज दिसत होता; ते पाहून श्रीकांतला आणखी राग आला.

त्याने तिची काही पाहुण्यांशी ओळख करून दिली. पण श्रीमतीनं आज नेहमीसारखे त्यांच्याशी शेकहँड न करता त्यांना दोन्ही हात जोडून नमस्कार केला. ती त्यांच्याकडे पाहून नुसती हसली; पण त्यांच्याशी बोलली मात्र नाही. कोणीतरी म्हणाले, ''प्लीज्ड टू मीट यू.'' त्यावर श्रीमतीच्या मनात आलं, 'आय ॲम एक्स्ट्रीमली अनहॅपी मीटिंग पीपल लाइक यू अँड वेस्टिंग माय टाइम.' अर्थातच हे शब्द तिच्या तोंडून बाहेर पडले नाहीत, पण मनातून मात्र तिला तसं वाटलं. ती चेहऱ्यावर उसनं हसू आणून म्हणाली, ''ग्लॅड टू मीट यू.''

ड्रिंक्स सर्व्ह करण्यात आली. नेहमीसारखं औपचारिक संभाषण सुरू झालं. खरं तर जेवण म्हणजे एक उपचारच होता. जेवणातील पदार्थांकडे कुणाचंही लक्ष नव्हतं. श्रीमतीला जुनी आठवण झाली. अशा तऱ्हेची पार्टी श्रीमतीने आयुष्यात पहिल्यांदा जेव्हा पाहिली होती, तेव्हा त्या पार्टीच्या बिलाची रक्कम पाहून तिला धक्का बसला होता, घृणासुद्धा वाटली होती.

''श्री, हे जरा अतीच वाटतंय नाही? जेवण तर काही खास नव्हतं!'' ती श्रीकांतला म्हणाली होती.

तिच्या अज्ञानाला हसत त्यावेळी श्रीकांत म्हणाला होता, ''या अशा पार्ट्यांमधे तुझी हुबळीची भाषा वापरू नको हं. या अशा पार्ट्यांमुळे आम्हाला जो बिझनेस मिळतो, त्याचा विचार करता या पार्ट्यांसाठी होणारा खर्च म्हणजे काहीच नाही.''

याचा अर्थ असाच होता की, प्रत्येक जेवण, प्रत्येक बोलणं आणि प्रत्येक नातेसंबंध हा नफा व तोटा यावरच आधारित होता. काय जगण्याची पद्धत ही!

श्रीमतीच्या मनात हे असेच विचार घोळत होते. एवढ्यात हरीशची पत्नी प्रभा, तिच्याजवळ येऊन तिच्या पाठीवर हात ठेवून म्हणाली, ''श्रीमती, कुठे हरवलीस तू?'' प्रभाने समाजशास्त्रात एम.ए. केलं होतं. हरीश आणि प्रभाला एकच मुलगा

होता— अमोल. तो सहा वर्षांचा होता. दूर कोडाईकॅनॉलच्या बोर्डिंग स्कूलमधे तो शिकत होता.

श्रीमतीने प्रभाच्या प्रश्नाचं उत्तर देण्याचं टाळून तिलाच उलट प्रश्न केला, ''अमोल कसा आहे? त्याची खूप आठवण येत असेल ना?''

प्रभा मुळातच खूप गप्पिष्ट होती. ती म्हणाली, ''खरं सांगू श्रीमती? त्याला बोर्डिंग स्कूलमधे ठेवलंय, याचा कधी कधी मला खूप आनंद होतो. त्याला चांगली शिस्त लागली आहे. शिवाय इंग्लिश तर इतकं छान बोलायला लागलाय. घरी काय, आम्ही फक्त हिंदीतच बोलतो ना! शिवाय तो एकुलता एक आहे. त्यामुळे लाडाने बिघडायची भीती. घरी खूप कंटाळतो तो.''

प्रभा खूप मनमिळाऊ आणि सरळ स्वभावाची होती. तिच्यापाशी छक्के-पंजे काहीही नव्हते. श्रीमती आणि प्रभा यांचे स्वभाव कितीही भिन्न असले, तरी दोघी खूप चांगल्या मैत्रिणी होत्या. प्रभा फारशी बुद्धिमान नव्हती. ती उगीच कोणत्या गोष्टीवर फार जास्त विचार करून स्वत:च्या मनाला त्रास करून घेणारीही नव्हती. आयुष्याकडे ती खेळकर दृष्टीने बघायची. हरीश कधीही लांबच्या दौऱ्यावर गेला की, ती सरळ उठून आग्र्याला निघून जायची. मुंबईतही तिचा खूप मित्रमैत्रिणींचा मोठा गोतावळा होता. ती त्यांच्याबरोबर शॉपिंगला जायची, बाहेर फिरायला जायची, गप्पागोष्टी करायची आणि आयुष्य भरभरून जगायची.

''प्रभा, मग अजून एक मूल का नाही होऊ देत? तेवढीच अमोलला पण कंपनी होईल.''

''नाही हं श्रीमती. वेडी आहेस की काय तू? पहिल्या खेपेला इतका त्रास झाला मला, आता परत चान्स घ्यायची मुळीच इच्छा नाहीये माझी.''

एवढ्यात मेहेर इंजिनिअर तिथे आली आणि त्यांचं संभाषण तिथेच थांबलं.

''हाय श्रीमती... किती स्लिम झाली आहेस गं तू! किती सुंदर दिसतेयस, बांद्र्याला ते नवीन फिगरेट नावाचं जिम सुरू झालंय ना? ते जॉइन केलंस की काय? मी ऐकलंय, सगळे फिल्मस्टार तिथेच जातात. कधी कधी वाटतं, मी बांद्र्यात राहत असते तर...'' मेहेर इंजिनिअर स्वत: चांगली गलेलठ्ठ होती. तिचे पती एक विख्यात बिल्डर होते.

''हाय श्रीमती, या वीकएंडला काय प्लॅन्स आहेत तुझे? त्रिभुवनदासकडे हिऱ्याच्या दागिन्यांचं प्रदर्शन भरलंय. आम्ही सगळ्या जाणार आहोत. येणार का?'' प्रेमा मल्होत्रा म्हणाली. तिचे पती म्हणजे ॲडव्हर्टायझिंग इंडस्ट्रीतील एक बडं प्रस्थ होतं.

''सॉरी, मी नाही येऊ शकणार. श्री घरी असेल ना.''

''कम ऑन, श्रीमती.'' इंदुमती सुखटणकर म्हणाल्या. जमलेल्या सर्वजणींमध्ये

त्या वयाने मोठ्या होत्या. ''तू फारच आदर्श गृहिणी आहेस हं. हे पुरुष आपली कधी पर्वा करतात का? नेहमी कामाच्या निमित्ताने बाहेर हिंडत असतात. आपणसुद्धा आपल्याला हवं ते करण्यात वेळ घालवावा.''

सगळं संभाषण ऐकून श्रीमतीला मळमळू लागलं. तिला एक प्रकारचा थकवा जाणवू लागला. साड्या, दागिने, खरेदी... अशा विषयांमुळे जुन्या दुःखद आठवणी जाग्या झाल्या. तिला गंगाक्कांचं एकेक कुत्सित बोलणं आठवू लागलं. आपल्या सुनेने साधं राहावं, असं जरी गंगाक्कांचं मत असलं; तरी आपल्या मुलीने मात्र उंची कपड्यांनी आणि दागिन्यांनी मढलेलं असावं, असं तिला वाटे. श्रीमतीने चुकून जरी कधी जराशी भारी किंमतीची साडी विकत आणली, तरी तिने श्रीकांतचे पैसे उधळल्याबद्दल गंगाक्का तिला रागावत असे.

रमाचं लागट बोलणं आणखी वेगळ्या तऱ्हेचं होतं, ''श्रीमती, तुझ्या रंगाला सोन्यापेक्षा मोत्याचे दागिने अधिक शोभून दिसतील.'' श्रीमती श्रीकांतपेक्षा वर्णाने सावळी होती. मायलेकी या गोष्टीची तिला वारंवार जाणीव करून देत असत. या सगळ्या जुन्या कटू आठवणींनी श्रीमतीच्या मनात फेर धरला आणि तिला खूप गळून गेल्यासारखं वाटू लागलं.

आज आपल्या पत्नीचं वागणं नेहमीसारखं नाही, हे श्रीकांतच्या लक्षात आलं. तो तिच्या जवळ गेला आणि त्याने कुजबुजत्या पण निग्रही आवाजात कन्नडमधे तिला विचारलं, ''श्रीमती, आज तुला झालंय तरी काय? काय बिनसलंय तुझं? तू जेकबशी एक अक्षरही बोलली नाहीस.''

आजच्या या पार्टीचे मुख्य निमंत्रित जेकब आणि डॉली होते. डॉलीच्या चेहऱ्यावर खास औपचारिक, कृत्रिम हसू होतं. तिला पार्ट्यांची खूप आवड होती. अशा शेकडो पार्ट्यांना ती वर्षभर हजेरी लावत असे. कित्येकदा त्यांचं स्वतः आयोजनसुद्धा करत असे.

इतक्यात खुद्द डॉलीच तिथे येऊन श्रीमतीशी औपचारिक गप्पा मारू लागली, ''श्रीमती, तुला हिस्ट्री या विषयाचं खूप सखोल ज्ञान आहे असं ऐकलं, तू नक्की डॉक्टरेट मिळवली असशील ना?''

श्रीमती तुटकपणे म्हणाली, ''नाही, मी फक्त एम.ए. आहे.''

''खरं की काय? तू नक्की अमेरिकेत शिक्षण घेतलं असशील.''

''नाही, मी माझ्या जन्मगावी शिकले.''

अर्थात डॉलीच्या दृष्टीने श्रीमती प्रश्नांचं उत्तर काय देते, ते तितकंसं महत्त्वाचं नव्हतं. ती उगीच काहीतरी बोलायचं म्हणून बोलत होती.

''ओ, श्रीमती. मग तू अमेरिकेचा प्राचीन आणि भव्यदिव्य इतिहास शिकायलाच हवास.''

"एक्सक्यूज मी डॉली, पण तुमच्या देशाचा इतिहास प्राचीनही नाही आणि भव्यदिव्यही नाही. अमेरिकेची प्रगती झाली ती औद्योगिक क्रांतीमुळे आणि अभिनव संकल्पनांचा अवलंब केल्यामुळे. अभिनव संकल्पना तर काय कोणत्याही राष्ट्रात जन्म घेऊ शकतात. तुमच्या देशाचा इतिहास जगात सर्वांत अर्वाचीन आहे."

"पण मला नाही समजलं..."

"SAP चंच उदाहरण घे ना. त्या संकल्पनेचा जन्म जर्मनीत झाला, पण सर्वाधिक उपयोग अमेरिकेत झाला..."

श्रीमती डॉलीच्या प्रश्नांना ज्या तऱ्हेने थंडपणे व उर्मटपणे उत्तरं देत होती, ते श्रीकांतच्या लक्षात आलं. तो संतप्त झाला. अशा पद्धतीने आलेल्या पाहुण्यांशी बोलणं पार्टीच्या यजमानास अजिबात शोभत नाही, असं त्याला वाटलं. आपल्या पार्टीला उपस्थित असलेल्या सर्वांना प्रसन्न करण्याची त्याची खटपट होती; विशेषतः डॉलीला तर अधिकच. जेकबच्या पाठीशी उभी असणारी ती खंबीर स्त्री होती. तिच्याशी अशा पद्धतीचं उर्मट वागून काहीच उपयोग नव्हता.

श्रीमती आपल्या या अशा वागण्यामुळे बिझनेस डीलिंग्जमधे अडथळा निर्माण करणार, याची श्रीकांतला भीती वाटली. अशा अवघड परिस्थितीतून मार्ग काढायची श्रीकांतला सवय होती. आपला कपडा जर चालताना झाडाच्या काट्यात अडकला तर त्याच्याशी ओढाताण करून उपयोग नसतो. तो अलगदपणे, कौशल्य वापरून सोडवायचा असतो, याची त्याला पूर्ण कल्पना होती.

श्रीकांत अलगदपणे त्या दोघींच्या संभाषणात सहभागी झाला. त्याने आपलं पूर्ण लक्ष डॉलीवर केंद्रित केलं.

"हॅलो डॉली, यू लुक वंडरफुल. तुझी जयपूरची ट्रिप कशी झाली?"

श्रीमतीचं डॉलीशी जे काही संभाषण चाललं होतं, ते अयोग्य पद्धतीने चाललं होतं; हे सूचकतेने तिच्या लक्षात आणून द्यायचा श्रीकांतने प्रयत्न केला. पण श्रीमतीने मुद्दामच त्याच्याकडे पूर्णपणे दुर्लक्ष केलं.

"ओ, श्रीकांत, इट वॉज लव्हली. आजकाल भारतात पाश्चिमात्य गोष्टींची छाप जिकडेतिकडे दिसून येऊ लागली आहे, असं माझ्या लक्षात आलंय. आता याच हॉलचं नाव बघ ना. काय सुंदर फ्रेंच नाव आहे ना!"

पार्टी जिथे चालू होती त्या हॉलचं नाव होतं, La Jaconda. अर्थात त्याचा अर्थ काय हे डॉली आणि श्रीकांत दोघांनाही माहीत नव्हतं.

श्रीमतीला आता मधे बोलल्याशिवाय राहावेना. ती जरा खोचकपणे म्हणाली, "ते काही नुसतं फ्रेंच नाव नाही, जगप्रसिद्ध मोनालिसा पेंटिंग्जचंही ते नाव आहे. गूढरम्य हसू असणाऱ्या स्त्रीच्या तैलचित्राचं. या हॉलचं नाव तिच्यावरून दिलंय. तू जर कधी पॅरिसला गेलीस आणि तुला वेळ मिळाला, आवड असली तर तिथलं

Louvre हे प्रसिद्ध म्युझियम जरूर बघ. म्हणजे मोनालिसाचं रसग्रहण तुला खऱ्या अर्थाने करता येईल.''

श्रीमतीचं बोलणं ऐकून श्रीकांतला धक्का बसला. तिचा स्वर जाणूनबुजून शत्रुत्वपूर्ण आणि खवचट होता. एखाद्या चांगल्या प्रेमळ यजमानिणीनं आपल्या पाहुण्याशी बोलावे तसा नव्हता. तिला भांडण उकरून काढायचंय, असंच तिच्या स्वरावरून वाटत होतं.

मोनालिसा असो नाहीतर La Jaconda... त्याचा इथे काय संबंध होता? श्रीकांतचं उद्दिष्ट होतं आपलं बिझनेस डील यशस्वी करणं. श्रीमतीलाही याची पुरेपूर कल्पना होती आणि तरी मुद्दाम ती असं वागत होती. त्याच्या मार्गात अडथळा आणत होती. श्रीकांत आता मनातून फारच संतापला होता.

पार्टी पुढे चालूच राहिली. श्रीकांत आणि श्रीमती दोघांनी राहिलेला वेळ एकमेकांकडे पूर्णपणे दुर्लक्ष केलं.

२४

पार्टीहून घरी परत येत असताना श्रीकांत रागाने नुसता धुमसत होता. नेहमी खरं म्हणजे तो एखाद्या संथ जलाशयासारखा शांत, धीरगंभीर असायचा. पण आज मात्र एखाद्या ज्वालामुखीप्रमाणे खदखदत होता. त्याला श्रीमतीकडून तिच्या आजच्या वागण्याचं स्पष्टीकरण हवं होतं. ते तिच्याकडून काढून घ्यायला तो उतावीळ झाला होता. घरी पोहोचेपर्यंत थांबण्याचीसुद्धा त्याची तयारी नव्हती. त्याने मुद्दाम कन्नडमधे बोलायला सुरुवात केली. आपल्या दोघांमधे काय बोलणं चाललंय, ते आपला ड्रायव्हर मारुती याला कळू नये; अशी त्याची इच्छा होती.

''श्रीमती, आज तुझं काय बिनसलंय? तू डॉलीचा अपमान कशासाठी केलास? तुझं इतिहासाचं ज्ञान तिथे पाजळायची काय आवश्यकता होती?''

''श्री, मी तिथे माझ्या ज्ञानाचं प्रदर्शन करण्यासाठी आले नव्हते. अगदी खरं सांगायचं, तर माझी तिथे यायचीसुद्धा इच्छा नव्हती आणि अगदी मला माझ्या ज्ञानाचं प्रदर्शन करायची इच्छा असतीच, तरी तिथे कुणाला त्यातलं एक अक्षर तरी कळणार होतं? त्या डॉलीचंच बघ! केवढा उर्मटपणा भरलाय तिच्या अंगात. भारताबद्दल किती तुच्छतेने बोलते ती. तिला वाटतं, आपल्याला सगळं काही फक्त त्यांच्या देशाकडूनच शिकायला मिळेल. त्याउलट प्रोफेसर कॉलिन्स आणि डोरोथीकडे बघ. ते दोघं स्वत: इतके ज्ञानाने समृद्ध आहेत, इतके विद्वान आहेत, तरी किती

विनम्र आहेत. शिक्षणाने माणसाच्या अंगी साधेपणा आणि कुतुहल आलं पाहिजे, उर्मटपणा नव्हे.''

''श्रीमती, तुझी भाषणबाजी पुरे झाली आणि तुझ्या त्या निरुपयोगी हिस्ट्रीचं पुराण मला ऐकवू नकोस. हिस्ट्रीने माणसाचं पोट नाही भरत. या असल्या पार्टीत एखाद्या इतिहासतज्ज्ञाच्या थाटात वावरायची काही एक गरज नाहीये. तू आमच्या कंपनीची प्रतिनिधी आहेस आणि तुझ्या डोक्यावर जी जबाबदारी देण्यात आली आहे, त्याचं भान ठेवून वाग. काय गं, एवढं मोठमोठ्या गोष्टी करण्याइतकं भारताच्या इतिहासात काय आहे?''

त्याच्या बोलण्याने श्रीमती प्रचंड दुखावली गेली. पण ती काही बोलली नाही. कारण कोणत्याही भाषेत तिने उत्तर दिलं असतं, तरी पती-पत्नीचा झगडा चालू आहे; हे ड्रायव्हरच्या नक्कीच लक्षात आलं असतं.

घरी पोहोचल्यावर श्रीकांतने नाइट ड्रेस चढवला आणि तो इकॉनॉमिक टाइम्समधे मान खुपसून बसला. हे त्याचं नेहमीचंच होतं. तो रोज सकाळी नुसत्या ठळक बातम्यांवर नजर टाकायचा आणि रात्री वेळ मिळाल्यावर पेपर तपशीलवार वाचायचा.

पण त्या दिवशी घडलेल्या घटनांमुळे तो इतका अस्वस्थ होता की, त्याचं पेपराच्या वाचनात लक्षच लागेना, काही एक डोक्यात शिरेना.

श्रीमती तर त्याच्याहीपेक्षा अधिक अस्वस्थ होती. तिच्या मनात विचारांचं द्वंद्व चाललं होतं. लग्नानंतरच्या दहा वर्षांत आज पहिल्यांदाच श्रीकांतने तिच्या व्यक्तीस्वातंत्र्यावर हल्ला चढवला होता. तो काय म्हणाला होता बरं? त्याचे ते दाहक, बोचरे शब्द श्रीमतीला अजूनही नीट आठवत होते.

''श्रीमती, तुझी भाषणबाजी पुरे झाली, आणि तुझ्या त्या निरुपयोगी हिस्ट्रीचं पुराण मला ऐकवू नकोस. हिस्ट्रीने माणसाचं पोट नाही भरत. या असल्या पार्टीत एखाद्या इतिहासतज्ज्ञाच्या थाटात वावरायची काहीएक गरज नाहीये. तू आमच्या कंपनीची प्रतिनिधी आहेस आणि तुझ्या डोक्यावर जी जबाबदारी देण्यात आली आहे, त्याचं भान ठेवून वाग. काय गं, एवढं मोठमोठ्या गोष्टी करण्याइतकं भारताच्या इतिहासात काय आहे?''

खरं तर श्रीमतीला त्यावर सडेतोड उत्तर देता आलं असतं– तू असशील एका कंपनीचा डायरेक्टर, पण सगळ्या गोष्टींचं मोजमाप नफा आणि तोट्याच्या स्वरूपात करू नको. तू या भावनाप्रधान असणाऱ्या श्रीमतीचा पतीसुद्धा आहेस. पण ती यातलं काहीच बोलली नाही. त्यांच्या नातेसंबंधाच्या वृक्षावर त्याने आपल्या शब्दांचे प्रहार केले होते.

पण ती फार काळ शांत राहू शकली नाही. ती अंतर्यामी दुखावली होती. तिला मनातून वेदना झाल्या होत्या, संताप आला होता. तिने श्रीकांतच्या हातातलं

वर्तमानपत्र काढून घेतलं आणि ती तीव्र स्वरात म्हणाली, ''श्री, तू असं का बोलतो आहेस ते मला आधी सांग. तुझ्या प्रतिष्ठेला धक्का लागेल, असं कोणतंही गैरवर्तन मी केलेलं नाही.'' श्रीमती रागाने लालबुंद होऊन थरथरत होती.

श्रीकांतने तिचे हात हातात घेऊन तिला आपल्याजवळ बसवून घेतलं. तो मात्र नेहमीसारखाच शांत होता.

''श्रीमती, आपण भारतीयांना गतवैभवाच्या झगझगाटात जगण्याची सवय असते. एकेकाळी भारत हा सर्वांत वैभवशाली देश होता, असं म्हणतात. हम्पीच्या रस्त्यावर लोक हिरे-मोती विकायला घेऊन बसत. नालंदा विद्यापीठाचे द्वारपाल लोकांच्या परीक्षा घेण्याइतके विद्वान होते. आता या अशा कथांमधे खरोखर किती तथ्य आहे, याची मला काही कल्पना नाही. पण तुम्ही लोक सतत फक्त याचंच गाणं गात असता. भूतकाळ आता विसर. आपण भूतकाळात काय होतो, याहीपेक्षा आपण आत्ता काय आहोत, हे जास्त महत्त्वाचं आहे. आपल्या इथे अत्यंत कठोर अशी वर्णव्यवस्था आहे, आपल्या इथे अंध:श्रद्धेचा सुकाळ आहे. त्याहून अधिक महत्त्वाचं म्हणजे आपल्या इथल्या समाजात भ्रष्टाचार केवढा बोकाळला आहे! पाश्चात्य राष्ट्रांकडे बघ. ते लोक विज्ञाननिष्ठ, योजनाबद्ध आणि पुरोगामी विचारसरणीचे आहेत. तू इतिहासाविषयी एवढं बोलतेस. मी तुला एक अगदी साधा प्रश्न विचारतो, अधिक महत्त्वाचं तुझ्या दृष्टीने काय? सम्राट अशोकाचं कलिंग येथील युद्ध की सध्या चालू असलेला आपला आतंकवाद व हिंसाचाराविरुद्धचा लढा? भारताला आपण जेव्हा एक आधुनिक व विज्ञाननिष्ठ देश बनवू, तेव्हा त्याचे आपल्या देशाला किती फायदे होतील; याचा विचार कर.'' श्रीमती त्याचं बोलणं नुसतं ऐकत राहिली.

''तू सम्राट अशोकाविषयी इतकं सांगत असतेस. जणूकाही तो देव असावा, असं त्याच्याबद्दल बोलतेस. पण त्याने काय केलं? त्याने बौद्ध धर्माचा स्वीकार केला. त्याची सेना दुर्बल झाली. त्याने आपल्या देशाचं संरक्षण करण्यासाठी एकही लढाई केली नाही. अखेर त्याच्या साम्राज्याचा विनाश झाला.''

आता श्रीकांतने श्रीमतीच्या आवडत्या विषयाला म्हणजे इतिहासाला आणि तिच्या मताने आदर्श असणाऱ्या ऐतिहासिक व्यक्तिरेखेला नावं ठेवायला सुरुवात केली होती. बिझनेस करता करता ज्या अनेक क्लृप्त्या त्याने आत्मसात केल्या होत्या, त्यापैकीच ही एक होती. एखाद्या व्यक्तीचा पाणउतारा करायचा असेल, तर तो कधीच थेट करायचा नाही. त्या व्यक्तीला जे आवडत असेल त्याची टिंगल करायची, किंवा त्या व्यक्तीचा ज्या गोष्टीवर विश्वास असेल त्या गोष्टीची निंदानालस्ती करायची. श्रीकांतला अशोकाबद्दल फारशी माहिती नव्हती. पण श्रीमतीचा अपमान करण्यासाठी तो विषय चांगला होता. तो वरकरणी अत्यंत शांतपणे, तर्कशुद्धपणे आपले मुद्दे मांडत असला, तरी अंतर्यामी रागाने धुमसत होता. आपल्या चेहऱ्यावरची

रागाची छटा श्रीमतीला दिसू नये, म्हणून तो मुद्दाम उठून पाणी प्यायला फ्रीजपाशी गेला.

आता मात्र श्रीमतीचा राग अनावर झाला, ''श्री, तुला नक्की काय सुचवायचंय? तुला असं म्हणायचं का, की इतिहास हा मृतांचा, भूतकाळात गेलेल्यांचा, पराजित झालेल्यांचा विषय आहे? वर्तमानकाळाशी तुझ्या मते त्याचा काहीच संबंध नाही का? पण तो आहे. एखाद्या कंपनीचा इतिहास पाहूनच त्या कंपनीचं भविष्य काय असणार आहे, ते सांगता येतं. तुम्ही त्यालाच तुमच्या भाषेत रेकॉर्ड म्हणता. तू मला अशोकाचं उदाहरण दिलंस. पण तुला काय माहिती आहे त्याच्याबद्दल? त्याच्याविषयी काहीही माहिती नसताना उगीच बोलू नकोस. तुझ्यासारख्या सतत नफा-तोट्याचा हिशोब करणाऱ्या माणसाला अशा माणसाची थोरवी काय कळणार? अशोकाने स्वत: अमरपद मिळवण्याचा प्रयत्न कधीच केला नाही. त्याच्या कार्यामुळे तो मोठा झाला. एखाद्या साम्राज्याचा जेव्हा अस्त होतो, तेव्हा त्यापाठीमागे अनेक कारणं असू शकतात. कदाचित त्या सम्राटाचे वारसदार तेवढे समर्थ नसतात. कदाचित साम्राज्यावर आक्रमण करणारे अधिक बलशाली असतात. केवळ सैन्य बलाढ्य असलं म्हणजेच लढाई जिंकता येते, असं नाही. केवळ तलवारीच्या जोरावर अल्लाउद्दिन खिलजीने आपलं साम्राज्य हिमालयापासून ते रामेश्वरपर्यंत पसरलं. पण त्याचं पुढे काय झालं? त्याच्या मृत्यूनंतर अवघ्या चार वर्षांत त्या साम्राज्याचा अस्त झाला. शिवाजीमहाराजांचं राज्यसुद्धा त्यांच्या मुलांच्या कारकीर्दीत दुर्बल झालं. कारण त्यांच्यापैकी कुणीच राज्यकर्ता म्हणून समर्थ नव्हता. कोणत्याही गोष्टीच्या अपयशापाठीमागे अत्यंत गुंतागुंतीची कारणपरंपरा असू शकते आणि श्री, प्रत्येक वेळी युद्ध हाच तोडगा नसतो!''

श्रीकांत आता पुरता हतबुद्ध होऊन बघत राहिला होता. पण आता श्रीमतीला कोणी थांबवू शकत नव्हतं.

''श्री, जसे चढउतार माणसाच्या जीवनात येतात, तसेच चढउतार एखाद्या देशाच्याही जीवनात येतात. कालांतराने संस्कृतीचा हळूहळू अध:पात होऊ लागतो. अंधश्रद्धा वाढू लागतात आणि त्याच माणसांच्या विचारांचा ताबा घेतात. संस्कृती जितकी जुनी होत जाते, तितक्या या अंधश्रद्धा वाढतात व त्यामुळे विकासाला, प्रगतीला खीळ बसते. हे एखाद्या लाटेसारखं असतं. जुन्या संस्कृती जर आपण विचारात घेतल्या, उदाहरणार्थ, इजिप्त, चीन, आणि भारत, तर त्या अमेरिकेइतक्या पुरोगामी नाहीत, मान्य आहे. पण म्हणून आपण आख्ख्या राष्ट्राचा धिक्कार करायचा का? अमेरिकन लोक आपल्या समृद्ध परंपरेचं जतन करतात, याबद्दल मलाही आदर वाटतो. पण भारताविषयी, भारताच्या इतिहासाविषयी मला ओढ, आपुलकी वाटते. केवळ एखाद्या राष्ट्राने तंत्रज्ञानात, विज्ञानात प्रगती केली, म्हणजे झालं का?''

श्रीमती क्षणभर थांबली. एवढा वेळ आपण किती आवेशाने, भावनापूर्ण रीतीने

बोललो; हे तिलाही कळलं. श्रीकांत विस्फारित नेत्रांनी तिच्याकडे बघत होता, जणूकाही आज प्रथमच पाहत होता तिला. मगाशी त्याने आपल्यावर कसा शब्दांचा भडिमार केला होता, याची तिला आठवण झाली व ती परत बोलू लागली.

''पाश्चात्य देशांमधे अंध:श्रद्धा नसतात का? तिथले लोक काय नेहमीच तर्कसुसंगत वागतात का? अगदी लोकशाही असलेल्या इंग्लंडचंच उदाहरण घे ना. तिथल्या राजघराण्यातील लोकांना ते कसे वागवतात? जणू देवच असल्यासारखं. आपणही तेच करतो, तेव्हा पाश्चात्य देशातले लोक आपल्याला त्याबद्दल हसतात. का? कारण आपण थर्ल्ड वर्ल्डमधले आहोत ना? इंग्लंडमधे राजघराण्यातील कोणाचा विवाह सोहळा असला, की जगभरातील राजदूत तेथे मुद्दाम उपस्थिती लावतात. नवविवाहित जोडप्याला भेटतात. हे काय फार पुरोगामी असल्याचं लक्षण आहे का?

''जरा विचार कर श्री, आपण आर्थिकदृष्ट्या मागासलेले का राहिलो? तुझ्यासारख्या बुद्धिमान बिझनेसमनला तर ते नक्कीच कळू शकेल. त्यासाठी तुला कुणा इतिहासकाराची मदत नाही लागणार. जेव्हा जगात औद्योगिक क्रांती झाली, तेव्हा आपण ब्रिटिशांचे गुलाम होतो. त्यांनी आपल्या देशातले लघुद्योग नष्ट करून टाकले. आपण त्यांची उत्पादने खरेदी करावी, म्हणून आपल्या देशाचं औद्योगिकीकरण करण्याचा त्यांनी मुळीच प्रयत्न केला नाही. खरं सांगू, मला स्वत:ला औद्योगिकीकरण ही काही फार महान गोष्ट वाटत नाही. त्यामुळे समाजाची वीण उसवते, आहे रे आणि नाही रे मधली दरी फार रुंदावते आणि त्याहून वाईट गोष्ट म्हणजे मनोविकार बळावतात.''

श्रीमती पाणी पिण्यासाठी थांबली. भावनातिरेकामुळे तिला थकवा आला होता. ती पुढे बोलू लागली, पण हळुवारपणे.

''श्री, जरा तुझ्या पोशाखाकडे बघ. सदासर्वकाळ तू इंग्रजी भाषेतच बोलत असतोस, त्याकडे बघ, स्वातंत्र्यप्राप्तीनंतर पन्नास वर्षांनीही आपली ही स्थिती आहे. थोडक्यात, आपल्या देशाला मागास राखण्यात तुझाही वाटा आहेच.''

श्रीकांत आता अवाक् झाला होता. श्रीमती कधी आपल्याशी असा वादविवाद करेल, असं त्याला वाटलंच नव्हतं. तोही इतक्या त्वेषाने, तर्कसुसंगतपणे आणि वास्तवाची दाहक जाणीव करून देत. त्याला वाटलं होतं, ती रडेल आणि गप्प बसेल. तिची विचार करण्याची क्षमता किती आहे, तिचे विचार किती सखोल, सुस्पष्ट असतात, याची त्याला कल्पना होती. पण एक पती म्हणून या गोष्टीचा स्वीकार करणं जड जात होतं त्याला. त्यांच्या दहा वर्षांच्या वैवाहिक जीवनात आज प्रथमच श्रीमतीने असमाधान व्यक्त केलं होतं. त्याच्या स्वत:च्या जीवनशैलीविषयी नाराजी व्यक्त केली होती, तीसुद्धा त्या पार्टीत आणि आता तर ती आपली मते अगदी स्पष्टपणे मांडत होती.

अचानक आपण दोन अनोळखी व्यक्ती एका घरात, एका छपराखाली राहतोय, असं त्याला वाटलं.

२५

श्रीकांतसाठी गंगाक्काचं पत्र आलं होतं. तो लहान असताना एकदा खूप आजारी पडला होता तेव्हा ती देवाला नवस बोलली होती, तो फेडायचा राहून गेला होता. आता अचानक देव तिच्या स्वप्नात येऊन तिला त्या गोष्टीची आठवण करून देऊ लागला होता. तिने मंदिरातील देवाच्या मूर्तीसाठी सोन्याचा मुकुट करायचं ठरवलं होतं. आपल्या मुलाने त्यासाठी खास सुट्टी घ्यावी आणि देवाला तो मुकुट अर्पण करण्यासाठी आपल्यासोबत यावं, अशी तिची इच्छा होती. त्या संपूर्ण पत्रात श्रीमतीच्या नावाचा साधा उल्लेखसुद्धा नव्हता.

मैलारलिंग हे शिवामहादेवाचंच दुसरं नाव आहे, तो शैव पंथीयांचा देव आहे. मैलारलिंगाचं मंदिर देवरगुड्डाच्या टेकडीवर आहे, हुबळीपासून सुमारे १०० कि.मी. वर. गंगाक्काचा या देवावर खूप विश्वास होता. त्याच्या आशीर्वादाशिवाय श्रीकांतची भरभराट होऊ शकणार नाही, असं तिला वाटायचं.

हे पत्र वाचून श्रीकांतला मुळीच आश्चर्य वाटलं नाही. आपली आई अत्यंत देवभोळी व अंधश्रद्ध असून देवादिकांचं तिच्या स्वप्नात अवतरणं ही नित्याचीच गोष्ट आहे, याची श्रीकांतला पूर्ण कल्पना होती. पण आपल्या आईची स्वप्नं पूर्ण करण्यासाठी आपण मिळवलेला पैसा कामी येतोय, या गोष्टीचा त्याला आनंद होता. श्रीकांत स्वत: नास्तिक असल्याने तो तिच्याबरोबर कधीच कोणत्याही धार्मिक स्थळाला भेट द्यायला आजपर्यंत गेला नव्हता. आपण आता पुढच्या खेपेला ऑफिसच्या कामासाठी बंगलोरला गेलो, की तिथून मुद्दाम हुबळीला जाऊन आई आणि बहिणीला भेटून यायचं; असं त्याने मनाशी ठरवलं. पण हुबळीला विमानतळ नसल्यामुळे तो प्रवास त्याला रेल्वेनेच करावा लागणार होता व त्यासाठी एक दिवस जास्त लागला असता.

श्रीकांत रात्रीच्या जेवणाच्या वेळी श्रीमतीला म्हणाला, ''आता पुढच्या खेपेला मी जेव्हा बंगलोरला जाईन, तेव्हा खासगी कामासाठी दोन जास्तीच्या दिवसांची माझ्या डायरीत नोंद करून ठेव.''

हा नक्की गंगाक्काच्या पत्राचा परिणाम असणार, हे श्रीमतीच्या ताबडतोब लक्षात आलं. तिला मनातून राग आला. खरं तर तिला चेहऱ्यावरून तसं दिसू द्यायचं नव्हतं. तरी पण तिला आपल्या भावना लपवता आल्या नाहीत.

"मग, तू हुबळीला जाणार आहेस तर? काही खास कारण?"

"तसं खास काही नाही. पण अव्वाला भेटावं म्हणतोय."

"पण, श्रीकांत, तू दोन दिवस सुट्टी घेऊन माझ्याबरोबर वेळ घालवावास, असं मला वाटतं. मला तुझ्याशी खूप गोष्टींवर बोलायचंय."

"दोन दिवस बोलण्यासारखं काय आहे?"

"श्री, आईसाठी तुझ्याकडे दोन दिवस सवड आहे आणि माझ्यासाठी नाही? मी इथे एकटीनं राहायचं तेवढा वेळ?"

"तुला काय ते नवीन आहे का? आणि तुला हवं असलं तर तू पण ये हुबळीला."

"तुझ्या आईने मला साधं एका शब्दाने तरी बोलावलं का? मी कशासाठी येऊ? आणि मी इथे एकटीने का म्हणून राहायचं? तुझी बहीण आयुष्यात एकदा तरी एकटी राहिली आहे का रे? अगदी एक दिवस जरी तिच्यावर एकटं राहायची वेळ आली, तर लगेच तुझी आई तिच्याकडे धावून जाते."

"श्रीमती, तू स्वतःची तुलना रमाबरोबर करू नको. अगं तू तिच्याहून किती जास्त शिकलेली आहेस."

"श्रीकांत, तुझेसुद्धा तिच्यासाठीचे नियम वेगळे आहेत आणि माझ्यासाठी वेगळे. प्रत्येक वेळा ती आपलंच खरं करते... का? तर ती अशिक्षित आहे. मी सुशिक्षित असले म्हणून काय झालं? दर वेळी मीच का सगळं सहन करायचं?"

थोडक्यात मुद्दा एकटीने राहण्याचा नव्हताच. श्रीमतीला गेली इतकी वर्षं गंगाक्काने जी वागणूक दिली होती, त्याचा संताप आत्ता बाहेर पडत होता.

"श्री, आपल्या आईसाठी तुझ्याकडे वेळ आहे, पैसा आहे. मला तुझा पैसा मुळीच नको आहे, पण तुझा वेळ मात्र हवाय."

श्रीमती आता फार संतप्त झाली होती. तिचा संयम सुटत चालला होता. गंगाक्काकडून आणखी अपमान आणि श्रीकांतकडून आणखी उपेक्षा, दुर्लक्ष सहन करण्याची तिच्या अंगात ताकद नव्हती.

"हे बघ, तुला तिथे राहायला आवडत नाही याची अव्वाला कल्पना आहे. तू येणार नाहीस, हे माहीत आहे तिला. म्हणूनच तिने तुला बोलावलं नाही."

श्रीमतीला रडू अनावर झालं. श्रीकांत हा सर्वांत आधी गंगाक्काचा मुलगा होता, ही वस्तुस्थिती होती. ती कधीच बदलणार नव्हती. लग्नाला दहा वर्षं झाली तरी तो तिचा पती नव्हताच मुळी.

आज ही गोष्ट तिला फार तीव्रतेने जाणवली आणि त्याने तिचं मन फारच दुखावलं. कितीही प्रतिकूल परिस्थिती आली तरी त्यातून कष्टाने मार्ग काढून आपल्या मुलाला शिक्षण देणं, हे तर कोणत्याही आईचं कर्तव्यच असतं. पण

आपल्या आईने आपल्यासाठी अनन्यसाधारण स्वार्थत्याग केला आहे, अशी श्रीकांतची समजूत होती. मात्र श्रीमती त्याच्यासाठी जे काही करत होती, ते एक पत्नी म्हणून तिचं कर्तव्यच आहे, अशी त्याने स्वत:ची समजूत करून घेतली होती. त्याच्या मते ती जे काही करत होती, त्यात विशेष असं काहीच नव्हतं. पण हे सगळं आता श्रीमतीला सहन करण्याच्या पलीकडे वाटू लागलं होतं.

श्रीकांतने आपली समजूत काढावी, असं श्रीमतीला वाटत होतं. पण तसं काही एक न करता त्याने आपल्या फायली उचलल्या आणि तो आपल्या स्टडीत निघून गेला. आता आपण इथे थांबून तरी काय फायदा? असं तिला वाटलं. तिने घराची किल्ली घेतली आणि रात्रीच्या अंधारात बाहेर पडली.

तिने घराचं दार उघडल्याचं श्रीकांतच्या लक्षात येताच तो जोरात हाका मारून म्हणाला, "श्रीमती, एकटी जाऊ नको!"

त्यावर ती एवढंच म्हणाली, "मला जमेल."

श्रीकांतला मनातून हायसंच वाटलं. त्याला आणखी भांडणतंट्याला तोंड देण्याची अजिबात इच्छा नव्हती. त्याला भरपूर काम होतं. तो फायलींमधे डोकं खुपसून बसला.

श्रीमती अपार्टमेंट बिल्डिंगमधून बाहेर पडली. तिथल्या प्रत्येक फ्लॅटमधे मोठमोठ्या कंपन्यांचे वरिष्ठ अधिकारी राहत होते. प्रत्येक पती-पत्नी आपल्यासारखेच भांडत असतील का– असा प्रश्न तिला पडला. या फ्लॅटमधे राहणारे सर्वच महत्त्वाकांक्षी असणार. मग तेही आपल्या पत्नीशी असंच वागत असतील का?

या प्रश्नाचं उत्तर कोण देणार, आपल्याला? स्वत:च्या घरात काय घडतं, हे मोकळेपणाने, जसंच्या तसं कुणीतरी कुणाला कधी सांगणार आहे का? निदान या असल्या वर्तुळात तरी स्वत:च्या कुटुंबीयांबद्दलचं सत्य कुणीच बाहेर येऊ देणार नाही. निदान वरकरणी, समाजात वावरताना तरी प्रत्येक जोडपं आपण आदर्श पती-पत्नी आहोत, असाच आव आणेल.

श्रीमती समुद्राकाठी बांधलेल्या बांधावर जाऊन बसली. या वेळी तरी फारसं कुणी तिथे येण्याची शक्यता नव्हती. खरं म्हणजे एरव्ही श्रीमतीला असं एकटीने त्या जागी बसण्याची भीती वाटली असती. पण आज तिने लांबसडक केस खुशाल पाठीवर मोकळे सोडले होते. हे असंसुद्धा आजवर घराच्या बाहेर तिने कधीच केलेलं नव्हतं. पण आज तिला कशाचीच पर्वा नव्हती. तिला एकांत हवा होता. कुणाचा त्रास किंवा व्यत्यय नको होता.

तिचे डोळे पाण्याने भरून आले होते. समुद्राचं गार वारं तिच्या चेहऱ्याला स्पर्शून जात होतं. या शहरात आल्यावर सुरुवातीच्या काळात आपण किती सुखी, समाधानी होतो; याची तिला आठवण झाली. तिच्या गालावरून अश्रू घळघळ वाहू

लागले. ती जणू एखाद्या स्वप्नात असल्यासारखी मंत्रमुग्ध, भारलेल्या अवस्थेत तिथे बसून राहिली.

श्रावण महिन्यात रंगीबेरंगी फुलांची नुसती उधळण झाली होती. चंपक, मोगरा, रातराणी आणि बकुळा या सर्व फुलांचा संमिश्र गंध आसमंतात भरून राहिला होता...

परत एकदा श्रीकांत येईल. आपण बकुळीची फुलं वेचून त्याची एक माळ बनवू. ती आपल्या केसांत माळू, ती माळ श्रीकांत आपल्या वेणीतून हळुवार काढून घेऊन हुंगेल आणि पोटभर श्वास घेईल. त्याला दुसरं कोणतंच फूल नको असेल, फक्त आपण केसात माळलेली बकुळीच्या फुलांची माळच तेवढी त्याला हवी असेल...

खडकावर एकापाठोपाठ एक लाटा येऊन आदळाव्यात, तद्वत तिच्या स्वप्नांच्या लाटा तिच्या मनावर येऊन आदळत होत्या.

बघताबघता किती वाजले त्याचा पत्ताच लागला नाही. श्रीमती भानावर आली. तिने स्वत:कडे पाहिलं. अकाली आलेल्या पावसाने तिला ओलंचिंब केलं होतं. समोर उसळणारं समुद्राचं पाणी आणि ढगातून बरसणारं पावसाचं पाणी. पण तरीही आतून श्रीमती सुकून गेलेली, तहानलेली होती. तिला गरज होती, ती फक्त गंगाक्काच्या एखाद्या गोड शब्दाची, आपल्या पतीच्या एखाद्या कौतुकाच्या पावतीची. तिची तृषा शमण्यासाठी एवढंच तर पुरेसं होतं...

रात्रीच्या वेळी गस्त घालणाऱ्या पोलिसाने तिला हटकलं, "मॅडम, तुम्ही प्लीज घरी जा. इथे तुमच्या जिवाला धोका आहे. तुम्हाला काही होऊ नये, हे पाहण्याची जबाबदारी शेवटी आमचीच तर आहे.''

श्रीमतीची आता कुणीशीच वाद घालण्याची इच्छा नव्हती. त्यामुळे ती उठली आणि घराच्या दिशेने चालू लागली. ती घरी परतली, तेव्हा श्रीकांत अजूनही फायली वाचण्यात गुंग होता.

एव्हाना श्रीमती पुरेशी शांत झाली होती. तिला श्रीकांतशी बोलायचं होतं.

"श्री, माझ्यासाठी एक गोष्ट करशील?''

आपली बायको परत पूर्वीसारखी झाल्याचं पाहून श्रीकांतने एक सुटकेचा नि:श्वास सोडला. आता त्याला शांतपणे ऑफिसचं काम करता येणार होतं.

"काय झालं श्रीमती? काही अशक्य गोष्ट करायला सांगणार आहेस का?''

"तू जर एकदा मनाशी ठरवलंस तर मग त्यात अशक्य काहीच नाही.''

"पण काय?''

"श्रीकांत, तू आयुष्यात खूप काही मिळवलंस. आपल्याला जन्मभर पुरेल एवढा पैसा आहे आपल्याकडे. सोडून दे ही नोकरी. चल, आपण हुबळीला परत

जाऊ. परत एकमेकांसाठी केवढातरी वेळ मिळेल तिथे. आपल्याला हवं ते आपण करू शकू.''

श्रीकांत जोरात हसला. त्याने फायली टेबलावर सरकवल्या आणि उठून चालत तिच्याजवळ आला.

तिला मिठीत घेऊन म्हणाला, ''श्रीमती, अगं तू काय बोलते आहेस हे? जरा तर्कशुद्धपणे विचार करून व्यवहारीपणाने बोल. तू मला तेहतिसाव्या वर्षी निवृत्त व्हायला सांगते आहेस? कोणत्याही पुरुषाच्या आयुष्यातला सर्वांत महत्त्वाचा काळ असतो हा. यापुढेच कितीतरी यश मिळवणं शक्य असतं. अजून तर मी काहीच मिळवलेलं नाही. मी हुबळीत जगूच शकणार नाही. मी तिथे काय करू? हुबळी हा माझा भूतकाळ होता. माझा वर्तमान आणि भविष्यकाळ इथे, या मुंबईत आहे. मला इथला एक सेकंदसुद्धा वाया नाही घालवायचा. हुबळीला गेलो तर पाण्यातून बाहेर काढलेल्या माशासारखी तडफड होईल माझी. माझा जन्म जरी तिथे झालेला असला, लहानाचा मोठा मी तिकडे झालेलो असलो... तरीही!''

यावर काय बोलावं, ते श्रीमतीला कळेना.

''श्रीमती, भूतकाळ सुंदर का वाटतो, सांगू? कारण तो आपल्याला कधीच परत मिळवता येत नाही, म्हणून आपण जेव्हा तरुण असतो, तेव्हा आपल्याला बालपण सुंदर वाटतं... जग परिवर्तनशील असतं. रोजच्या रोज ते बदलत असतं. तेव्हा त्याच्याशी मिळतंजुळतं घ्यायला शीक. भूतकाळात हरवून जाऊ नकोस.''

श्रीमती श्रीकांतचं बोलणं ऐकत नि:शब्दपणे निश्चल उभी राहिली.

श्रीकांत तिच्याकडे पाहून म्हणाला, ''तू काहीच कशी बोलत नाहीयेस?''

ती विषादाने म्हणाली, ''श्री, तुला जर माझं मूकपण कळत नसेल, तर तुला माझे शब्दही कळणार नाहीत.''

श्रीमतीला बिछान्यात पडूनही झोप लागेना. ती उठली. कपाटापाशी गेली आणि तिने आतून अत्यंत मौल्यवान असं काहीतरी बाहेर काढलं. आय.आय.टी.त असताना तिथून श्रीकांतने तिला लिहिलेल्या पत्रांचा जुडगा होता तो. एका रेशमी रुमालात तिने ती सगळी पत्रं नीट तारीखवार लावून जपून ठेवली होती. एखादा महत्त्वाचा ऐवज ठेवावा, तशी ती तिने एका चंदनाच्या पेटीत ठेवली होती.

आपल्या तरुणपणीच्या, आपल्या स्वप्नातल्या राजकुमाराशी– त्या जुन्या श्रीकांतशी परत एकदा ऋणानुबंध जुळवण्याची तिला तीव्रतेने इच्छा झाली. तिने एक पत्र काढलं. कॉलेजच्या पहिल्या वर्षी श्रीकांतचा अभ्यासदौरा ताजमहाल पाहण्यासाठी गेला होता. तेव्हा तिथून त्याने तिला ते पत्र लिहिलं होतं.

'माझ्या प्रिय श्रीमती,

आज तुझा ताजमहाल पाहिला मी. आग्रा गाव तसं गलिच्छ आहे. तू तुझ्यातील इतिहासकाराच्या दृष्टीने त्याच्याकडे जेव्हा बघतेस, तेव्हा तुला नक्की काय वाटतं, हे काही मला समजू शकणार नाही. पण ताजमहाल पाहताच माझ्या मनात आलेला पहिला विचार म्हणजे, हा बांधत असताना एकूण किती बरं संगमरवराच्या लाद्या लागल्या असतील? सगळ्या संगमरवराच्या खाणीच त्यांनी रिकाम्या करून टाकल्या असतील. आणखी एखादा ताजमहाल काही कुणाला बांधणं शक्य झालं नाही. याचं कारण उघडच आहे. त्यासाठी मुळी संगमरवर शिल्लकच राहिला नसणार! या कामासाठी किती माणसांना विश्रांती न अव्याहत घेता काम केलं असेल बरं? असा विचार माझ्या मनात येतो. बादशहाने त्या सर्वांना व्यवस्थित मेहनताना दिला असेल का? ताजमहालाच्या भोवती एक विशाल बगीचा आहे, तू आणि मी आयुष्यात कधीतरी हे स्मारक बघण्यासाठी नक्कीच येऊ. त्यावेळी ही प्रचंड मोठी वास्तू पाहून तू हरखून जाशील, थक्क होऊन जाशील, अशी माझी खात्री आहे. मग या बागेत बसून मी मात्र एक कॉम्प्युटरचं पुस्तक वाचीन... एखाद्या झाडाखाली तू बसली असशील आणि तुझ्या मांडीची उशी करून मी तिथेच हिरवळीत आडवा झालो असेन...'

श्रीमती क्षणभर ते सगळं भूतकाळात होतं हे विसरून मोठ्यांदा हसली. त्या पत्रातील श्रीने लिहिलेला एकेक शब्द जिवंत होऊन आपल्याला कुरवाळतो आहे, असं तिला वाटलं. कुणावर माया करण्यासाठी सौंदर्य किंवा बुद्धिमत्तेची गरज नसते. परस्परांवरचं प्रेम आणि गाढ विश्वासाची तिथे गरज असते. कोणत्याही नातेसंबंधात परस्परांविषयीचा जो दृढ विश्वास निर्माण होतो, तो असा या मायेतून, प्रेमातूनच निर्माण होतो. असा विचार करताकरता तिला कधी झोप लागून गेली, ते कळलंच नाही.

त्या आधीच कधीतरी तिने दिवा बंद करून टाकलेला होता आणि ती आडवी झाली होती. पण तत्पूर्वी तिच्या मनात श्रीसाठी एक प्रश्न रेंगाळला होता. 'श्री, कुठे गेलास तू? कुठे हरवलास?' त्या गडद अंधारात हाती मशालही न घेता श्रीमती प्रेमाची पाऊलवाट शोधत होती.

२६

श्रीकांतला दुसऱ्या दिवशी पहाटे पाच वाजता जाग आली. त्याने मनाशी जी कुठली वेळ ठरवली असेल, त्यावेळी त्याला अगदी हमखास जाग यायची. इतका निग्रही मनाचा होता तो. त्याला गजराच्या घड्याळाची गरज कधीच पडत नसे. मात्र जाग येऊनसुद्धा तो बिछान्यातच पडून राहिला, उठला नाही. पण मग त्यालाच वाटलं, आता याहून अधिक वेळ वाया घालवणं योग्य नाही, तो अलगद उठून चहा करून घेण्यासाठी स्वयंपाकघरात गेला. श्रीमती अजून गाढ झोपलेली होती. तिची झोपमोड करायची नव्हती त्याला. चहाचा कप हातात घेऊन तो बाल्कनीत आला. त्याने रस्त्याकडे पाहिलं. मुंबई शहराला हळूहळू जाग येत होती. सकाळचं गार वारं सुटलं होतं. शरीराला सुखद स्पर्श वाटला त्या वाऱ्याचा, पण नंतर अचानक अंगावर शिरशिरी उमटली. हवेतला गारवा जाणवताच तो आत गेला. आतून श्रीमतीची शाल आणून ती अंगाभोवती लपेटून परत बाल्कनीत उभा राहिला, समुद्राकडे एकटक बघत. खरं तर सकाळचा वेळ हा अशा पद्धतीने वाया घालवणं, त्याच्या तत्त्वात बसणारं नव्हतं. या सकाळच्या वेळेत तो नेहमी परदेशी फोन करून आपली तिकडची कामं उरकत असे. पण आज मात्र त्याला तसं करावंसं वाटेना. क्वचितच कधीतरी आपल्या डोक्याचं न ऐकता तो आपल्या हृदयाचं ऐकत असे. आज तसंच घडलं होतं.

सकाळच्या वेळी दुरड्यांमधे ताजे मासे भरून कोळी स्त्रिया झपाझप निघाल्या होत्या. 'खरं तर हे कोळी लोकच मुंबईचे खरेखुरे रहिवासी. तेव्हाच्या काळापेक्षा आता या शहरात किती आमुलाग्र बदल झालेला होता!' श्रीकांतच्या मनात आलं. एवढंच नव्हे तर गेल्या पंधरा वर्षांत या शहरात राहून आपल्या स्वतःच्या आयुष्यातसुद्धा केवढा बदल झालेला आहे. मुंबई शहरात राहण्यामधे कितीही समस्या असल्या, तरी हे शहर त्याला प्रिय होतं. त्या शहराचा संमिश्र तोंडवळा आणि तेथे आढळून येणारी व्यावसायिकता त्याला प्रिय होती. तो जर हुबळी सोडून या शहरात आला नसता, तर तो काही आज या जागी येऊन पोहोचू शकला नसता.

आपण आयुष्यात पहिल्यांदा जेव्हा समुद्र पाहिला होता, तेव्हा आपल्याला कसं वाटलं होतं. त्याची श्रीकांतला आता बाल्कनीत उभं राहिल्यावर आठवण झाली. त्यावेळी तो लहान होता. बारा वर्षांचा असेल. आपल्या आईबरोबर कर्नाटकातील गोकर्ण या समुद्रकिनाऱ्यावर असलेल्या गावी देवदर्शनास गेला होता. खऱ्या अर्थाने सुटीची ती पहिलीच सहल होती. कारण आजपर्यंत सुटीत केवळ आपला मामा शीनाप्पा याच्याकडे जाऊन राहायचं, असाच प्रघात होता.

आणखी कोणत्याही परगावच्या नातेवाइकाकडे जाऊन राहण्याचा प्रसंग आलेला नव्हता.

आपल्या आईने आपल्याला लहानाचं मोठं करताना किती कष्ट उपसले होते, याची त्याला आठवण झाली. समोर समुद्राच्या लाटा उसळत होत्या. त्या वेगाने येऊन काळ्याभोर खडकांवर आदळून परत माघारी फिरत होत्या. त्याचप्रमाणे त्याच्या मनातही एकामागोमाग एक विचार उसळी मारून उठत होते. श्रीकांतचा एक चुलतभाऊ होता– श्याम. तो इंजिनिअर होता आणि पब्लिक वर्क्स कमिशनमधे मोठ्या हुद्द्यावर होता. तो आपल्या इतर सर्व नातेवाइकांना, श्रीकांतच्या आईला कमी लेखत असे. आपल्या मुलाने पण त्याच्याचसारखं इंजिनिअर होऊन पब्लिक वर्क्स कमिशनमधे नोकरीला लागावं, असं गंगाक्काला वाटे.

एव्हाना सूर्य चांगलाच वर आला होता. मुंबई शहरात नेहमीची गजबज सुरू झाली होती. सकाळची शांतता भंग पावली होती. रोजचे व्यवहार सुरू झाले होते. श्रीकांतच्या मनात आलं, या मुंबईत पैशानं सारं काही विकत घेता येतं, फक्त आईचं प्रेम तेवढं मिळत नाही. तो भावनाविवश झाला होता. आपली आई फारशी शिकलेली नाही, म्हणून ती श्रीमतीशी असं वागते, पण खरं म्हणजे श्रीमतीने हे समजून घ्यायला पाहिजे. पण उत्तर कर्नाटकातली माणसंच अती भावनाप्रधान. या दोघीही तशाच होत्या... आई पण आणि बायको पण. तो स्वत: मात्र अत्यंत व्यवहारी होता.

माणूस जर व्यवहारी नसेल, तर तो कधी व्यवसाय करू शकत नाही. धंदा नीट चालत नाही, तर आर्थिक भरभराट होणार कशी? पण एखाद्या व्यक्तीच्या मानसिक आणि भावनिक स्वास्थ्यासाठी त्याची आर्थिक प्रगती होणं खरोखरीच गरजेचं आहे का... अशी एक छोटीशी शंका त्याच्या मनाला चाटून गेली.

त्याच्या विचारांचा प्रवाह त्याला बघताबघता हुबळीच्या आपल्या घरी घेऊन गेला. दोन्ही कुटुंबांमधील शत्रुत्व अजूनही कायमच आहे, असं त्याच्या मनात आलं आणि त्याला विषाद वाटला. अचानक त्याला बकुळीच्या फुलांची आठवण झाली. किती दिवसात बकुळीचं झाड पाहिलं नव्हतं, बकुळीच्या फुलांचा वास घेतला नव्हता. इथे मुंबईत मिळतात का बकुळीची फुलं? श्रीमतीला सांगितलीं पाहिजेत आणायला. ती नक्की हर प्रकारचे प्रयत्न करून कुठून तरी मिळवून आणेल... कोणतंही काम तिच्यावर सोपवलं की, ते पार पाडणारच, याची त्याला खात्री होती.

श्रीकांत सकाळी बरोबर आठ वाजता ऑफिसला जाण्यासाठी घराबाहेर पडला. पाच मिनिटांचाही उशीर होऊन चालणार नव्हता. लगेच गर्दी प्रचंड वाढली असती. कारने ऑफिसला जात असताना श्रीकांत नेहमी आपल्या फायली तरी काढून बसायचा, नाहीतर मोबाईलवर फोन चालायचे. त्याचा ड्रायव्हर मारूती

खरं तर चांगला गप्पिष्ट होता. पण श्रीकांतला त्याच्याशी बोलायला कधीही सवड नसे. शिवाय त्याला ड्रायव्हरशी विशेष जवळीक करायची इच्छाही नसे. श्रीमतीचं मात्र वेगळं होतं. ती कामवाल्या बायकांशी, ड्रायव्हरशी सर्वांशीच मनमोकळेपणाने बोलायची. त्यांच्या आयुष्याविषयी जाणून घेण्याचं कुतुहल तिला असायचं.

आज काही केल्या त्याचं गाडीत काम होईना. कशातच मन लागेना. श्रीमतीचे आजकाल वारंवार भावनांचे उद्रेक होऊ लागले होते. त्याच्या मनात सारखा त्याच गोष्टीचा विचार येत होता. आजकाल तिचं मन पूर्वीसारखं शांत नसायचं. ती बारीकसारीक गोष्टींवरून त्याच्याशी वाद घालायची, भांडण उकरून काढायची. खरं तर आयुष्यात काय कमी होतं तिला? सगळं तर होतं... घरात सासूचा काच नव्हता, कारण ती स्वतंत्र राहत होती. काय मनाला येईल ती खरेदी करू शकत होती. श्रीकांतचं चेकबुक तर नेहमी तिच्याजवळच असायचं. त्याला स्वत:ला कधी पैशाची गरज लागली की, तोच तिच्याकडे पैसे मागायचा. त्याला स्वत:ला ड्रिंक्स घेण्याची सवय नव्हती, की त्याने आयुष्यात परस्त्रीकडे वाकड्या नजरेने पाहिलं नव्हतं आणि तरीही श्रीमती असमाधानी होती... हे मात्र योग्य नाही; असं त्याच्या मनात आलं. तिला त्याच्याबरोबर व्यवसायानिमित्त आयोजित करण्यात आलेल्या मेजवानीला जायला मुळीच आवडत नसे. तीन महिन्यांपूर्वी ती त्याच्याबरोबर जर्मनीला गेली होती. ते तीन दिवस बर्लिनमधे होते. त्या तीनही दिवसात तिने बर्लिनची सगळी म्युझियम्स पालथी घातली होती. तिने एकाही डिनरला उपस्थिती लावली नव्हती. एखाद्या म्युझियममधे एवढं आवडीने बघण्यासारखं काय असतं, ते श्रीकांतला कधीच कळायचं नाही. श्रीमतीने जगभरातील उत्कृष्ट म्युझियम्स अगदी बारकाईने पाहिली होती. तिला कोणतंही म्युझियम पाहण्याचा कधीच कंटाळा यायचा नाही. श्रीकांत स्वत: तीन महिने पॅरिसला राहिला होता. पण या तीन महिन्यात पॅरिसचं जगप्रसिद्ध लूव्र म्युझियम खास जाऊन बघावं, असं त्याच्या एकदासुद्धा मनात आलं नाही.

अचानक ड्रायव्हरने गाडीला ब्रेक लावला आणि त्या धक्क्याने श्रीकांत भानावर आला. गर्दीने भरलेल्या पेडर रोडला ते आले होते. हा सर्व वेळ श्रीकांतच्या मनात फक्त श्रीमतीचेच विचार होते. तिच्या आजकालच्या वागण्याचा त्याला त्रास होऊ लागला होता. तिचा स्वत:चा दृष्टिकोन फारच भावनाप्रधान होता. कदाचित त्यामुळे तर ती एवढी दु:खी नव्हती ना?

काही दिवसांपूर्वी रमा तिच्या मुलांना घेऊन मुंबईला आली होती. तेव्हा श्रीकांतने सर्वांना हॉटेल ताजमधे जेवायला नेलं होतं. जेवणानंतर बिलाचा आकडा पाहून रमा सूचकपणे म्हणाली होती, "अरे श्रीकांत, तू एका रात्रीत जेवणावर जेवढा खर्च करतोस, तेवढा तर आमचा एक महिन्याचा खर्च असतो."

श्रीकांतने ती गोष्ट हसून सोडून दिली. पण श्रीमतीने त्याचा वेगळाच अर्थ लावला. आपण दोघे इथे ऐषारामात राहत असताना रमा आणि तिचे कुटुंबीय लहान गावात खितपत पडले आहेत, असंच तिला त्यातून सुचवायचं आहे, असं श्रीमतीला वाटलं.

त्यावर श्रीकांतने नंतर श्रीमतीला समजावलं, "अगं श्रीमती, आजवर रमेनं कधी फाइव्ह स्टार हॉटेल पाहिलेलं नाहीये. तिचं बोलणं काय मनावर घेतेस तू?"

श्रीकांतच्या परत मनात विचार आला. आपल्या आईने जन्मभर खस्ता खाल्ल्या... स्वयंपाकघरात राबराब राबली. चुलीवर स्वयंपाक केला. पाटा-वरवंटा, खलबत्ता, रगडा अशा गोष्टी वापरल्या. श्रीमतीचं आयुष्य मात्र सुखात गेलं होतं. तिच्याकडे नेहमी स्वयंपाकी असायचा. तिने देशविदेशात भरपूर प्रवास केला होता. या सगळ्या गोष्टी तिला मिळण्याचं एकमेव कारण म्हणजे आपण जन्मभर परिश्रम केले, मेहनत केली आणि हा पैसा मिळवला. कंपनीची भरभराट झाली आणि त्याबरोबर आपली स्वत:चीही झाली. मग श्रीकांतचं काम, त्यांचं राहणीमान, कंपनीसाठी त्याला करावे लागणारे दौरे, पार्ट्या या सर्वांबद्दल ती टीका कशी काय करू शकते? हे तिचं तरी बरोबर आहे का... त्याच्या मनात आलं.

कार एव्हाना नरीमन पॉईंटला येऊन पोहोचली होती. आता मात्र त्याच्या मनातून गंगाक्का, रमा आणि श्रीमती या सर्वांचे विचार नाहीसे झाले. त्याची जागा कॉम्प्युटर, स्पर्धा, ईर्षा आणि महत्त्वाकांक्षा यांनी घेतली.

२७

हरीशने श्रीकांतला पाहिलं आणि तो धावतच आला, "श्रीकांत, आय ॲम एक्स्ट्रिमली सॉरी. मी सांगायला विसरलो. आज आय.टी.चे राज्यमंत्री आपल्याकडे भेटीसाठी येणार आहेत."

ती बातमी ऐकताच श्रीकांत केवळ क्षणभरासाठीच अस्वस्थ झाला. "हरीश, अरे इतकी महत्त्वाची गोष्ट मला सांगायला कशी काय विसरलास तू? अक्षम्य आहे हे."

श्रीकांत तातडीने त्याच्या केबिनमधे शिरला. केबिन मोठे होते. आत मोजकंच फर्निचर होतं. श्रीकांतची आवड अत्यंत अभिरुचीपूर्ण होती. एखाद्या अत्याधुनिक अमेरिकन कंपनीच्या ऑफिससारखं त्याचं ऑफिस होतं.

भेटीसाठी आलेल्या प्रत्येक व्यक्तीची गाठ श्रीकांत घेत नसे. फक्त अतिमहत्त्वाच्या

लोकांनाच तो भेटीसाठी वेळ देत असे. विविध क्षेत्रांतील विविध विषयांबद्दलचं त्याचं सखोल ज्ञान पाहून लोक आश्चर्याने थक्क होत. स्वभावाने शांत असला तरी त्याच्या चेहऱ्यावरील आत्मविश्वास आणि धीरगंभीर भाव पाहून लोक भारून जात. आपल्यासमोरील पाहुणा बडा असो की छोटा, लहान असो की मोठा, श्रीकांत सर्वांशीच आत्मविश्वासाने पण आपुलकीने वागे. त्याचं नेहमी एकच म्हणणं असे, ''माणूस जर सातत्याने यशस्वी होत राहिला तर ते त्याच्या डोक्यात शिरून तो उन्मत्त होतो, पण जर क्वचित कधीमधी त्याच्या पदरी अपयश आलं तर त्याच्या अंगचा आत्मविश्वास वाढतो.''

श्रीकांतने आपल्या दिवसभराच्या वेळापत्रकात तातडीने फेरफार करून मंत्र्यांच्या स्वागताची तयारी सुरू केली. हा आपला मित्र श्रीकांत गेल्या पंधरा वर्षांत केवढा आमुलाग्र बदलून गेलाय... हरीशच्या मनात आलं. दोघांनी जेव्हा आय.आय.टी.त प्रवेश घेतला तेव्हा हरीश मुंबईकर मुलगा होता, तर श्रीकांत एका लहानशा गावातून आलेला. पण श्रीकांत त्याच्याहून कितीतरी वर गेला होता. दरवर्षी त्याची प्रगती होतच चालली होती. पण त्याचबरोबर त्याला कामाचं जणू व्यसन जडलं होतं. चोवीस तास काम... काम... काम. या कामापुढे कशाचीही शुद्ध उरली नव्हती त्याला.

सुरुवातीला माणसं पैशासाठी काम करतात. पण हळूहळू पैशाचं स्थान दुय्यम होत जाऊन माणूस सत्तेसाठी काम करू लागतो. सत्ता, पद, प्रतिष्ठा याची त्याला नशा चढते. कोणत्याही महत्त्वाकांक्षी व्यक्तीला या सर्व गोष्टींची जणू चटक लागते. तो त्यांच्या आहारी जातो, माणूस जितका जास्त काम करतो, तेवढी जास्त सत्ता त्याच्या हाती येत जाते. अशा माणसाला आपल्या कामाव्यतिरिक्त बाहेरच्या जगातील कोणत्याही गोष्टीविषयी काहीही रस राहत नाही. पण असे लोक जेव्हा म्हातारे होतात, तेव्हा त्यांचं काय बरं होत असेल..? हरीशच्या मनात आलं. एक यश:प्राप्तीचं पान वगळता त्यांच्या आयुष्याच्या पुस्तकाची राहिलेली सगळीच पानं कोरी असतात.

श्रीकांतच्या जीवनाच्या पुस्तकात विविध कॉम्प्युटर लँग्वेजेस, स्पेसिफिकेशन्स आणि प्रॉडक्ट्स सापडतील. पण पत्नी, कुटुंबीय किंवा मित्रपरिवाराला त्यात काहीही स्थान नसेल, असं हरीशला वाटलं.

अर्थात श्रीकांतने ज्या प्रकारचं यश मिळवलं होतं, त्यासाठी त्याला पत्नीचीही अगदी सुयोग्य जोड मिळाली होती. अशा माणसाची पत्नी कशी हवी, तर त्याला सतत आधार देणारी, अत्यंत बुद्धिमान, तरीही त्याचं सगळं आज्ञाधारकपणे ऐकणारी आणि मुख्य म्हणजे स्वत:च्या करियरविषयी महत्त्वाकांक्षा नसलेली. बुद्धिमान स्त्रिया या बरेचदा महत्त्वाकांक्षी असतात. तशाच त्या आज्ञाधारकही नसतात. श्रीमतीसारखी

पत्नी श्रीकांतला मिळणं, हा खरोखर एक अपवाद होता. हरीश विचार करत राहिला. श्रीकांतचं लग्न जर प्रभासारख्या एखाद्या स्त्रीशी झालं असतं तर? ती काही पतीला साथ देणाऱ्या, आधार देणाऱ्या स्त्रियांपैकी नव्हती किंवा रेखासारख्या स्त्रीशी झालं असतं तर? ती तर स्वत:च एका कंपनीत सीनियर एक्झिक्युटिव्ह होती. या सर्व प्रश्नांचं उत्तर अगदीच उघड होतं— मग श्रीकांतचं लग्न टिकूच शकलं नसतं. एकतर श्रीकांतने तिला सोडलं असतं, नाहीतर तिने श्रीकांतला सोडलं असतं.

हरीश विचारात गढून गेला होता. श्रीकांतच्या आवाजाने त्याची तंद्री भंग पावली. मंत्र्यांची भेट पार पडली होती. श्रीकांतचा आवाज परत एकदा आनंदी आणि आत्मविश्वासपूर्ण येत होता. हरीश त्याच्यापाशी जाऊन म्हणाला, ''वा! कमालच आहे हं तुझी श्रीकांत! इतक्या कमी वेळात सगळं कसं काय जमवलंस तू?''

''हरीश, अनुभव हाच माझा गुरू. पण या गुरुजींना फार मोठी गुरुदक्षिणा मोजली आहे मी. केवळ दहा वर्षांपूर्वी ट्रेनी सॉफ्टवेअर इंजिनिअर म्हणून मी या कंपनीत लागलो. आज मी डायरेक्टर झालो आहे. या ठिकाणी मला कधीच कुणी गॉड फादर नव्हता मदत करायला. तुला याची पूर्ण कल्पना आहे. मी माझ्या वैयक्तिक सुखाची कधीही पर्वा केली नाही. माझी जातपात कोणती, हेसुद्धा या कंपनीत कोणाला माहीत नसेल. मी या कंपनीच्या भरभराटीसाठी अविश्रांत मेहनत केली आहे. यश:प्राप्तीला कधी शॉर्टकट नसतो.''

श्रीकांत परत आपल्या केबिनमधे गेला. प्रिया त्याच्या डायरीतील पुढच्या नोंदी तपासत होती. हरीश श्रीकांतच्या मागोमाग त्याच्या केबिनमधे शिरला.

''श्रीकांत, आपल्या सर्व प्रोजेक्ट मॅनेजर्ससाठी कोडाइकॅनॉलला एक सेमिनार आयोजित करायचा आहे, तू त्याच्या उद्घाटनाला हजर राहू शकशील ना?''

''हे कुठलं ठिकाण शोधून काढलं?''

''श्रीकांत सगळेच काही तुझ्यासारखे नसतात. त्यांना ऑफिसच्या वेळातून जरा सवड काढून आपल्या बायका-मुलांना घेऊन एखाद्या थंड हवेच्या ठिकाणी जाऊन राहावंसं वाटतं. पण आपण त्यांना त्यासाठी रजा देऊ शकत नाही ना? मग यातून दोन्ही उद्दिष्टं साध्य होतील.''

''ओ.के. पण माझ्या डायरीचा बॉस मी नाही. तू प्रियालाच विचार ना.''

प्रिया म्हणाली, ''सॉरी सर. कोडाइला प्लेनने जाता येत नाही, त्यामुळे ते शक्य नाही. पुढचे दोन महिने तुम्हाला अजिबात वेळ नाहीये.''

''मग सॉरी हरीश. बरं, अमोल कसा आहे?''

''तो ठीक आहे. आम्ही नुकतंच त्याला भेटून आलो. त्याची सुट्टीतसुद्धा घरी यायची इच्छा नाहीये. त्याला इकडे फारच कंटाळा येतो. नाहीतरी आम्ही दोघंही घरातच नसतो ना तो आला तरी, त्याला त्यामुळे होस्टेलमधेच बरं वाटतं.''

श्रीकांतने नुसती मान हलवली, पण त्याच्या डोक्यात पुढच्या कामाचे विचार होते.

''हरीश, आपण कधीतरी अमेरिकेत एखादा रोड शो केला पाहिजे. तू लवकर त्याची व्यवस्था कर. आपले प्रतिस्पर्धी तिथल्या बाजारपेठेत पोहचण्याआधी आपल्याला तातडीने हालचाल केली पाहिजे. मला त्याबद्दल लवकरात लवकर रिपोर्ट दे.''

एवढं बोलून श्रीकांतने परत कामात डोकं खुपसलं.

पण इतक्या वेळात श्रीमतीला एखादा फोन करावा, तिच्याशी बोलावं, असं मात्र त्याच्या मनात मुळीच आलं नाही. श्रीमती आणि आपल्यातली दरी वाढत चालली आहे, असं त्याला मनोमन वाटलं.

दोन माणसांमधे कधीतरी मतभेद होणं तर नैसर्गिकच आहे, याची त्याला जाणीव होती. अगदी ते पतीपत्नी असले, तरीसुद्धा. पण काल रात्री श्रीमतीने त्याच्या आयुष्याच्या अंतिम ध्येयाबद्दलच प्रश्न उपस्थित केला होता. आपल्याला आयुष्यात ज्या काही गोष्टी अत्यंत गरजेच्या, महत्त्वाच्या वाटतात, त्याची श्रीमतीला काहीही पर्वा नाही, हे त्याला तिच्या बोलण्यातून स्पष्ट जाणवलं.

याआधी कधीही त्याला श्रीमतीशी बोलायचं असलं की, तो स्वत: तिला फोन लावत असे; प्रियाला सांगत नसे. त्यामुळे त्याने स्वत: तिला फोन करण्यासाठी फोन उचलला, तेवढ्यात प्रियाने त्याला निरोप सांगितला. चेअरमननी ताबडतोब श्रीकांतला आपल्या केबिनमधे बोलावलं होतं. हातातील उचललेला रिसीव्हर तसाच खाली ठेवून तो उठला आणि चेअरमनच्या केबिनमधे गेला.

२८

संध्याकाळी श्रीकांत जेव्हा घरी निघाला, तेव्हा त्याच्या मनात बिझिनेसचेच विचार घोळत होते. कंपनीच्या लेटेस्ट सेल्स आणि बजेटचे आकडे त्याच्या मनात पिंगा घालत होते. रोडशो पुढे ढकलण्यात आला होता. कॉम्प्युटर मार्केटची घसरण चालू होती. त्याला ताबडतोब अमेरिकेला जाऊन तिथे कमीत कमी तीन आठवडे राहावं लागणार होतं. तिथल्या मॅनेजर्स आणि बँकर्सना भेटून बाजाराच्या परिस्थितीचा अंदाज घ्यावा लागणार होता. त्यांना रोड शोमधे खरोखरच इंटरेस्ट वाटावा आणि त्यांनी निदान थोड्या काळाने का होईना, पण ते करण्याची तयारी दाखवावी, यासाठी त्यांचं मन वळवण्याचे प्रयत्न करणं गरजेचं होतं.

समोर कोणतंही आव्हान उभं ठाकलं, की श्रीकांत त्याला एक संधी समजत

असे. जेवढं जोराचं वादळ, जेवढं झंझावाती वारं तेवढी वर जाण्याची संधी अधिक; असं त्याला वाटायचं. कोणतीही परिस्थिती येऊ दे, डगमगायचं नाही, तर कृती करायला सिद्ध व्हायचं, असं त्याचं तत्त्व होतं.

त्याने प्रियाला सांगून पुढच्या सगळ्या अपॉइंटमेंट्स रद्द केल्या व त्याच रात्रीचं मुंबई ते दिल्ली व तेथून अमेरिकेला जाण्याचं तिकिट बुक करायला तिला सांगितलं.

तो घरी पोहोचला तेव्हा त्याचं डोकं नुसतं गच्च झालं होतं. त्याने ड्रायव्हरला थांबवून घेतलं. तासाभरात तयार होऊन एअरपोर्टला जायचं होतं.

एव्हाना श्रीमतीचा ड्रायव्हर घरी परतला असेल, याची त्याला कल्पना होती. घरात शिरताच श्रीमतीकडे लक्षही न देता तो थेट आपल्या स्टडीत गेला. तेथे काही कागदपत्रं गोळा करताकरता तो श्रीमतीला हाक मारून म्हणाला, ''श्रीमती, मला दोन तीन आठवड्यांसाठी यु.एस.ला जावं लागणार आहे. प्लीज, जरा माझी बॅग भर ना. आणि माझा तो मित्र आहे ना, वासुदेव शेणॉय... तो आणि त्याची बायको काहीतरी खासगी कामासाठी येणार आहेत त्यांची उतरायची सोय आपल्या घरीच कर हं. कंपनीच्या गेस्ट हाऊसमधे नको. ते आपले पाहुणे आहेत. त्यांची छान बडदास्त ठेव. काय लागेल तो खर्च कर. त्यांना फिरवून आण. आपल्याला त्या वासुदेव शेणॉयची बरीच मदत लागणार आहे.

अगं हो, एक जास्तीचा चष्मा पण ठेव सामानात आणि माझे बूट पॅक कर.

मी पुढच्या आठवड्यात हुबळीला जाणार होतो, नाही का? पण आता नाही जाता येणार मला. माझ्या आईला नक्की कळव बरं का. आणि एक सांगायचंच राहिलं, तिला काहीतरी सोन्याचा दागिना बनवून हवाय. जमलं तर काय ते विचारून इथूनच घडवून घे आणि पाठव, नाहीतर तिला पैसे पाठव.''

बोलताबोलता श्रीकांतचं एकीकडे कागदपत्रं चाळणं चालूच होतं.

ड्रायव्हर मारुती पॅसेजमधे उभा राहून सगळं ऐकत होता. त्याला आश्चर्य वाटलं, श्रीकांत साहेबांचं हे आत्ताचं वागणं अगदी आपल्या दारुड्या वडिलांसारखं आहे, असं त्याच्या मनात आलं. त्याचे वडील दारूच्या नशेतच कायम असायचे. आपल्या अवतीभवती काय घडतंय, याची जरासुद्धा पर्वा नसायची त्यांना. स्वत:च्या मनाला पाहिजे तसं ते वागायचे. पण आपले साहेब तर पीत नाहीत... आणि तरी इतके बेफिकीर, इतके दुष्ट कसे? मारुतीला आपल्या तरुण पत्नीची, तुलसीची आठवण झाली. घरून निघताना आज रात्री तिला सिनेमाला घेऊन जायचं कबूल करून आला होता तो. पण आता नक्कीच उशीर होणार. एअरपोर्टवर साहेबांना सोडून घरी जाईपर्यंत सिनेमा सुटला पण असेल. पण आजच्या जादा थांबण्याबद्दल आपल्याला जास्तीचे पैसे मिळालेले पाहून तिचा चेहरा खुलेल. असा विचार करत मारुती जिन्याच्या पायऱ्या उतरू लागला.

श्रीमती जागच्या जागी खिळल्यासारखी बसून राहिली होती. ती रेसभरही हलली नाही.

श्रीकांत तिच्याकडे पाहून म्हणाला, ''श्रीमती, लवकर. मला घाई आहे. मला जेवायला वाढ ना. मला विमानातलं जेवण जात नाही, तुला माहीत आहे ना? आणि हो, मी विसरलोच तुला सांगायला, माझे दोन सूट न विसरता पॅक कर.''

''श्री, तू कुठे निघाला आहेस?''

''तू ऐकलं नाहीस का? मी सांगितलं ना मगाशीच. मी अमेरिकेला निघालोय.''

''पण श्री...''

''चल, जास्त वेळ नको घालवू. मला उशीर होतोय.''

''श्रीकांत मला हे सगळं जमणार नाही. पाहुण्यांची बडदास्त ठेवणं, तुझ्या आईच्या इच्छा पुरवणं... आणि शिवाय मला नाही तीन आठवडे एकटीला राहायचं इथे. पुढच्या महिन्यात तू तीन दिवसांची सुट्टी काढणार होतास आणि तेवढे तीन दिवस तरी ऑफिसचं काहीही काम करणार नव्हतास. तू मला शब्द दिला होतास. मी आपली लडाखची तिकिटंसुद्धा बुक केली आहेत.''

''कॅन्सल कर. आत्ता माझ्याकडे त्याविषयी बोलण्याएवढासुद्धा वेळ नाहीये. ऑफिसात कामाचा प्रचंड ताण आहे.''

''श्री, या खेपेला तू हा दौरा पुढे नाही का ढकलू शकणार? प्लीज? माझ्यासाठी?''

पण श्रीकांत हे असलं काहीही करणार नाही, याची तिला पूर्ण कल्पना होती. या पूर्वीही कधीच त्याने त्याचा दौरा रद्द केला नव्हता. पण या खेपेला आपण मुळीच समजूतदारपणा दाखवायचा नाही, हट्टीपणा करून बघायचा, असं तिने ठरवलं होतं. याही खेपेला त्याच्या लेखी आपल्या गरजांना मुळीच प्राधान्य नाही, याची तिला कल्पना होतीच, तरी पण पहिल्यांदाच त्याला आव्हान देण्याचा निश्चय तिने केला होता.

आज श्रीमती आपल्याला कोणतीही मदत करणार नाही, हे एव्हाना श्रीकांतला कळून चुकलं होतं. अखेर तो स्वत:च कपाटाकडे गेला आणि बॅगेत भरण्यासाठी कपाटातून कपडे बाहेर काढू लागला.

''श्रीमती, अगं काय हा वेडेपणा? उद्या प्रियाला फोन कर आणि तिच्याकडून माझ्या प्रवासाचा सर्व आराखडा मागवून घे. मला जरा ॲस्पिरीन आणि सल्फरच्या गोळ्या दे ना. मला अर्ध्या तासात निघायला हवं.''

श्रीमती एखाद्या पाषाणासारखी निश्चल उभी होती. पण अंतर्यामी ती एखाद्या ज्वालामुखीप्रमाणे धुमसत होती. श्रीकांतने अखेर तीन दिवस आपल्याबरोबर घालवायला मान्यता दिली, याबद्दल ती आधी खूप खुश होती. लडाखला जाण्याची वाट बघत

होती. एखाद्या वाळवंटात तहानलेल्या प्रवाशाने ओॲसिस कधी येते, याची वाट बघावी, तशी.

श्रीकांतला मनातून आपली खरोखरच पर्वा आहे, अशी तिने त्यानंतर मनाशी पक्की खूणगाठ बांधली होती. पण आज मात्र एक गोष्ट स्पष्ट झाली— श्रीकांत हा केवळ स्वत:साठी, स्वत:च्या ध्येयांसाठी, आशाआकांक्षांसाठी जगणारा माणूस होता. तो तिचा घरातील पर्सनल सेक्रेटरी म्हणून वापर करत होता. निदान ऑफिसातील त्याच्या सेक्रेटरीला दिवसाचे ठरावीक तासच काम पडे, पण इथे हिला मात्र चोवीस तासाची ड्युटी असायची.

श्रीमतीचा संताप वाढतच चालला होता. आता तर्कसुसंगत विचार करण्याची तिची क्षमता संपली होती. तिच्या मनाची शांती ढळली होती.

"श्री, आज तू कुठेही जायचं नाहीस. तू नेहमी फक्त स्वत:चा विचार करतोस. तू बुद्धिमान आहेस, पण तुझ्याकडे इमोशनल कोशंट अजिबात नाही. तू इतका स्वार्थी आहेस की, तू फक्त स्वत:च्या पोझिशनचा विचार करतोस, तुझ्या कंपनीचा आणि तुझ्या आईचा विचार करतोस. तू मला कधी रक्तामांसाचं माणूस असल्यासारखं वागवतच नाहीस, मला कशामुळे दु;ख होतं, कशामुळे आनंद होतो, याचा कधीच विचार करत नाहीस. मी एखादं यंत्र असल्यासारखं वागवतोस तू मला."

श्रीकांत एकीकडे बॅग भरत होता...

"तू सगळ्या जगाला अपॉइंटमेंट्स देतोस, फक्त मलाच देत नाहीस. माझी एखादी अपॉइंटमेंट मिळण्याएवढी पण योग्यता नाही का? माझ्याबाबतीत तुझं काहीच कर्तव्य नाही? तू दिवसाचा सगळा वेळ कंपनीत घालवतोस, रात्रंदिवस तुझ्या मनातही फक्त कंपनीचाच विचार असतो. मग माझ्यासाठी काय शिल्लक उरणार? प्रत्येक वेळेस तू मला खोटी वचनं देतोस आणि मी तुझ्यावर विश्वास ठेवते. तुझ्या आईला पैसे पाठवायला मी काय बँक किंवा पोस्ट ऑफिस आहे का? माझं तुझ्या आईशी असलेलं नातं तुझ्या माध्यमातून आहे. पण तुलाच जर माझी पर्वा नसेल तर मी तरी तिची पर्वा का करावी? श्री, मला आत्ताच्या आत्ता एक गोष्ट सांग, तुझ्या दृष्टीने अधिक महत्त्वाचं कोण आहे? तुझी पत्नी का तुझी नोकरी? आपल्या हृदयाला विचार आणि मला सांग."

श्रीकांतने तिच्याकडे पाहिलंसुद्धा नाही.

"एखाद्या व्यक्तीची किंमत नेहमी आणीबाणीच्या प्रसंगीच कळते. ती वेळ आत्ता आलेली आहे. आत्ताच काय तो निर्णय तुला घ्यायला हवा, आत्ता, या क्षणी."

श्रीमतीचा तोल ढळत चालला होता. तिने त्याचा शर्ट ओढला आणि त्याची सूटकेस दूर ढकलली. ती धक्क्याने जमिनीवर पडली आणि आतील गोष्टी जमिनीवर पसरल्या. आपल्या रागावर काबू आणायला श्रीकांतला प्रमाणाबाहेर कष्ट पडत होते.

"श्रीमती, या असल्या मूर्खपणाचा माझ्यावर काही परिणाम होणार नाही. मला काही प्रवासाला जायची हौस नाही. पण माझ्या कामाचा तो भाग आहे. मला पाठिंबा देणं, आधार देणं हे खरं तर तुझं काम आहे. पण तू आत्ता भावनेच्या आहारी जाऊन वेड्यासारखी वागत आहेस. तू तुझा पण वेळ वाया घालवते आणि माझा पण मोलाचा वेळ घालवते आहेस. मला अजून कितीतरी गोष्टी करायच्या आहेत. आधीच केवढा उशीर झालाय मला. प्लीज, मला जाऊ दे."

आता मात्र श्रीमतीचा धीर सुटला आणि ती हमसाहमशी रडू लागली. त्यांच्या संसारात ती स्वत: खूप दु:खी आणि असमाधानी होती, पण त्या उलट स्वत:च्या नोकरीत तो मात्र पूर्णपणे खुश होता. त्याबद्दल तिला त्याचा राग येत होता. आपल्यासारखं त्याने पण असमाधान प्रकट करावं, असं तिला वाटत होतं. एखाद्या माणसाप्रमाणे सहज स्वाभाविक प्रतिक्रिया त्याने द्यावी, एवढीच फक्त तिची अपेक्षा होती.

"श्री, तुला जर असं वाटत असेल की, तुझ्या वेळाचं मोल माझ्या वेळाच्या मोलापेक्षा जास्त आहे, तर मी तुला जाऊ द्यायला तयार आहे. आपल्या या संसारात माझी भूमिका नक्की कोणती आहे? जरा विचार कर. आजपर्यंत नवरा म्हणून कोणती जबाबदारी पार पाडली आहेस? तुझ्या आईने तरी या कुटुंबातील एक प्रमुख व्यक्ती म्हणून कोणती जबाबदारी निभावली आहे? तुझ्या कंपनीच्याबाबत सगळी कर्तव्ये तू चोख पार पाडतोस, कारण त्याबद्दल तुला पगार मिळतो, समाजात प्रतिष्ठा मिळते. एक नक्की काय ते ठरव. तुझ्या पत्नीबद्दलही तुझी काही कर्तव्ये आहेत, जबाबदारी आहे. जर तू ती पार पाडणार नसशील, तर मी या घरात राहणार नाही." श्रीमती हे सर्व बोलत असताना तिने त्याचा हात घट्ट पकडून ठेवला होता.

गंगाक्काविषयी इतकं उघडपणे श्रीमती पहिल्यांदाच बोलली होती. तिची मानसिक स्थिती आत्ता इतकी दोलायमान होती की, श्रीकांतने स्वत:ला कंपनीला वाहून घेतलं आहे, आपल्याकडे तो दुर्लक्ष करतो आहे या मुद्द्यांमधेच तिने हा गंगाक्काचा मुद्दाही मिसळून गोंधळ निर्माण केला होता. तिचं बोलणं मुळीच तर्कसुसंगत नव्हतं. ते दोन्ही मुद्दे अगदीच वेगळे होते. ती विषय सोडून काहीही बोलत सुटली होती आणि श्रीकांतला ही गोष्ट समजू शकत नव्हती.

त्याचं लक्ष घड्याळाकडे गेलं. चांगलाच उशीर झाला होता. फ्लाइट चुकण्याची चिन्हं स्पष्ट दिसत होती. आत्ता खरंतर बायकोशी भांडण्यात वेळ घालवणं त्याला मुळीच परवडण्यासारखं नव्हतं. आपला हात जबरदस्तीने तिच्या हातातून सोडवून घेत तो म्हणाला, "श्रीमती, अगं तू हे काय बोलते आहेस? जरा नीट विचार तरी कर. मी काय तिकडे मजा मारायला जातोय, का मला जास्त पैसे मिळणार आहेत?

श्रीमती, मी तुझ्याशी प्रतारणासुद्धा करत नाहीये. अगं, तू माझ्यापेक्षा बुद्धिमान आहेस, असं सगळं जग म्हणतं. जरा डोकं शांत ठेवून नीट विचार कर, आणि मग तुला जे काय योग्य वाटेल ते कर. मी आता निघालो.''

श्रीकांत न जेवताच बॅग घेऊन निघाला.

श्रीमती सुन्न होऊन जागच्या जागी खिळल्यासारखी स्तब्ध उभी राहिली. तो एकवेळ भांडला असता, त्याने अपशब्द वापरले असते, तरी चाललं असतं. पण त्याचा हा थंडपणा त्रासदायक होता. बाकीच्या लोकांना काय वाटेल, याचा विचार न करता ती पळतपळत बाल्कनीत गेली. तो बिल्डिंगच्या बाहेर पडत होता. ती मोठ्यांदा ओरडून म्हणाली, ''मी महिनाभर घरी असणार नाही. तुझ्या पाहुण्यांची खातिरदारी मी अजिबात करणार नाही.''

श्रीकांतला तिचं हे बोलणं ऐकू गेलं, पण तरीही त्याने काहीही प्रतिक्रिया दाखवली नाही. त्याने मारुतीला गाडी एअरपोर्टकडे घ्यायला सांगितली. तिचा राग शांत झाला, की ती नेहमीप्रमाणे सगळी कामं पार पाडेलच, याची त्याला पक्की खात्री होती. तिची ती सवयच बनून गेली होती. तो जे काही सांगेल, ते ती आज्ञाधारकपणे पार पाडत असे.

२१

श्रीमती समुद्राकडे टक लावून बघत बसली होती. दु:ख, वेदना, भय, आशंका अशा विविध भावनांच्या लाटांनी तिला घेरलं होतं. तिने कितीतरी वाद घातला होता, विनवण्या केल्या होत्या, पण त्याने काहीही पर्वा केली नव्हती, लक्ष दिलं नव्हतं. ती मटकन खाली बसली. तिच्या अंगातली सगळी शक्तीच नाहीशी झाली होती. आजवर तिने इतका स्वार्थत्याग केला होता, त्याचं काय फळ मिळालं होतं? काहीही नाही. स्वत:साठी तिला त्यातून काहीच मिळालं नव्हतं. श्रीकांतला तिचं, तिच्या त्यागाचं काडीचंही कौतुक नव्हतं.

त्याचा वेळ बहुमूल्य होता, त्याचं काम महत्त्वाचं होतं, त्याचा दौरा महत्त्वाचा होता. अर्थातच ते तर होतंच आणि ते सगळं तसंच राहणार होतं. त्या सगळ्यामधे आपलं काय? सदासर्वकाळ आपण त्याच्या छायेतच राहणं त्याला अपेक्षित आहे का? आपल्याला स्वतंत्र अस्तित्व कधीच नसणार का? अशाप्रकारे आणखी दहा पंधरा वर्षं काढण्याच्या कल्पनेने तिच्या अंगावर शहारे आले. या अशाप्रकारे जगण्याला काय अर्थ? हे काय जगणं झालं? सूर्याचं तेज जेव्हा ग्रहावर पडतं,

तेव्हाच तो फक्त चमकू शकतो. पण आपण एखाद्या स्वयंप्रकाशी ताऱ्याप्रमाणे कधी चमकणार?

अशा प्रकारे जगणं म्हणजे एखाद्या पिंजऱ्यात स्वत:ला कोंडून घेण्यासारखं तिला वाटू लागलं. तिची मन:स्थिती इतकी वाईट होती, की त्या क्षणी असं जगण्यापेक्षा मरण बरं; असा विचार तिच्या मनात चमकून गेला. श्रीकांतचे उपरोधिक शब्द तिच्या कानात अजूनही घुमत होते, ''अगं, तू माझ्यापेक्षा जास्त बुद्धिमान आहेस, असं सगळं जग म्हणतं. तेव्हा तू जरा डोकं शांत ठेवून नीट विचार कर आणि मग तुला जे काही योग्य वाटेल ते कर.''

खरंच, काय मिळवलं आपण आयुष्यात? काहीच नाही. एक मोठं शून्य. आपल्याला जर मुलं झाली असती, तर सगळी परिस्थितीच वेगळी झाली असती. मग जरी श्रीकांतने सगळा वेळ ऑफिसात घालवला असता, तरी आपण आपला वेळ घरी घालवला असता, मुलांबरोबर. तिच्या मनात मूल दत्तक घेण्याचे विचार यायचे. पण ती कल्पना श्रीकांतने साफ धुडकावून लावली होती. शिवाय जरी स्वत:ची मुलं झाली असती, तरी श्रीकांतने हट्टाने त्यांना लांब बोर्डिंग स्कूलमधेच ठेवायचा आग्रह धरला असता, हरीशप्रमाणे. तिचं त्याच्यापुढे काहीही चाललं नसतं. त्याने काहीतरी युक्तिवाद केला असता, की तिला गप्पच बसावं लागलं असतं. आपल्या या अशा एकाकी, दुसऱ्यावर अवलंबून असलेल्या अर्थशून्य आयुष्याचा श्रीमतीला कंटाळा आला.

तिच्या आवडत्या गोष्टी होत्या तरी कोणत्या? श्रीचं प्रेम, त्याने केलेलं कौतुक आणि इतिहास. पहिलं तर पार लोपलंच होतं. काही नावनिशाणसुद्धा शिल्लक नव्हतं. त्याच्या प्रेमाखातर तिने आपल्या आवडत्या विषयाचा त्याग केला होता. पण आता त्याचं प्रेमही विरून गेलं होतं. तिला आपले कॉलेजचे दिवस आठवले. तेव्हा ती कधीच दु:खी नसे.

भूतकाळाचा विचार करून श्रीमती आणखीनच उदास झाली. तिने सुवर्णपदक मिळवलं होतं, यश मिळवलं होतं. प्रोफेसर कॉलिन्स यांनी तर तिला स्कॉलरशिप देऊन अमेरिकेला बोलावलं होतं. पण श्रीकांतच्या प्रेमाखातर तिने त्या सर्व गोष्टींकडे पाठ फिरवली होती, आपण जरी बुद्धिमान, हुशार असलो तरी महत्त्वाकांक्षेचा अभाव हा आपल्या अंगचा सर्वांत मोठा दोष आहे, असं तिला वाटू लागलं. आपण जर योग्यवेळी योग्य मार्ग निवडला असता तर आज देशातील प्रथितयश इतिहासकारांमधे कदाचित आपली गणना झाली असती, असंही तिच्या मनात आलं.

आपल्या आईचे शब्द तिला आठवले. ज्या दिवशी श्रीमतीने आपली श्रीकांतशी लग्न करण्याची इच्छा कमलेजवळ बोलून दाखवली होती, तेव्हाच कमलेने भाकित केलं होतं की, श्रीकांतचे कुटुंबीय श्रीमतीचा कधीच स्वीकार करणार नाहीत. तिला

त्यांची आपुलकी आणि जिव्हाळा कधीच प्राप्त होणार नाही. एवढंच नाही, तर श्रीकांत नेहमी आपल्याच माणसांची बाजू घेईल. रक्त हे पाण्यापेक्षा घट्ट असतं, ही गोष्ट खरीच आहे.

श्रीकांतपाशी श्रीमतीने त्याच्या आईबद्दल एवढीशी कुरकूर केलेलीसुद्धा त्याला खपत नसे. गंगाक्कांनी आजवर श्रीमतीला कधीच काही आणलं नव्हतं. पण त्याविषयी श्रीमतीने तोंडातून एक अक्षर जरी काढलं, तरी श्रीकांत ते उडवून लावायचा. तो म्हणायचा, ''तुला काय कमी केलंय का? माझ्या गरीब बिचाऱ्या आईने कशाला तुला काही घ्यायला हवंय?''

श्रीमती असं म्हणण्यामागच्या तिच्या भावना त्याला कधीच नीट समजावून देऊ शकली नाही. त्याला काही समजू शकलंच नसतं किंवा कदाचित त्याने मुद्दामच न समजल्यासारखं दाखवलं असतं, पण आपल्या आईचं काही चुकलंय, हे त्याने कधीच मान्य केलं नसतं. श्रीमतीला गंगाक्कांनी आपल्यासाठी काही पैसे खर्च करावेत असं वाटत नव्हतं. प्रश्न पैशांचा नव्हताच, प्रश्न प्रेमाने काहीतरी भेट देण्यामागच्या भावनेचा होता. अगदी कधी काळी गंगाक्काने तिच्यासाठी काही विकत आणलंच, तर ती मुद्दाम त्यावरील किमतीचं लेबल तसंच ठेवायची. ती श्रीमतीविषयी चार लोकांच्यात श्रीमतीला ऐकू जाईल अशा आवाजात म्हणाली होती, ''नाहीतरी तिला मूल नाही की बाळ नाही आणि माझा मुलगा म्हणजे तर तिच्या मालकीची सोन्याची खाणच आहे. ती जे काही म्हणेल ते तो ऐकतो.''

वास्तवात श्रीकांत अगदी धूर्त आणि व्यवहारी होता. श्रीमतीला त्याची पुरेपूर जाणीव होती. आपण 'जोरू का गुलाम' असल्याचं सोंग तो उत्तम वठवत असे. कोणत्याही बाबतीत अखेरीस त्याने घेतलेला निर्णयच अंतिम असे आणि तिला त्याचंच ऐकावं लागे, पण जाऊ दे– उगाच, दुसऱ्यावर कशाला ठपका ठेवायचा? श्रीमतीच्या मनात आलं. जर आपल्याच पतीला आपली पर्वा नाही, तर दुसऱ्या कुणाला तरी का असावी?

त्या दोघांमधील भांडणाचा प्रसंग आणि तेव्हाचं संभाषण श्रीमतीला पुन:पुन्हा आठवत राहिलं. श्रीकांत म्हणाला होता, ''तू नीट विचार कर आणि मग तुला जे काय योग्य वाटेल ते कर.''

त्याचे ते शब्द इतके थंड, इतके कठोर भासले होते तिला. श्रीकांतला आपल्या पत्नीच्या बुद्धिमत्तेचा नक्कीच अभिमान वाटत असेल, असं तिला वाटलं होतं. पण आता तो तिची चेष्टा करत असल्यासारखं तिला वाटलं. हे तो आपल्याला दुखावण्यासाठी तर म्हणाला नसेल? आणि जर तसं असेल, तर आपण या घरात तरी कशाला राहायचं? घर म्हणजे काही नुसत्या चार भिंती नव्हेत. जेव्हा त्यात प्रेम, माया, ममता भरलेली असते, तेव्हाच त्या घराला घरपण येतं. पण तेच जर

आता शिल्लक उरलं नसेल, तर मग हे घर सोडून गेलेलंच बरं. पण आपण जाणार तरी कुठं? आपण हुबळीला परत गेलो तर आपल्या आईला दु:ख होईल. पण कुठेतरी तर जायलाच हवं होतं. त्याशिवाय जिवाला शांतता मिळाली नसती.

अभ्यासपूर्ण वातावरण जिथे असेल अशा ठिकाणी आपल्या मनाला नक्की शांती मिळेल, याची तिला कल्पना होती. आपण परत एकदा विद्यार्थी व्हावं आणि मोठमोठ्या गुरूंच्या सहवासात अभ्यास करावा, असं तिला वाटू लागलं.

मध्यरात्र उलटून गेली होती. तिला अचानक प्रोफेसर कॉलिन्सची आणि त्यांच्या भारतभेटीची आठवण झाली. आपलं आयुष्य अर्थशून्यपणे भरकटत चाललंय, हे कदाचित त्यांच्या लक्षात आलं असावं; म्हणूनच आपण परत अभ्यासाला लागावं, असं त्यांनी सुचवलं असेल. श्रीमती एका नव्याच निर्धाराने उठली आणि तिने प्रोफेसर कॉलिन्स यांना ई–मेल लिहायला घेतलं.

तिने पत्रातून आपल्या वैवाहिक आयुष्यात निर्माण झालेल्या वादळाविषयी काहीही उल्लेख केला नाही. फक्त इतिहास हेच आपल्या आयुष्यातील पहिले प्रेम असल्याची आपल्याला जाणीव होत आहे, असं लिहिलं. तिने एक भलं मोठं ई-मेल लिहून तयार केलं, इतकं काही सांगायचं होतं... केवढं तरी व्यक्त करायचं होतं.

एकदा ते ई-मेल पाठवून दिल्यावर तिला मनावरचं ओझं हलकं झाल्यासारखं वाटलं. कपाळाला डोकेदुखीचं मलम लावल्यासारखं वाटलं. गेल्या कित्येक रात्रींनंतर आज प्रथमच तिला शांत झोप लागली.

३०

नंतरच्या त्या काही आठवड्यात श्रीकांतने अमेरिकेतून अनेकदा तिला फोन केला. पण प्रत्येक वेळा ती त्याच्याशी जेवढ्यास तेवढं बोलली. श्रीकांतचा मित्र वासुदेव शेणॉय आणि त्याची पत्नी ठरल्याप्रमाणे त्यांच्याकडे येऊन उतरले होते. त्यांचं मात्र आगतस्वागत श्रीमतीने अगदी नीट केलं होतं. श्रीकांतने जसं सांगितलं होतं, तसंच.

श्रीमती मनातून प्रोफेसर कॉलिन्सच्या उत्तराची वाट पाहत होती. तिच्या मनात वादळ उठलं होतं. ते आपल्याला स्कॉलरशिप देऊ करतील, अशी आशा तिला कुठेतरी वाटत होती. पण कधी मनात शंका उत्पन्न होई, आपली खरंच एवढी योग्यता आहे का, असं पण वाटे. गेली दहा वर्षं अभ्यासाशी संपूर्णपणे संपर्क

सुटलेला होता. आपल्यापेक्षा वयाने कितीतरी तरुण मुलांशी आपण बरोबरी करू तरी शकू का? आपलं अभ्यासात मन लागेल का? की आपण हा निर्णय रागाच्या भरात घेतलेला आहे? हा आपला निर्णय योग्य आहे का? तिच्या मनात असे हजारो प्रश्न उमटले होते. त्यातील अनेक प्रश्नांची उत्तरं तिला स्वतःला माहीत नव्हती.

रोज ती आपल्या या निर्णयाचा एका वेगळ्या बाजूने विचार करून पाही. पण एक दिवस मात्र तिच्या मनात उमटलेले सगळे प्रश्न आणि सगळ्या शंकांना उत्तरं मिळाली.

प्रोफेसर कॉलिन्सकडून ई–मेल आलं. तिने धडधडत्या हृदयाने ते वाचायला घेतलं.

"तुझ्यासारख्या बुद्धिमान मुलीला परत एकदा विद्यार्थीदशेचा अनुभव घ्यावासा वाटला, तर ते नैसर्गिकच आहे. तुझ्यासाठी स्कॉलरशिप मिळवणं फार कठीण पडणार नाही. पण मला वाटतं, अभ्यासक्रम सुरू होण्याआधी किमान एक आठवडा आधी तू इथे यावंस, म्हणजे आपल्याला अनेक गोष्टींवर चर्चा करता येईल. तू पूर्वी जे काही लिहून काढलं आहेस, ते आता जुनंपुराणं झालंय, असं समजून ते टाकून देऊ नकोस. ते सगळं इकडे घेऊन ये. डोरोथीला तुझ्यासाठी युनिव्हर्सिटीच्या जवळपास राहण्याची जागा बघायला मी सांगितलंय. तू शाकाहारी असल्यामुळे तू वसतीगृहात राहण्याऐवजी स्वतंत्र राहिलीस, तर ते जास्त बरं पडेल. पण त्याची व्यवस्था होईपर्यंत तू आमच्या घरीच राहा. मला इतक्या उतारवयात तुझ्यासारखी बुद्धिमान विद्यार्थी लाभते आहे, याचा खूपच आनंद झाला आहे. मी स्वतःचे ते भाग्य समजतो. आजकाल संशोधनाच्या क्षेत्रात चांगले बुद्धिमान विद्यार्थी कुणी येतच नाहीत. तू इकडे येणार, म्हणून डोरोथीला फार आनंद झाला आहे. श्रीमती, अगं शिक्षणाला वयाची मर्यादा नसते. त्यासाठी ज्ञानाची लालसा हवी, म्हणजेच ती व्यक्ती खऱ्या अर्थाने विद्यार्थी होऊ शकते. तुझ्या मनात जर कोणतीही शंका असेल, तर पहिल्यांदा ती काढून टाक बरं. अमेरिका काही तुला परकी नाही. मी तुला व्हिसा मिळण्यासाठी लागणारी कागदपत्रं पाठवत आहे. तू आता लवकरात लवकर इकडे येऊ शकशील.''

त्यांचे ते शब्द श्रीमतीने पुनःपुन्हा वाचले. तिचं मन आश्चर्याने थक्क झालं होतं. होय, परत एकदा आपण विद्यार्थीदशेत जाणार. आपल्या आयुष्यात एक नवीनच कवाड खुलं झालंय, असं तिला वाटलं. पण आता या खेपेला ती जो निर्णय घेणार होती तो डोक्याने, हृदयाने नव्हे. बाल्कनीत बसल्याबसल्या तिचं मन स्वप्नरंजनात गुंग होऊन गेलं. युनिव्हर्सिटी कॅंपस, लायब्ररी, क्लासरूम्स, सेमिनार हॉल्स... ज्ञानाला प्रतिष्ठा असलेली ही सगळी ठिकाणं. तिथे बिझिनेसची चर्चा नसेल, ढोंगीपणा नसेल, नफ्या-तोट्याची गणितं नसतील. किती सुंदर असेल ते आयुष्य!

आपण या मार्गाकडे आधीच का नाही वळलो? इतके दिवस वाया का घालवले? असं राहूनराहून तिच्या मनात येऊ लागलं.

आयुष्यात सौंदर्य, सत्ता, पैसा, स्वास्थ्य, तारुण्य या गोष्टी चिरस्थायी नसतात. खरी टिकणारी श्रीमंती ही ज्ञानाची श्रीमंती असते. आपण ही श्रीमंती जेवढी दुसऱ्यांमध्ये लुटतो, तेवढी ती वृद्धिंगत होत जाते. म्हणूनच खरे शिक्षक हे थोर असतात, महान असतात. ते दरवर्षी आपल्याजवळचा ज्ञानाचा खजिना खुला करून विद्यार्थ्यांमधे लुटत असतात. तसं करताना कधीच भेदभाव करत नाहीत, की कधी त्या विद्यार्थ्यांकडून परतफेडीची अपेक्षाही ठेवत नाहीत.

हे सगळे विचार चालू असताना अचानक श्रीमतीच्या मनात एक विचार आला आणि ती खूप अस्वस्थ झाली. आपण गेल्यानंतर श्रीकांतची काळजी कोण घेणार? शिवाय आपण निघून गेल्यावर लोक काय म्हणतील? गेले काही दिवस कामाचा सततचा ताण, दगदग, प्रवास यामुळे त्याची प्रकृतीपण म्हणावी तेवढी खणखणीत राहिली नव्हती. शिवाय घरच्या आर्थिक आणि इतर बाबतीत त्याने आयुष्यात कधीच लक्ष घातलेलं नव्हतं. तशी वेळच आली नव्हती, ते सगळं श्रीमतीच बघत असे. आपण जर असं निघून गेलो, तर आपली आई काय म्हणेल?

आपल्या मनात विचारांचा केवढा मोठा गुंता झालेला आहे, आपल्या मनावर किती ताण आहे, याची तिला आता खरी जाणीव झाली. तिने आपल्या केसात हात खुपसले. केस घट्ट पकडून ते परत सोडले आणि एक दीर्घ श्वास घेतला. असं उठून जाणं जड तर जाणार होतंच. पण आता तिच्या मनाचा निश्चय पक्का झाला होता. श्रीकांतला जसा आपल्या कामातून आनंद मिळायचा, तसाच आनंद आपल्या आवडीचं काम करून तिला पण मिळवायचा होता. शिवाय तिचं हे काम पैशाशी किंवा धंद्याशी निगडित नव्हतं. या कष्टातून तिला स्वत:ची हरवलेली ओळख परत मिळणार होती.

अचानक तिला आयुष्यभर दुसऱ्यासाठी जगणाऱ्या भामतीची कहाणी आठवली. तिने खूप वर्षांपूर्वी ही कहाणी श्रीकांतला ऐकवली होती. पण प्रत्येक स्त्री भामती कशी बनू शकेल? प्रत्येक स्त्रीच्या स्वत:च्या काही मर्यादा असतातच ना. भामतीने तर नि:स्वार्थीपणे दुसऱ्यासाठी उभं आयुष्य वेचण्याची कमाल मर्यादा ओलांडली होती.

भामतीपेक्षा आपलं व्यक्तिमत्त्व फार वेगळं असल्याने आपण हा असा निर्णय घेतला आहे का? की आपल्या आयुष्यात हा जो पराकोटीचा एकटेपणा आहे, त्यामुळे आपण हे ठरवलंय? श्रीमतीचं विचारचक्र चालूच होतं. या भयाण एकटेपणापायी अनेक स्त्रिया मनोरुग्णसुद्धा होऊ शकतात, याची श्रीमतीला पूर्ण कल्पना होती.

मूकपणे बिनातक्रार वाट्याला आलेलं सर्व काही स्वीकारून जगताना श्रीमतीने

अनेक स्त्रियांना पाहिलं होतं. तिचे स्वत:चे आजोबाच हुकूमशाही वृत्तीचे होते. स्त्रियांना कोणत्याही बाबतीत मत असू शकतं, हेच त्यांना मान्य नव्हतं. त्यामुळे त्यांच्या घरच्या कोणत्याच स्त्रीला काहीही स्वातंत्र्य नव्हतं आणि तरीही तिच्या आजीने आयुष्यात कधीही तिच्या आजोबांविषयी एकसुद्धा वाकडा शब्द काढला नव्हता. श्रीमतीच्या आईचीही तीच कथा होती. तिचा विवाह एका निरुद्योगी, निष्क्रिय माणसाशी होऊनसुद्धा तिने जन्मभर आपल्या पतीचा मान राखला होता. श्रीमतीच्या वडिलांना तिच्या आईने कधीच दुरुत्तर केलेलं नव्हतं. या असल्या सर्वच पुरुषांपेक्षा श्रीकांत किती वेगळा होता आणि तरीही तिला आता या घरात राहावंसं वाटत नव्हतं. आपण हा मूर्खपणा तर करत नाही ना, असं तिच्या परतपरत मनात येऊ लागलं.

श्रीमतीच्या आजीला काडीचंही आर्थिक स्वातंत्र्य नव्हतं. कदाचित त्याच कारणाने तर ती आणि तिच्या पिढीतल्या इतर अनेक स्त्रिया घरच्या पुरुषांची ही अरेरावी सहन करत नसतील ना? श्रीमतीची स्वत:ची आई ही घरातील एकुलती एक मिळवती व्यक्ती होती. आपल्या काही काम न करणाऱ्या पतीबरोबर तीसुद्धा दिवस कंठतच होती, ती समाधानी मुळीच नव्हती आणि तरीही. या सर्व स्त्रियांच्या मनावर अगदी लहानपणापासून सतत एकच गोष्ट बिंबवण्यात आला होती– नवरा कसाही असला, कसाही वागला तरी आपण त्याच्याबरोबरच राहायचं, त्याला सोडून कधीच जायचं नाही.

पण श्रीमतीला मात्र हे पटत नव्हतं. तिच्या मते प्रत्येक गोष्टीला काहीतरी मर्यादा असते. संसारात जर एखाद्या स्त्रीच्या व्यक्तिस्वातंत्र्यावर फारच गदा येऊ लागली, तिच्या इच्छा आकांक्षांची सततच गळचेपी होऊ लागली, तर त्या स्त्रीने स्वत:च्या आयुष्याबद्दल स्वत:ला पाहिजे तोच निर्णय घ्यावा. श्रीकांत पुढच्याच आठवड्यात परतणार होता. श्रीमतीच्या पुढचा मुख्य प्रश्न होता, श्रीकांतला आपल्या या निर्णयाविषयी कसं सांगायचं.

३१

श्रीकांत चार आठवड्यांच्या दौऱ्यानंतर थकूनभागून परतला. आल्यावर अगदी थोडावेळच विश्रांती घेऊन तो उठून ऑफिसला जाण्याची तयारी करू लागला. निघताना तो फक्त आपण रात्रीचं जेवण लवकर घेणार असल्याचं श्रीमतीला सांगून निघाला.

श्रीमती म्हणाली, "श्री, मला काहीतरी फार महत्त्वाचं सांगायचंय."

"श्रीमती, मला उशीर होतोय, आपण रात्री जेवताना बोलू."

"पण तुला जर ऑफिसच्या कामात घरी यायला उशीर झाला, तर मग सगळ्यालाच फार उशीर होईल."

"आज मी तुझ्यासाठी लवकर घरी येईन, मग तर झालं?" तो यांत्रिकपणे म्हणाला.

त्याचं बोलण्यात विशेष लक्ष नव्हतं. तो तसाच बाहेर पडला. नेहमीप्रमाणे श्रीमतीची काहीतरी अव्यवहारी कल्पना असेल, एवढंच त्याच्या मनात आलं.

श्रीकांत ठरल्याप्रमाणे खरोखरच लवकर आला. तो अत्यंत आनंदात होता.

श्रीमती आढ्याकडे बघत सोफ्यावर बसून होती. पण काहीतरी बिनसलंय, हे श्रीकांतच्या लक्षातच आलं नाही. त्याने आपल्या अंगातला कोट काढून डायनिंग टेबलावर टाकला आणि तो तिच्याजवळ येऊन बसला. एका हाताने तिला जवळ ओढत म्हणाला, "श्रीमती, अगं अभिनंदन कर माझं. मी आता कंपनीचा मॅनेजिंग डायरेक्टर झालोय. श्रीमती, मी जेव्हा आय.आय.टी.त होतो, तेव्हा माझ्या वर्गातली अनेक मुलं परदेशी गेली. पण तेव्हाच मी त्यांना सांगितलं होतं, 'तुम्ही खुशाल जा परदेशी. मी इथे भारतात राहून तुमच्यापेक्षा जास्त यश संपादन करून दाखवीन.' आज माझं ते स्वप्नं पुरं झालंय. आता तू एका मॅनेजिंग डायरेक्टरची पत्नी आहेस म्हटलं. आता आपण मलबार हिलला राहायला जायचं."

श्रीमतीने त्यावर काहीच प्रतिक्रिया व्यक्त केली नाही.

तो पुढे म्हणाला, "श्रीमती, प्लीज समजून घे ना. मला तुझ्याशी भांडायला खरंच नाही गं आवडत. आपलं भांडणं झालं ना, की मला फार वाईट वाटतं. माझ्या नोकरीमुळे मला या सगळ्या गोष्टी कराव्याच लागतात, हे तर जरा लक्षात घे ना. पण आता मी तुला एक वचन देतो. मी आता रजा काढीन, मोकळा वेळ काढीन. तुला जिथे कुठे जायचंय, तिथे जाऊ आपण. मी हुबळीला जाणार नाही. आता या खेपेला तू म्हणशील तसं करायचं." बोलताबोलता तो आडवा झाला आणि त्याने तिच्या मांडीवर डोकं ठेवलं.

श्रीमती गप्पच होती.

त्याचे ते शब्द तिला पोकळ, अर्थहीन भासत होते; पाषाणावर पावसाचा वर्षाव व्हावा, तसे. खरं तर त्याला प्रमोशन मिळाल्यावर श्रीमतीचा आनंद गंगनात मावेनासा झाला असता. तिनं त्याचं कौतुक करून त्याला डोक्यावर घेतलं असतं. पण आज प्रथमच त्याचं यश हे तिला स्वतःचं यश वाटलं नाही.

श्रीकांतला ती गोष्ट जरा विचित्रच वाटली. त्याला वाटलं, अजून ती रागातच आहे. तो उठला आणि त्याने आपला चेहरा तिच्याकडे वळवला. तिच्या चेहऱ्यावर

राग नव्हता की डोळ्यात पाणी नव्हतं, ते पाहून त्याला आश्चर्य वाटलं. उलट तिच्या चेहऱ्यावर एक निर्धार आणि त्याचबरोबर विषादाची भावना होती. श्रीमती एक अक्षरही न बोलता उठून उभी राहिली.

''श्री, ही घराची किल्ली आणि ही तुझ्या कपाटाची किल्ली. ही आपली आर्थिक व्यवहारांची फाइल, ही नीट ठेव.''

श्रीमती हे असं काय बोलते आहे, हे श्रीकांतला कळेना.

''श्रीमती, मला या सगळ्याची काय गरज आहे? तू कुठे प्रवासाला निघाली आहेस का? आणि तरीसुद्धा मला कशाला या गोष्टी लागणार आहेत?''

श्रीमतीने डोळे मिटले आणि मनाची सगळी ताकद पणाला लावून ती हलकेच बोलू लागली, ''श्री, मी सोडून चालले आहे आणि माझा परत येण्याचा विचार नाही. मी घराच्या सर्व जबाबदाऱ्या तुझ्यावर टाकून जात आहे.''

तिचे शब्द ऐकून श्रीकांत घाबरला. ''तू कुठे निघाली आहेस?''

''मी डॉक्टरेट करण्यासाठी अमेरिकेला चालले आहे. मी फक्त तू येण्याची वाट बघत थांबले होते. तू मला जी काही कामे सांगून गेला होतास, ती सर्वच्या सर्व मी पार पाडलेली आहेत.''

श्रीकांतला या नव्या परिस्थितीचा उमगच पडेना. उंच डोंगराच्या टोकावरून कोणीतरी आपला कडेलोट करतंय, असं त्याला वाटलं.

''श्रीमती, तू जर अमेरिकेत पीएच.डी. करणार असशील, तर मग तू परत कधी येणार? हा इतका महत्त्वाचा कौटुंबिक निर्णय तू माझ्याशी चर्चा न करता एकटीने कसा काय घेऊन टाकलास? अमेरिकेत तू स्वत:चा उदरनिर्वाह कसा काय करणार?''

श्रीकांतला अचानक थकल्यासारखं वाटलं आणि खूप असहाय, हताश वाटलं.

''श्री, मला स्कॉलरशिप मिळते आहे. गेले चार आठवडे पुष्कळ विचार करूनच मी हा निर्णय घेतलेला आहे. माझं तुझ्याशी जेव्हा लग्न झालं, तेव्हा मी येताना इकडे काहीच बरोबर आणलं नव्हतं. आत्तासुद्धा या घरातून काहीही न घेता मी जात आहे. माझी आज रात्रीचीच फ्लाइट आहे. आज जर तू ऑफिसातून वेळेवर घरी आला नसतास, तर माझं शेवटचं कर्तव्य करण्यात कसूर झाली असती. पण तू वेळेत आलास. आता मला शांत मनाने जाता येईल.''

हे सगळं काय चाललंय, ते श्रीकांतला कळेना. तो म्हणाला, ''श्रीमती, तू माझी चेष्टा तर नाही ना करत?'' पण मग त्याला तिची भरलेली बॅग दिसली.

''श्री, आज तू या पदाला पोहोचला आहेस. कारण तू अत्यंत मेहनती आणि एकलक्ष्यी आहेस. आपल्या आयुष्यातला सगळाच्या सगळा वेळ तू आपल्या ध्येय-प्राप्तीसाठी खर्च केलास. ही गोष्ट सोपी नाही, हे मला मान्य आहे. तुझ्या इतक्याच

बुद्धिमान असलेल्या तुझ्या इतर मित्रांकडे बघ. आज तू मिळवलं आहेस, ते त्यांना मिळवता आलेलं नाही. तुझ्या संपूर्ण बॅचमधे तुझ्याएवढं यश दुसऱ्या कुणीच प्राप्त करू शकलेलं नाही. तू त्या सर्वांना मागे टाकून पुढे गेलास. तुझा करियर ग्राफ जर पाहिला तर एक साधा सॉफ्टवेअर इंजिनिअर म्हणून तू करियरची सुरुवात केलीस आणि केवळ दहा वर्षांच्या आत तू सर्वोच्च शिखर गाठलंस. पूर्वीच्या काळी याला लोक तपस्या म्हणत. तपस्या करण्यासाठी लोक रानात जाऊन राहत. पण तू कुठेही न जाता ती केलीस...''

श्रीकांत तिला मधेच थांबवून म्हणाला, ''पण त्या सगळ्याचा तू घर सोडून जाण्याशी काय संबंध?''

''नाही, श्री. माझं बोलणं जरा नीट लक्ष देऊन ऐक. आयुष्यात चैनीच्या, ऐषारामाच्या गोष्टींना काडीइतकंही महत्त्व न देता हे एवढं यश संपादन करणं, फारच थोड्या लोकांना जमतं. पण श्री, आयुष्यात कोणतीच गोष्ट कधी फुकट मिळत नसते. तुझ्या या झगड्यात तू तुझ्या श्रीमतीला हरवून बसलास. मी या अशा कृत्रिम वातावरणात जगू शकत नाही. मला स्वच्छ ताज्या हवेत श्वास घ्यायचा आहे. तुझी सावली म्हणून जगायचं नाहीये मला. स्वत:चा आनंद स्वत: मिळवण्याची इच्छा आहे माझी. श्री मी जर बुद्धिमान आणि संवेदनशील नसते, तर कदाचित या एकटेपणाचा त्रास मला झालाही नसता. तुझ्या ऐश्वर्याचा मी मनापासून उपभोग घेतला असता. पण गेले कित्येक आठवडे मी या एकाच गोष्टीचा विचार करते आहे– आपल्या आयुष्याचं ध्येय कोणतं? आणि त्याचं उत्तर मला आता मिळालेलं आहे.''

श्रीमती बोलायची थांबली... यावर श्रीकांतचं काय म्हणणं आहे, हे तिला ऐकायचं होतं. पण तो गप्पच होता. तो धक्क्यातून अजून सावरला नव्हता.

मग श्रीमतीच पुढे म्हणाली, ''श्री, मला इतिहासाचं प्रेम होतं आणि माझं तुझ्यावर पण प्रेम होतं. खरं सांगायचं तर एकेकाळी इतिहासापेक्षाही माझं तुझ्यावर जास्त प्रेम होतं. पण तू तुझ्या बिझिनेसच्या जगात बघताबघता हरवून गेलास आणि यशाच्या मागे धावत असताना तुझ्या सर्व नाजूक भावना लोप पावल्या. माझ्यापाशी एक इतिहास वगळता दुसरं काही शिल्लकच नाही उरलं. माझ्या लेखी घर, गाडी, पैसा या गोष्टींना काडीइतकंही महत्त्व नाही. श्री, तू स्वत:ला एक प्रश्न विचार– तू जर माझ्या जागी असतास, तर तू काय केलं असतंस? मी पण तेच करतेय. तुला आठवतं? तू हुबळीत नोकरी का नाही धरलीस? कारण स्वत:च्या मनातून जे मिळवायचं तू ठरवलेलं होतंस, ते काहीही करून मिळवल्याशिवाय तुला गप्प बसायचं नव्हतं. आता माझ्या जीवनाचं ध्येय काय आहे, हे मला नीट स्पष्ट झालंय आणि ते मी प्राप्त करणार आहे. श्री, तूच माझा गुरू आहेस. हे तर मी तुझ्याकडूनच

शिकले आहे. जेव्हा कधीही एखादी नवी गोष्ट घडते, तेव्हा लोक त्याला क्रांती म्हणतात. क्रांती ज्यावेळी घडते, त्यावेळी सर्वजण तिचा रागरागच करतात. पण नंतर कालांतराने लोकांना त्या गोष्टीचं महत्त्व समजतं. मला एका गोष्टीची पूर्ण कल्पना आहे. आत्ता मी घर सोडून गेले, तर समाज माझ्याविषयी काय वाटेल ते बोलणार आहे. पण त्याची चिंता मी कशाला करू? माणसानं स्वत:ची ज्या गोष्टीवर श्रद्धा आहे, ती करावी. स्वतः निवडलेल्या मार्गावरून जावं, मग त्या मार्गावर काटेकुटे असोत की दगडगोटे. त्याऐवजी दुसरा कोणतातरी मार्ग गुलाबाच्या फुलांनी भरलेला असेल, तरी स्वतः निवडलेला मार्ग सोडून त्या दुसऱ्या मार्गाला जाऊ नये आणि तेच आज मी करत आहे.

मी नुसती अंतर्शक्तीच्या बळावर चालत होते, तुझ्या मागोमाग, घरंगळल्यागत. पण आता मला बदलायला हवं. त्यासाठी मला माझ्याजवळची सर्व ताकद पणाला लावली पाहिजे. आपण विज्ञानात शिकलो आहोत, त्याप्रमाणे. कारण मी आता पाय फुटेल तिकडे जाणार नाहीये. मी पूर्ण विचारांती हा मार्ग निवडलाय. आता तो मार्ग कितीही खडतर असला, तरी तो सोडून मी दुसरीकडे भरकटणार नाही. मी हाच मार्ग चोखाळणार आहे. त्यासाठी मी स्वत:ला गतिशील बनवलं आहे.''

आजपर्यंत हे असं श्रीमती कधीच बोललेली नव्हती. जणूकाही प्रेशर कुकरमधून वाफ मोकळी होत होती. श्रीकांत सुन्न होऊन तिच्याकडे नुसता बघत बसला होता. त्याला या धक्क्याने विषण्ण करून सोडलं होतं. श्रीमती पुढे बोलतच राहिली.

''श्री, मी गेली कित्येक वर्षं काय केलं? तुझ्या पाहुण्यांचं आगतस्वागत केलं, तुझे हिशोब ठेवले, घराची व्यवस्था पाहिली आणि एखाद्या पर्सनल सेक्रेटरीने करावी तशी तुझी सगळी कामं केली. समाजामधे तुझ्या अंगाखांद्यावर दिमाखदारपणे चमकणाऱ्या दागिन्यासारखी वावरले मी. पण आता मात्र मला माझ्या मनाप्रमाणे जगायचं आहे. श्री, मला तुझ्यापासून घटस्फोट नकोय. कारण माझ्या लेखी घटस्फोट घेणं म्हणजे पुनर्विवाह करण्याची कायद्याने मोकळीक. त्याहून अधिक त्या गोष्टीला काहीच महत्त्व नाही. पण मला तर असलं काहीच करण्याची इच्छा नाहीये.

तू तुझा जीवनक्रम मुळीच बदलू नको, कारण तुला एका विशिष्ट पद्धतीने जगण्याची सवय झाली आहे. या अशा प्रकारे स्वत:ला कामात झोकून देणं, ही तुझ्या नोकरीची गरज आहे. तू त्यावाचून जगू शकणार नाहीस. पण आता ते मी सहन करू शकणार नाही. तेव्हा आपल्या दोघांच्या हिताचा विचार करता हाच एक उपाय त्यावर आहे. श्री, तू मला मधे एकदा म्हणाला होतास ना, मी तुझ्याहून अधिक बुद्धिमान असून मला जे योग्य वाटेल ते मी करावं असं, मग मी हे असं करायचं ठरवलंय.''

श्रीकांत त्यावर कसाबसा म्हणाला, ''श्रीमती, भावनेच्या भरात कोणताही

निर्णय घेऊ नकोस. मी तेव्हा जे बोललो होतो ते रागाच्या भरात बोललो होतो, पण तुझ्या या निर्णयाचे काय परिणाम होणार आहेत, याचा विचार तू केला आहेस का?''

"श्री, मी गेल्या चार आठवड्यात शांतपणे फक्त याच गोष्टींचा विचार केला आहे. तू माझ्याशिवाय नक्कीच जगू शकशील. तुझं सगळं काम पार पाडू शकेल अशी अत्यंत कार्यक्षम सेक्रेटरी तुला सहज मिळेल. काही काळ तुला माझी उणीव भासेल, आठवण येईल. पण नंतर त्याची सवय होऊन जाईल. श्री, तुला कधीही माझी मदत लागली, तर मला फोन कर. मी जिथे कुठे असेन, तिथून तुला भेटायला येईन. तुला असं सोडून जाताना माझ्या मनाला खूप यातना होत आहेत, खूप जड जातंय. पण माझ्यापुढे दुसरा काही पर्यायच नाहीये. श्री, मी तुझ्याशी लग्न केलं, कारण मी तुझ्यावर जिवापाड प्रेम करते. आता मी तुला सोडून जात आहे, ती तुझं माझं भांडण झालं म्हणून नव्हे. तू माझ्यावर रागावला आहेस, म्हणून नव्हे. कोणत्याही आर्थिक अथवा इतर मोहाला बळी पडून मी तुला सोडून जाण्याचा निर्णय घेतलेला नाही. मी निघून जात आहे, कारण मला तुझ्यासारखं बनायचं आहे आणि तू मला नक्की जाऊ देशील, याची मला खात्री आहे. आपल्या पत्नीवर हुकूमत गाजवू इच्छिणाऱ्या नवऱ्यांपैकी तू नाहीस, याची मला खात्री आहे.''

श्रीमतीचे डोळे बघताबघता पाण्याने भरून आले. तिला भावनावेग असह्य झाला आणि तिच्या घशात आवंढा अडकला. या गोष्टीवर इतके दिवस विचार केला होता, तरीही याहून पुढे तिला काही बोलवेना. आता आपण इथे अधिक काळ थांबलो, तर आपण आपला निर्णय बदलून टाकू आणि आपल्या जुन्या आयुष्यात परत जाऊ, याची तिला भीती वाटू लागली.

ती श्रीकांतच्या जवळ जाऊन म्हणाली, "श्री, मी आता निघते. माझं घर तुला कायम उघडं असेल. तू अमेरिकेला कधीही आलास, तर मला भेटल्यावाचून जाऊ नकोस. संपर्क ठेव. तुझ्या प्रकृतीची काळजी घे. साय काढलेलं दूध रोज पीत जा. मला पोहोचवायला, माझा निरोप घ्यायला एअरपोर्टवर ये, असं मी तुला म्हणणार नाही. आपल्या दोघांनाही ते फारच अवघड होईल. म्हणून मी इथेच तुझा निरोप घेते. श्री, तुझ्याहून चांगला मित्र मला कधीच मिळणार नाही.'' एवढं बोलून तिनं त्याच्या कपाळावर अलगद ओठ टेकले व त्याला अखेरची मिठी मारली. त्यानंतर आपली लहानशी बॅग उचलून ती चालू लागली.

तिने एकदाही मागे वळून पाहिलं नाही.

श्रीकांत सुन्न होऊन पाठमोऱ्या श्रीमतीकडे नुसता बघत राहिला. जणूकाही आपलं जीवनचैतन्यच ती बरोबर घेऊन चालली आहे, असं त्याला वाटलं.

३२

दार बंद झाल्याचा आवाज झाला आणि श्रीमती घराबाहेर पडल्याचं श्रीकांतला कळलं. पण अजूनही त्याचं मन ती वस्तुस्थिती स्वीकारायला तयार नव्हतं. आजची श्रीमती काही वेगळीच भासली होती त्याला. जणूकाही आपण तिला ओळखतच नाही, असं त्याला वाटलं. तिच्यात पुरेशी इच्छाशक्ती, आतंरिक प्रेरणा नाही, असा त्याचा समज होता. ती कधी हा इतका धाडसी निर्णय घेऊ शकेल, असं त्याला मुळीच वाटलं नव्हतं. विशेषत: एखाद्या विवाहितेने असं घर सोडून जाणं, समाजमान्य नसताना... याचं तर त्याला फारच नवल वाटत होतं.

श्रीकांतच्या मनात विचारांचं आवर्त उठलं होतं. श्रीमतीने हे असं का केलं असावं? लहानपणापासून ती खूपच लाजरीबुजरी होती, पण तरीही इतर मुलींपेक्षा खूपच वेगळी होती. ती अत्यंत बुद्धिमान असूनसुद्धा आज्ञाधारक होती. गरीब स्वभावाची होती. कदाचित त्यामुळेच आपण तिच्याकडे दुर्लक्ष केलं असावं, असं त्याला मनोमन वाटलं. ती कधीच अरेरावीने वागलेली नव्हती. तिने कधी कशाचा हट्टही केला नव्हता. आपल्या मताचा आग्रह धरलेला नव्हता. श्रीकांतच्या ऑफिसातल्या लोकांना नेहमी ऑफिसातून लवकर घरी जाण्याची घाई असे. शिवाय त्यांना रविवारी कधीच ऑफिसात यायला नको असायचं, अशांची श्रीकांत नेहमी चेष्टा करायचा. काय रे... बायकोला काय सांगायचं, म्हणून घाबरलास ना? माझ्याकडे बघ. माझी बायको मला कधी जाब विचारत नाही. एकदा हरीश त्याला म्हणाला होता, "हे बघ श्रीकांत, तू काय किंवा तुझी बायको काय, तुम्ही दोघंही चार सामान्य लोकांसारखे नाहीच आहात. तू तर नशिबवानच आहेस. तुझ्या संसारात काहीच प्रॉब्लेम नाही."

पण म्हणून आपण कसे काय लकी? असं श्रीकांतला वाटलं. आपल्या संसारात काहीही समस्या नाही. हे तरी खरं आहे का? की आपल्या सांसारिक गोष्टींना आपण कधीही महत्त्व दिलं नाही, त्यांची दखल घेतली नाही?

त्याच दिवशी दुपारी चेअरमनसाहेबांनी श्रीकांतला बोलावून त्याचं व्यक्तिश: अभिनंदन केलं होतं. त्यावेळी त्याची छाती अभिमानाने फुलून आली होती.

आपण इतके दिवस घेतलेल्या कष्टांचं चीज झालं, असं त्याला मनोमन वाटलं होतं. पण आता मात्र त्याच्या मनात श्रीमतीचा विचार तीव्रतेने आला. 'आपल्या या यशात तिचाही वाटा आहेच की. तिने कायम आपलं भलं चिंतलं, आपल्या यशासाठी देवाची प्रार्थना केली. कायम मूकपणे आपल्याला साथ दिली. आपली सततची गैरहजेरी न बोलता सहन केली, खरं तर आपल्या यशात तिचा सिंहाचा वाटा आहे. पण आपण त्या गोष्टीला कधी महत्त्व दिलं नाही, साधा उल्लेख केला

नाही, की कृतज्ञता दर्शवली नाही. अगदी या क्षणापर्यंत आपल्याला त्या गोष्टीची जाणीवच नाही झाली. आज मात्र आपल्या मानसन्मानाकडे, प्रतिष्ठेकडे, पैशाकडे पाठ फिरवून ती निघून गेली. आपला स्वाभिमान दुखावून गेली. पतीपत्नींमधील संबंध चांगले टिकून राहण्यासाठी या असल्या बाह्य गोष्टींची काहीच गरज नसते. गेले काही महिने खरं तर हीच गोष्ट आपल्याला पटवून सांगण्याचा ती किती कसोशीने प्रयत्न करत होती. पण आपण मात्र तिला अव्यवहारी म्हणून उडवून लावलं. आपल्याला सहकार्य न करण्याबद्दल तिचा धिक्कार केला.

पण श्रीमतीने आज अचानक अशी टोकाची भूमिका का घेतली? सरळ आपल्याला सोडून गेली? मला मोकळ्या हवेत श्वास घ्यायचाय असं म्हणाली. आपल्या घरच्या वातावरणात तिचा श्वास गुदमरत होता का? कोणत्याही पार्टीमधे कामाच्या, बिझिनेसच्या विषयांवर चर्चा, पैशावर चर्चा हा तर कॉर्पोरेट जगताचा अंगभूत भाग आहे. श्रीमतीला ते इतकं मनाला लावून घ्यायची काय गरज होती? का नुसतं आपल्याला घाबरवण्यासाठी तिनं हे नाटक केलं असेल? केवळ थोड्या दिवसांपुरतीच घर सोडून गेली असेल का?'

त्याला मनोमन या गोष्टीवर विश्वास ठेवावासा वाटत होता. पण दुसरं मन त्याला हेही सांगत होतं, की ते खरं नाही.

श्रीमतीच्या डोळ्यांत एक मूक निर्धार त्याला दिसून आला होता.

या पुरुषप्रधान संस्कृतीमधे श्रीमतीचं हे असलं वागणं कुणालाच रुचणार नाही, हे श्रीकांतला माहीत होतं. पण तिने स्वतःचा निर्णय घेतला होता. श्रीकांतला भूतकाळात घडलेल्या छोट्या छोट्या गोष्टी आठवू लागल्या. आपल्या आईने वारंवार केलेला श्रीमतीचा अपमान आणि आपल्या बहिणीचे टोमणे यांमुळे तर श्रीमतीला कटुता वाटू लागली नसेल ना? तिने हा असा निर्णय घेण्यामागे एक कारण तेही असू शकेल. आज पहिल्यांदाच श्रीकांतला आपल्या कुटुंबीयांच्या वागण्याची लाज वाटली. रमा ही खेड्यात वाढलेली अशिक्षित मुलगी आहे, असं आपण श्रीमतीला वारंवार सांगत राहिलो. पण त्यामुळे रमाचं संवेदनशून्य, लागट बोलणं आणि वागणं योग्य ठरतं का? आपल्या भावनाप्रधान, हळव्या बायकोने हे सगळे अपमान, पाणउतारे सहन करत राहावं, अशी आपण सतत अपेक्षा ठेवली. खरंच...आपण तरी इतके बोथट, भावनाशून्य कसे काय झालो?

अचानक त्याला भामतीची कथा आठवली. आपलं पूर्ण आयुष्य आपल्या पतीच्या सुखासाठी वाहून घेणारी ती स्त्री. आपल्या श्रीमतीचा स्वार्थत्याग त्या भामतीहूनही मोठा असल्याची जाणीव त्याला झाली. भामतीने निदान बाहेरचं जगच कधी पाहिलेलं नव्हतं. आपल्या अंगची क्षमता काय, याचीही तिला जाणीव नव्हती. श्रीमतीला स्वतःची पात्रता माहीत होती. बाहेरच्या जगात ती वावरलेली होती आणि

असं असूनसुद्धा तिने निरपेक्ष प्रेमाने आपल्याला साथ दिली, अक्षरश: भक्ती केली आपली.

"तिच्या पतीने तिचा हा स्वार्थत्याग जाणला आणि आपल्या ग्रंथाला तिचं नाव दिलं. मला त्या गोष्टीचं कौतुक जास्त वाटतं."

श्रीमतीचे कित्येक वर्षांपूर्वीचे हे शब्द श्रीकांतला आत्ता आठवले.

पण तिच्या स्वत:च्या आयुष्यात आपल्याला खुद्द तिच्या पतीला तिच्या या स्वार्थत्यागाची कदर वाटली नाही. श्रीमतीच्या बाबतीत किती दुष्टपणे वागलो आपण.

आता मात्र श्रीकांतला अतीव दु:ख झालं. "अगं श्रीमती, मी तुझ्यावाचून जगू शकत नाही गं. माझं चैतन्य, माझी शक्ती तूच आहेस. माझ्या सगळ्या कामामधे तुझाच प्रभाव दिसतो मला. तुझ्याशिवाय मी अपूर्ण आहे." पण आता या सगळ्याला फार उशीर झालाय, याची त्याला मनोमन कल्पना होतीच. त्याच्या डोळ्यांपुढे विविध चित्रं फेर धरून नाचत होती.

जेव्हा त्यांची आर्थिक परिस्थिती ओढगस्तीची होती, तेव्हासुद्धा ती काटकसर करून, कसे तरी पैसे जमा करून त्याला पुस्तकं विकत घ्यायला पैसे द्यायची. नवीन लग्न झाल्यावरसुद्धा जर तो घरी निवांत वाचत बसला असेल, तर ती त्याच्या मधे बोलून त्याला त्राससुद्धा द्यायची नाही. घर तेव्हा अगदी लहान होतं, तर ती एकटी स्वयंपाकघरात वाचत बसायची. आपल्या आईला खुश करण्यासाठी ती किती परोपरीने झटायची, याची त्याला आत्ता आठवण झाली आणि त्याबदल्यात काय मिळालं तिला? आपल्या कुटुंबीयांकडून अपमानाचे शब्द आणि आपल्याकडून उपेक्षा.

आपल्या पुराणात असं सांगतात की, समुद्रमंथनातून जे हलाहल विष निघालं ते शिवा महादेवाने पिऊन टाकलं, तसा आपल्या वाट्याला आलेला प्रत्येक अपमान श्रीमतीने गिळून टाकला होता. केवळ आपल्या पतीला त्याची झळ पोहोचू नये म्हणून.

कदाचित आपल्याला मूलबाळ झालं असतं, तर आपल्या दोघांमधे काही अनुबंध निर्माण होऊ शकला असता. श्रीकांतच्या मनात आलं... पण कदाचित, असं पण झालं असतं, की आपण त्यांना जबरदस्तीने बोर्डिंग स्कूलला ठेवलं असतं. त्यामुळे श्रीमती अधिकच दु:खी झाली असती. आपण इतके दुराग्रही स्वभावाचे आहोत, की कुणाचं काही ऐकूनच घेत नाही, हे त्याच्या आत्ता लक्षात आलं. नेहमी आपला निर्णय अंतिम. श्रीमतीने हे सगळं कसं काय सहन केलं असेल? तो अशा विचारात गढून गेलेला असतानाच जोराचा वारा आला आणि टेबलावरचे कागद उडाले, आणि जमिनीवर उडून अस्ताव्यस्त पसरले. पण उठून ते व्यवस्थित गोळा

करण्याची ताकदही श्रीकांतमधे उरली नव्हती. फारसा पैसा जवळ नसताना ती कशी राहील अमेरिकेत? पण त्याचं उत्तर श्रीकांतला आधीच माहीत होतं. तिला एकही श्रीमंती सवय नव्हती. तशा सवयी जर तिला असत्या, तर ती आपल्याला कधीच सोडून गेली नसती. त्याने किल्लीच्या जुडग्याकडे पाहिलं. त्या कसल्या किल्ल्या होत्या, याची त्याला काहीही कल्पना नव्हती. आजवर सगळं तिनेच तर सांभाळलं होतं. छोट्या छोट्या विचारांनीसुद्धा त्याच्या मनाला तीव्र वेदना होत होत्या. आपण तिला एखाद्या मदतनीसासारखं वागवलं. 'तुला याहून चांगला असिस्टंट नक्की मिळेल.' असंच म्हणाली होती ना ती जाताना? पण खरोखरच ते शक्य होतं? हे असलं काम इतक्या विचारपूर्वक, इतक्या काटेकोरपणे कुणीतरी केलं असतं का? तेही नुसत्या पैशाच्या आशेने? श्रीमतीने मात्र ते केवळ आपल्यावरच्या प्रेमापोटी केलं होतं.

बाहेर मुसळधार पाऊस लागला होता. त्याचा आवाज घरातही ऐकू येत होता. श्रावण महिना लागला होता. ऐन पावसाळ्याचे दिवस होते. श्रीकांत वास्तव जगतात परतला. शेवटी तो एक कृतीशील माणूस होता. जे काही घडलं होतं ते तर होतंच. पण आता तरी सगळं व्यवस्थित लागी लावावं, असं त्याने ठरवलं. आपण आधी आपल्या आईला हे पटवून द्यायला हवं, की तिने श्रीमतीचा प्रेमाने स्वीकार केलाच पाहिजे. पण ती गोष्ट किती पोकळ, निरर्थक असणार आहे, हे त्याच्या लगेच लक्षात आलं. प्रेमाची जबरदस्ती करता येत नाही, प्रेम करायला कुणालाही शिकवावं लागत नाही. ते स्वतःच्या अंतरंगातूनच यावं लागतं. आपल्या आईच्या हृदयात श्रीमतीविषयी असं प्रेम उत्पन्न होणं शक्यच नाही.

आता कुठे बरं असेल श्रीमती? ती आता इंटरनॅशनल एअरपोर्टवर पोहोचली असेल. आपण धावत जावं आणि तिला परत घेऊन यावं, अशी तीव्र इच्छा त्याला झाली. पण मग त्याने स्वतःचा विचार केला. आपण कसे होतो आणि खिन्नता आली. आपलं लग्न झालं, तेव्हा किती वेगळे होतो आपण. तो पूर्वीचा श्रीकांत होणं जमेल का आता आपल्याला?

आता कुणावरही निःस्वार्थ, निरपेक्ष वृत्तीने प्रेम करण्याची आपली क्षमताच राहिलेली नाही. कोणाशी मोकळेपणे, खुल्या दिलाने आपण बोलूसुद्धा शकत नाही... पण आता श्रीकांत अशा उंचीवर पोहोचला होता, की तिथून परत खाली येणं अशक्यच होतं. काय बरं तो वाक्प्रचार आहे... श्रीकांतने आठवण्याचा प्रयत्न केला. Lonely at the top. माणूस जेव्हा इतक्या उंचीवर पोहोचतो, तेव्हा तो फार एकाकी असतो.

आपण जरी श्रीमतीचं मन वळवलं आणि तिला इथे मुंबईत थांबवून डॉक्टरेट करायला भाग पाडलं, तरी थोड्याच दिवसांत आपलं परत तिच्याकडे दुर्लक्ष होईल.

मग परत ती एकटी पडेल, दु:खी होईल. खरंच होतं तिचं म्हणणं, ती आपली केवळ सेक्रेटरी बनून राहत होती आणि समाजात घालून मिरवण्याचा एक दागिना.

श्रीमती सुशिक्षित होती, बुद्धिमान आणि तरीही विनम्र वृत्तीची होती. आपण आपली स्वत:ची शोभा वाढवण्यापुरता तिचा उपयोग केला. त्यामुळेच श्रीमती दु:खी होऊन आपल्याला सोडून गेली. श्रीमतीवर एकामागोमाग एक घडत गेलेल्या अन्यायाचे सगळे पदर आता त्याच्या नजरेसमोर उलगडले. सर्व काही स्पष्ट झालं.

आता त्याला स्वत:चाच राग आला आणि एकीकडे त्याला खूप असहाय वाटू लागलं. सत्ता, महत्त्वाकांक्षा, प्रतिष्ठा आणि यश यांच्या हातचा गुलाम होऊन राहिलो आहोत आपण... आणि तेही अगदी स्वखुशीने, असं त्याला वाटू लागलं.

श्रीकांतच्या आयुष्यात घडलेल्या या दुःखद घटनेने व्याकूळ झाल्यासारखा समुद्र बाहेर टाहो फोडत होता. अचानक श्रीकांतला रवीच्या पत्राची आठवण झाली. त्याने श्रीमतीविषयी लिहिलं होतं... ''माझ्या मनात जेव्हा श्रीमतीचा विचार येतो, तेव्हा मला तिचं खरोखरच कौतुक वाटल्यावाचून राहत नाही. किती सुस्पष्ट कल्पना होत्या तिच्या. दहावीच्या परीक्षेत गुणवत्ता यादीत पहिली येऊनसुद्धा तिने कला शाखेला जायचा निर्णय घेतला, तेव्हा आपण किती हसलो होतो तिला... आठवतं? आत्ता मागे वळून बघताना वाटतं, आपल्या सर्वांच्यात तीच सर्वांत जास्त बुद्धिमान होती. आपल्याला काय आवडतं, काय करायचंय, याची तिला व्यवस्थित जाणीव होती. श्रीकांत, ही अशी सहधर्मचारिणी तुला मिळाली आहे... तू खरंच खूप भाग्यवान आहेस.''

श्रीकांतचं मन विषण्णतेने भरून गेलं. आपल्या हातात अक्षरश: सोन्याची खाण लाभली होती. पण ती आपण घालवली. सतरा वर्षांपूर्वी शाळेत पहिला क्रमांक गेल्यावर त्याला जेवढा धक्का बसला होता, जेवढी निराशा वाटली होती, जेवढं दु:ख झालं होतं... तेवढंच त्याला आत्ता पण वाटलं. त्या पहिल्या क्रमांकाचं आता काहीच महत्त्व उरलेलं नव्हतं. पण आज मात्र आयुष्यातील सर्वांत अनमोल चीज तो गमावून बसला होता.

आत्ता श्रीमती काय करत असेल? त्याने घड्याळावर नजर टाकली. कदाचित कस्टम तपासणी चालली असेल. त्याचे डोळे पाण्याने भरून आले. तिचा विमानतळावर निरोप घेणारंही कोणी नसणार. या विचारांनी त्याला अतीव दु:ख झालं. ती सर्वार्थाने एकाकी होती. आपल्या आईला आणि तिच्या आईला याबद्दल काय वाटेल? अर्थात लोकांना जे काय वाटायचं ते वाटू दे. श्रीमतीने स्वत:च्या आयुष्यातला इतका मोठा निर्णय एकटीच्या जिवावर, कोणत्याही मदतीशिवाय घेतला होता.

आपण नेहमीच स्वत:च्या आयुष्याला तिच्या आयुष्यापेक्षा जास्त महत्त्व दिलं. आपल्या जिद्दीला, इच्छा–आकांक्षांना तिच्या इच्छा–आकांक्षापेक्षा जास्त महत्त्व

दिलं... पण आता मात्र पायाखालची जमीन सरकल्यासारखा श्रीकांत सुन्नपणे उभा होता.

टेलिफोनच्या घंटीने श्रीकांतची विचारशृंखला तुटली. बाहेर समुद्राची गाज चालूच होती.

फोनवर हरीश होता. "श्रीकांत, काँग्रॅच्युलेशन्स. आपल्या रोड शोला परवानगी मिळाली आहे. आपण सर्वांनी जर त्यात भाग घेतला तर कदाचित आपल्याला न्यूयॉर्क स्टॉक एक्सचेंजवर लिस्टिंग मिळेल. हे सगळं केवळ तुझ्या परिश्रमांमुळे शक्य झालं..." हरीश एकटाच बोलत होता. श्रीकांत गप्पच होता. त्याचं ते काही न बोलता नुसतं ऐकत राहणं हरीशला विचित्र वाटलं. तो म्हणाला, "श्रीकांत, ऐकतोयस ना?"

"हो, ऐकतोय. पण..."

"श्रीकांत आता पण, परंतु काही चालायचं नाही हं. तू तर नेत्यांचा नेता आहेस. तुझ्याशिवाय हा रोड शो होऊच शकणार नाही."

अचानक श्रीकांतच्या अंगात उत्साहाचा संचार झाला. "हरीश, ऐक ना... मी आत्ताच ऑफिसात जातो."

"काय? आत्ता? या वेळी?"

"यशप्राप्तीसाठी काही काळावेळाचं बंधन पाळायचं असतं का? प्रत्येक क्षण आता महत्त्वाचा आहे. मी आत्ताच ऑफिसात जाऊन रोड शोच्या कामाला सुरुवात करतो. आपण कुठल्या कुठल्या ठिकाणांना भेटी देणार आहोत. आपलं खर्चाचं अंदाजपत्रक काय आहे आणि इतर सगळाच तपशील मला लागेल. शेअरविषयीचे विचार पण माझ्या मनात घोळतायत."

अचानक बांद्र्याच्या आकाशातून जाणाऱ्या विमानाचा आवाज आला आणि श्रीकांत गप्प झाला. त्याच्या मनातले सगळे विचार लुप्त झाले. बाल्कनीत जाऊन त्याने अंधारात लुकलुकणाऱ्या विमानाच्या दिव्यांकडे पाहिलं.

श्रीमती... आपली श्रीमती... दहा वर्षांपूर्वी याच श्रावणात पावसात चिंब भिजत आपल्या हातात हात घालून चालणारी श्रीमती... आता वर उंच ढगांमधे आहे. आपल्या हातातून कायमची निसटली आहे. आपण आपल्या बकुळीच्या फुलाला आपल्या हातातून पडू दिलं आहे.

❁ ❁ ❁

www.ingramcontent.com/pod-product-compliance
Lightning Source LLC
LaVergne TN
LVHW020001230825
819400LV00033B/944
* 9 7 8 8 1 8 4 9 8 0 5 2 3 *